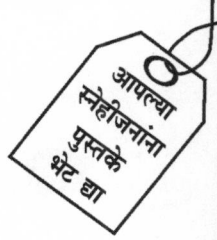

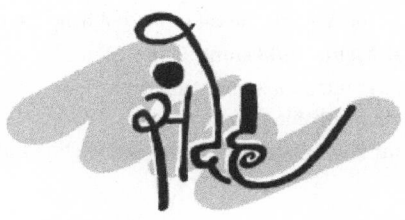

संदेह

रत्नाकर मतकरी

AA000914

मेहता पब्लिशिंग हाऊस

Please contact us at **Mehta Publishing House,** Pune.
Email : production@mehtapublishinghouse.com
Website : www.mehtapublishinghouse.com

SANDEH by RATNAKAR MATAKARI

संदेह : रत्नाकर मतकरी / गूढ कथासंग्रह

© प्रतिभा मतकरी

Email : author@mehtapublishinghouse.com
प्रकाशक : सुनील अनिल मेहता, मेहता पब्लिशिंग हाऊस,
१९४१ सदाशिव पेठ, माडीवाले कॉलनी, पुणे – ४११ ०३०

मुखपृष्ठ : सतीश भावसार

प्रथमावृत्ती : फेब्रुवारी, १९९३ /
मेहता पब्लिशिंग हाऊस यांची द्वितीयावृत्ती : ऑक्टोबर, २०१५ /
पुनर्मुद्रण : ऑक्टोबर, २०१७

P Book ISBN 9788184988840
E Book ISBN 9788184988857
E Books available on : play.google.com/store/books
www.amazon.in/b?node=15513892031

अनुक्रमणिका

❧ संदेह ❧

धुकं. दाट धुकं. सकाळचे आठ वाजून गेले, तरीही अजून न विरलेलं.

त्या धुक्यात बंगल्याचं फाटक जेमतेम धूसरसं दिसतं. त्यापलीकडचं सगळं पुसून गेलेलं. धुक्यातच कुणाची तरी चाहूल.

श्वेता समोरचा एक्सप्रेस बाजूला करते. मान वर उचलते, डोळे ताणून पाहते.

धुक्यात एका तरुणाची आकृती दिसतेय का, हळूहळू आकार घेणारी... फाटक लोटून आत येणारी...

धुक्यातून चालत तो तरुण लॉनवर येतो. श्वेता आणि तिचा नवरा वरुण ब्रेकफास्ट घेत बसलेले आहेत तिथं, त्यांच्याजवळ येतो.

तरुण गोरा... पिंगट दाट केसांचा... बळकट... वयानं सुमारे पस्तिशीचा. अंगात बारीक चौकड्यांचा- अनिश्चित रंगाचा बुशशर्ट. बदामी पँट. फार फॅशनेबल नाहीत, पण अगदीच गबाळेही नाहीत, असे कपडे.

"बसा," श्वेता म्हणते. वरुण निर्विकारपणे टोस्ट खात राहतो.

तरुण गार्डन चेअरमध्ये बसतो. ब्रेकफास्ट संपवून वरुण उठतो. "मी आंघोळीला जातो डिअर–" असं म्हणून तो जाऊ लागतो. जाताना जुळवलेल्या बोटांनी श्वेताच्या गालांना स्पर्श करतो. त्या बोटांचं चुंबन घेतो. बंगल्याच्या पायऱ्या चढून आत जातो.

तरुण हे पाहत बसलेला. श्वेतानं त्याचा चहा तयार केला.

"साखर–?" ती विचारते.

"एक"

ती चहात एक चमचा साखर घालते. कप त्याच्यापुढं करते.

"माझं नाव हर्ष." तो म्हणतो. "हर्ष उपाध्याय. मी डॉक्टर आहे. रत्नागिरीला

प्रॅक्टिस करीत होतो. सुरुवातीला खूप उमेद होती; पण नंतर लक्षात आलं- या गावात आपल्याला फारसा वाव नाही. बरंच काम मैत्रीखातर करावं लागतं. पैसे वसूल करता करता नाकी नऊ येतात. म्हणून रत्नागिरी सोडून मोठ्या शहरात जावं, तर तिथं प्रॅक्टिसचा विचारही करायला नको! आधी जागेचा प्रश्न. नंतर धंद्यातली स्पर्धा. शिवाय एकूण धकाधकीचं आयुष्य! मला ते मानवणारं नाही.''

"मग आता काय विचार आहे?''

"तुमच्या जगत् जेचंद हॉस्पिटलमध्ये आर. एम. ओ.ची जागा रिकामी झालीय ना? हॉस्पिटल सुपरिन्टेंडंट या नात्यानं त्या जागेसाठी निवड करण्याचे सर्वाधिकार तुमच्याकडेच आहेत, असं ऐकलं.''

"अगदी तसंच काही नाही. फायनल अॅप्रूव्हल बोर्ड ऑफ डिरेक्टर्सचं असतं.''

"पण ते फॉर्मल, होय ना? एनी वे, मला या पोस्टमध्ये इंटरेस्ट आहे. माझी क्वालिफिकेशन्स भरपूर आहेत. बारा वर्षांचा अनुभव आहे. आय शॅल बी ओब्लाइज्ड इफ...''

"नो ऑब्लिगेशन. आम्हाला चांगल्या माणसाची गरज आहेच. तुम्ही उद्या मला ऑफिसमध्ये भेटा. सगळ्या पेपर्ससकट.''

"थँक यू.''

मग इतरही गप्पा होतात. हर्षला वाचनाची आवड आहे. विशेषत: इंग्रजी कादंबऱ्यांची. अगदी डोस्टोव्हस्कीपासून सिडने शेल्डनपर्यंत. शिवाय संगीताचीही बऱ्यापैकी जाण आहे. श्वेताचं एक मन म्हणतं... पहिल्याच भेटीत, उमेदवार म्हणून आलेल्या माणसाशी एवढ्या गप्पा मारणं बरोबर आहे का? दुसरं मन म्हणतं... एका परीनं हा इंटरव्ह्यूच आहे. उमेदवार खरोखर कसा आहे, हे या गप्पांमधूनच नीट समजणार!

हर्ष गेला, तरी ती त्याचाच विचार करीत राहते. उमेदवार कसा वाटला? संपन्न व्यक्तिमत्त्वाचा. मतं आधुनिक. मेडिकल सायन्सपलीकडेही कितीतरी गोष्टींची अद्ययावत माहिती... शिवाय माणूस प्रामाणिक... सरळसोट! त्याचं हास्य किती निष्पाप होतं! अगदी एखाद्या लहान मुलासारखं!

जामानिमा करून वरुण खाली येतो. श्वेताचा निरोप घेतो आणि शोफरनं वळवून आणलेल्या गाडीत रुबाबात बसतो. ती उठून चार पावलं पुढं जाते. वरुण खिडकीतून हात हलवून परत निरोप घेतो.

दर रोज अशा वेळी तिच्या मनात येणारा विचार आजही येतो- वरुणचा हात कधीच यांत्रिकपणे हलत नाही. त्याचं आपल्यावर खरोखरच प्रेम आहे...

वरुणचा श्वेताला अभिमान वाटतो. लहान वयातच त्यानं केमिकल्सच्या धंद्यात जम बसवलाय आणि आता स्वत:ची फॅक्टरीदेखील सुरू केलीय, कुणाच्याही

मदतीशिवाय. नाहीतर हर्षसारखी माणसं... प्रॅक्टिस सुरू काय केली, बंद काय केली... रत्नागिरीसारख्या छोट्या शहरातदेखील त्याला स्वत:चा जम बसवता आला नाही... आणि आता या नवीन ठिकाणी सगळं आयुष्यच नव्यानं सुरू करणार! पस्तिशी आली... तरी अजून अविवाहित... कसं व्हायचं या माणसाचं...?

त्याला मदतीची फार गरज आहे. आपण त्याला शक्य तेवढी मदत केली पाहिजे. ती स्वत:शी ठरवते.

एव्हाना धुकं पुरतं विरलेलं असतं.

वरुणची गाडी गेल्यानंतर फाटक लावून घ्यायचं राहिलेलं असतं. उघड्या फाटकातून इन्स्पेक्टर जयदेव आत येतो.

"गुड मॉर्निंग श्वेता-" तो फाटकाजवळून ओरडतो आणि लांबलांब ढांगा टाकीत तिच्याजवळ येतो.

"झालं. तू आलास- आता कसली गुड मॉर्निंग? सगळी मॉर्निंग स्पॉइल करणार तू!" श्वेताचं चिडवणं.

"येस व्हेरी ट्रू. पोलीस इन्स्पेक्टर म्हणून माझं ते कामच आहे. लोकांची सकाळ-संध्याकाळ खराब करायची, त्यांच्या शांत आयुष्यात खडे टाकून हलचल मचवून द्यायची!"

"हलचल मचवायला तू चुकीची वेळ शोधून काढलीयेस मित्रा!" श्वेता त्याला शांतपणे सांगते. जयदेव श्वेताचा कॉलेजपासूनचा मित्र! तेव्हा त्याला डिवचायला आणि प्रेमानं शिवीगाळ करायला तिला नेहमीच आवडतं. "जयदेव, तू तारतम्य कधी शिकणार कोण जाणे! बघ, आज माझा वेळ खायला आलायस, तो नेमका मला हॉस्पिटलमध्ये जायला उशीर झालेला असताना!"

"तुला हॉस्पिटलमध्ये जायला उशीर झाला नसता!" जयदेव शांतपणे म्हणतो. "तू हर्ष उपाध्यायशी पहिल्याच भेटीत इतका वेळ बोलत बसली नसतीस तर!"

श्वेता चमकते. पण जयदेव निर्विकार! काचेचे तिन्ही कप उष्टे आहेत, असं पाहून तो पाण्यानं भरलेल्या ग्लासमधलं पाणी गवतावर ओतून टाकतो आणि किटलीतला, आता थंडगार झालेला, चहा तसाच ग्लासात ओतून घेऊन पिऊ लागतो.

"व्हॉट डू यू मीन?" किंचित त्रासून श्वेता विचारते. "तुला काय माहीत, मी हर्षशी किती वेळ बोलत बसले, हे?"

"मदाम, निरीक्षण आणि माहिती हे आम्हा पोलीस इन्स्पेक्टर्सचे डावे-उजवे हात असतात. पण तू म्हणजे काही पब्लिक नाहीस, की मी तुला पोलिसाची हुशारी दाखवून गार करून सोडावं... तू माझी मैत्रीण आहेस... म्हणून मी तुला विश्वासात

घेणारेय. हर्ष उपाध्याय इथं कधी आला, इथनं कधी गेला, याची मी नोंद करीत असतो- कारण मी त्याच्या पाळतीवर आहे...

"पाळत?" धसका बसून श्वेता विचारते. "पाळत ठेवायला त्यानं केलंय काय?"

"नेमकं काय केलं, हे अजून सिद्ध झालेलं नाही. पण रत्नागिरी पोलिसांना वाटतं, की तो खुनी आहे..."

"खुनी-?"

"येस. आपल्या एका पेशंटचा खून केलाय त्यानं... म्हणजे असा नुसता संशय आहे... देअर इज नो एव्हिडन्स! एक तरुण मुलगी... तेवीस-चोविशीची. हर्षशी तिचा संबंध होता, असं म्हटलं जातं. अगेन नो प्रूफ! हर्षच्या म्हणण्याप्रमाणे, ती मुलगी- नुसती तिला संगीताची आवड म्हणून त्याच्याकडे जुन्या रागदारीच्या रेकॉर्ड्स ऐकायला यायची. शिवाय अशक्तपणासाठी तिला त्याची ट्रीटमेंट चालूच होती!"

"मग?"

"तिनं स्ट्रिचनाइन घेऊन आत्महत्या केली. चार महिन्यांचा गर्भ मिळाला तिच्या पोटात. ही आत्महत्या नसून खून आहे, असा पोलिसांना संशय आला, तो स्ट्रिचनाइनमुळेच. तिच्यासारख्या मुलीनं एरवी आत्महत्या केली असती, ती उंदराचं नाही तर झुरळाचं औषध घेऊन! स्ट्रिचनाइन तिला कुठून मिळणार? पण हे हर्षनंच तिच्या कॉफीत मिसळलं, हे सिद्ध होऊ शकलं नाही. शिवाय गर्भ त्याचाच- आणि ती मुलगी लग्न कर म्हणून त्याच्यामागं लागली होती- हाही तर्कच! त्यातलं सत्य- एक त्याला माहीत, दुसरं त्या मृत मुलीला! तेव्हा पुराव्याचा काहीच आधार नाही, म्हणून हर्ष कायद्याच्या कचाट्यातून सहीसलामत सुटला! पण कायद्यानं नाही, तरी लोकांनी त्याला खुनी ठरवलंच. हा डॉक्टर कुठल्या औषधात कधी काय मिसळून देईल याचा नेम नाही, असं लोक उघडपणे बोलायला लागले. कुणी त्याच्या दवाखान्यात पाऊल टाकीनासं झालं. सबंध रत्नागिरीत त्याचं नाव खराब झालं. अर्थात प्रॅक्टिस बंद करणं त्याला भागच पडलं!"

श्वेता सुन्न. हर्षचं निष्पाप हास्य तिच्या डोळ्यांसमोर पुनःपुन्हा येत राहतं. खुनी कधी इतकं निष्पाप हसू शकेल? "जयदेव," ती विचारते, "पोलिसांना काहीही सिद्ध करता आलं नाही, याचा अर्थ... या प्रकरणाला दुसरीही बाजू असू शकेल, नाही का? हर्ष निर्दोषही असू शकेल..."

जयदेव बेफिकीरपणे हसतो. "याचा अर्थ, त्यानं तुझ्यावर चांगलंच इंप्रेशन मारलंय, असा आहे!"

"मे बी! पण माझं इंप्रेशन मी त्याच्या नोकरीच्या बाबतीत जमेला धरत नाही. तसंच त्याच्या भूतकाळातही मला शिरायचं नाही. आर.एम.ओ. म्हणून आमच्या अपेक्षा त्यानं पुऱ्या केल्या म्हणजे बस! या पलीकडे तो कोण आहे, कसा आहे,

याच्याशी मला काय कर्तव्य?''

"पर्फेक्टली राइट. जगत् जेचंद हॉस्पिटलमध्ये त्याला नोकरी द्यायची की नाही हे तुम्ही ठरवायचं. मी ते सांगायला आलेलो नाही. मी फक्त, तुला नसलेली माहिती पुरवायला आलोय!''

"थँक्यू.'' श्वेता तुटकपणे म्हणते. पण आजच्या तिच्या तुटकपणात नेहमीचा खोटा राग नसतो. जयदेवनं इथं येऊन हर्षविषयी इतकं भयंकर (आणि बहुधा निराधार) असं काही सांगावं, याची तिला खरोखरीच चीड आलेली असते. – पण का?

त्यानं त्याचं कर्तव्य केलं. आपल्याला का यावी त्याची चीड?

या प्रश्नाचं उत्तर तिला लगेच सापडत नाही.

तिसऱ्या भेटीत हर्ष स्वतःच तिला आपल्यावर आलेल्या बालंटाविषयी सांगून टाकतो.

त्यांची दुसरी भेट ऑफिसमध्ये झालेली असते. पण ती नुसती औपचारिक! पेपर्स देण्यापुरती. हर्षच्या खासगी बाबींविषयी आपण कसलंच कुतूहल दाखवायचं नाही असं ठरवून, या भेटीत ती अगदी जेवढ्यास तेवढं बोललेली असते.

परत जाताना हर्ष तिला म्हणतो– "मला तुम्हाला काही सांगायचं आहे! अगदी वैयक्तिक स्वरूपाचं. आपण तुमचं घर आणि हॉस्पिटल्स या दोन जागा सोडून इतर कुठं भेटू शकतो का?''

दुसऱ्या दिवशी संध्याकाळी कॉफी हाऊसमध्ये भेटायचं ठरतं.

कॉफी हाऊसमध्ये ती हॉस्पिटलमधून परस्पर आलेली. त्याचे कपडे पहिल्या भेटीपेक्षा आज अधिक नीटनेटके असतात.

"तुम्ही आर.एम.ओ.साठी माझी निवड करण्यापूर्वी एक गोष्ट तुमच्या कानावर घालणं मला जरुरीचं वाटतं. इकडच्या तिकडच्या गोष्टी झाल्यावर कॉफी पिता पिता तो म्हणतो– "रत्नागिरीमध्ये माझ्यावर एक फार वाईट प्रसंग आला...''

ती कसलीच प्रतिक्रिया न देता नुसतीच ऐकते आहे, असं पाहून तो पुढं म्हणतो– "माझ्या एका पेशंटनं आत्महत्या केली. तरुण मुलगी होती ती. लगेच लोकांनी उठवलं की, माझे-तिचे वाईट संबंध होते आणि ते अंगाशी येतील, अशी भीती वाटल्यामुळं मी तिच्यावर विषप्रयोग केला...''

श्वेता त्याच्याकडे नुसती भुवया उंचावून पाहत राहते–

"...ती तरुण- मी अविवाहित. एवढंच पुरलं लोकांना एकाचे चार करायला! तुम्हीच सांगा, विषप्रयोग करणं इतकं सोपं आहे का? कुठला शहाणा डॉक्टर असलं काहीतरी करून स्वतःचं नाव खराब करील? त्यातून त्या मुलीची सुटकाच करायची असती, तर तिच्यावर विषप्रयोग करण्यापेक्षा तिचा गर्भपात करणं अधिक

सोपं नव्हतं का? पण एवढा विचार कोण करतं? लोक सुटले बोलत. मग पोलिसांनीही इथं-तिथं चौकशा केल्या; मला हैराण करून माझी जबानी घेतली. पण मुळात नव्हतंच काही, तर सापडणार काय? पोलिसांच्या शंकेला तरी आधार कुठला? तर त्या पोरीनं स्ट्रिचनाइन घेतल्याचं सापडलं, हा. आता तिला ते कुठं मिळालं, कसं मिळालं, याचं रहस्य तिच्याबरोबर गेलं; पण माझा तर्क असा आहे की, तिचा जो कोणी बॉयफ्रेंड होता, ज्याच्यापासून तिला दिवस गेले, त्यानंच तिला गर्भपाताचं औषध म्हणून स्ट्रिचनाइन दिलं! आता तो बॉयफ्रेंड पोलिसांना सापडत नाही तोवर माझ्यावर संशय शिल्लक राहणारच! बरं, खरी परिस्थिती तरी कोणाकोणाला सांगणार? सरळ विचारील, त्याला ना? लोक नुसते वेडेवाकडे शेरे आणि तिरकस कुजकट टोमणे मारायचे! असह्य-असह्य व्हायचं ते सगळं! त्यातून मेडिकल प्रोफेशनमध्ये विश्वास फार महत्त्वाचा! डॉक्टरवर विश्वास नसेल, तर पेशंट बरा कसा होणार? लोकांना माझा विश्वास वाटेना–म्हणून शेवटी मी दवाखान्याला टाळं लावण्याचा निर्णय घेतला...''

हर्षच्या डोळ्यांत पाणी असतं.

श्वेताच्या मनात येतं– खरंच हा माणूस कुठल्या कुठल्या दिव्यातून गेला असेल–? त्यानं न केलेल्या खुनासाठी लोकांनी त्याची ससेहोलपट केली. कायद्यानं त्याला शिक्षा दिली नाही, पण लोकांनी त्याला हद्दपार केलं... कायद्याची शिक्षा एकदाच पक्की ठरते; पण लोकांनी क्षणोक्षणी केलेली ही छळणूक कशी सहन केली असेल यानं–? अजूनही ती थांबलेली नाही. इथं जयदेव त्याच्यामागं आहेच! इथंही हळूहळू ते विष पसरत जाईल- इथंही याचं जिणं मुष्किल होऊन जाईल...

नाही. तसं होऊन चालायचं नाही. आपण खंबीरपणे उभं राहायला हवं, याच्या पाठीमागं.

''तुम्हाला मी हे सारं सांगितलं, कारण असा संशयास्पद भूतकाळ असलेला माणूस कदाचित तुमच्या हॉस्पिटलमध्ये चालणार नाही– याचा विचार करूनच मला नोकरी द्या... माझ्यासाठी तुम्ही संकटात यावं, अशी माझी इच्छा नाही...''

''तुम्ही काळजी करू नका.'' श्वेता त्याला आश्वासन देते. हॉस्पिटलला फक्त तुमच्या कामाशी कर्तव्य आहे. लोक तुम्हाला काय समजतात, याच्याशी नाही. तुम्ही निर्दोष आहात, हे मला पटलेलं आहे. इतरांना पटवून देण्याचा मी प्रयत्न करीन.

''थँक्यू.''

ती दोघं कॉफी हाऊसमधून बाहेर पडतात, तेव्हा त्यांच्यात एक नवीन धागा तयार झालेला असतो. एका अनिष्ट गोष्टीच्या एक बाजूला ती दोघंही एकत्र उभी असतात. दुसऱ्या बाजूला सारं जग... जे आजवर केवळ गैरसमजानं, निष्पाप माणसांना आपल्यातून उठवण्याचा प्रयत्न करीत आलेलं असतं!

आपल्याला एक नवीन हेतू सापडला आहे, असं श्वेताला वाटत राहतं- आक्रमण करून येणाऱ्या निर्दय लोकांपासून हर्षला वाचवायचं... त्याचं विस्कटलेलं आयुष्य नीट लावून द्यायचं...

कदाचित याच अपेक्षेनं हर्षनं आपल्याला विश्वासात घेतलं असेल. हॉस्पिटलसाठी भूतकाळ माहीत हवा, हे केवळ निमित्त... खरं तर त्याच्यासारख्या होरपळलेल्या माणसाला, त्याच्यावर विश्वास ठेवणाऱ्या कुणाची तरी सहानुभूती हवी- कुणाचा तरी आधार हवा... हर्ष तो आधारच शोधतो आहे... आपण तो द्यावा यासाठीच फुकाची भीडभाड न ठेवता त्यानं हे सगळं आपल्याला सांगितलं.

हर्षचा अर्ज ती आपल्या शिफारशीसकट डायरेक्टरच्या सहीसाठी पाठवून देते.

त्या अर्जाचं काय झालं हे तिला आठवडाभर कळत नाही. शेवटी न राहवून ती डायरेक्टरच्या सेक्रेटरीला फोन करून विचारते- ''आपल्याकडच्या आर.एम.ओ.च्या जागेसाठी मी एका अर्जाची शिफारस केली होती... त्याचं पुढं काय झालं, काही माहितेय का?''

''डायरेक्टरांनी तो पास केला नाही.''

श्वेताला धक्का बसतो. ''तुम्हाला नक्की माहितेय?''

''अगदी खातरीनं. मी स्वतःच तो रिजेक्टेडच्या फाइलीमध्ये लावलाय.''

''पण आजवर कधी असं झालं नाही. मी शिफारस केलेला प्रत्येक अर्ज पासच झालाय!''

''आय ॲम सॉरी, बट धिस टाइम थिंग्ज आर नॉट इन युअर फेव्हर! त्या जागेसाठी नवीन अर्ज मागवायचं चाललंय!''

''नाही नाही! हा अर्ज रिजेक्ट होऊन चालायचं नाही.''

''तुम्ही एक करू शकता,'' सेक्रेटरी म्हणते. ''परवा बोर्ड ऑफ डायरेक्टर्सची मीटिंग आहे. त्या मीटिंगला तुम्हाला बोलावतील अशी व्यवस्था मी करते. तुम्ही मीटिंगमध्ये हा प्रश्न मांडा.''

श्वेता विचारात पडते. युद्धाला तोंड लागलं? इतक्या लवकर?

''ठीक आहे,'' ती म्हणते. ''मी बोलेन डायरेक्टर्स मीटिंगमध्ये.''

हॉस्पिटलचा कॉन्फरन्स हॉल. एका प्रशस्त टेबलाशी हॉस्पिटलचे पाच डायरेक्टर्स बसले आहेत. भारदस्त, अंगावर किमती सूट चढवलेले. मध्यभागी त्यांचे प्रमुख. मीटिंगचं संचालन करणारे. एका बाजूस स्टेनो- ती मीटिंगचा अहवाल लिहून घेतेय.

श्वेता परवानगी विचारून आत येते.

सगळे तिचं स्वागत करतात. हॉस्पिटलमध्ये श्वेता चांगलीच लोकप्रिय आहे.

"माफ कर- आपला थोडा वेळा घेतेय. पण मला काही बोलायचंय." श्वेता म्हणते.

मंडळी दिलखुलासपणे तिला म्हणतात- "बोला ना, जरूर बोला- मोकळेपणानं बोला...."

"आपल्याकडे आर.एम.ओ.च्या जागेसाठी अर्ज आले होते. ते स्क्रुटिनाइज करून मी त्यातला एकच अर्ज फुल्ली क्वालिफाइड म्हणून पाठवला होता."

"येस- डॉक्टर उपाध्याय यांचा..."

"आपण तो रिजेक्ट केलाय सर-"

"हो, आणि दुसरा कुठलाच अर्ज तुम्ही निवडला नाहीत, म्हणून नियम थोडे शिथिल करून परत अर्ज मागवावेत, असा विचार आम्ही करतो आहोत!"

"पण सर, डॉक्टर उपाध्यायांचा अर्ज का रिजेक्ट झाला, हे मला कळेल का?"

श्वेताच्या या प्रश्नाबरोबर रूममधल्या वातावरणात एक तणाव जाणवू लागतो. इतका वेळ हसतमुखानं तिच्याशी बोलणारे चेहरे थोडे आक्रसल्यासारखे होतात. कोणी काहीच बोलत नाही.

मग श्वेताच पुन्हा विचारते, "डॉक्टर उपाध्यायांची क्वालिफिकेशन्स, एक्स्पिरिअन्स- सगळं हवं त्यापेक्षा अधिकच आहे सर... मग?"

"त्याचं रेप्युटेशन चांगलं नाही, डॉक्टर." प्रमुख म्हणतात.

पुन्हा सगळे गप्प. श्वास रोखून घेतल्यागत.

श्वेता आतून हादरलेली. रेप्युटेशन! म्हणजे त्यांच्यावरचा तो बिनबुडाचा आळ इथपर्यंत येऊन पोहोचला! जयदेव पर्सनल वॉर्निंग म्हणून आपल्याला सांगून गेला... पण यांच्या कानात कुणी हे विष ओतलं?

"तुम्हाला ठाऊक नसेल डॉक्टर." प्रमुख गंभीरपणे, काहीशा खासगी स्वरात; पण मृदू आवाजात बोलतात, "ॲक्च्युअली, दीज थिंग्ज आर नॉट टू बी डिस्कस्ड ओपनली. पण तुम्ही आमच्यातल्याच आहात, म्हणून सांगतो. डॉक्टर उपाध्यायांवर त्यांच्या एका पेशंटचा मर्डर केल्याचा चार्ज आहे, डू यू नो?"

"आय डू सर." ती शांत राहण्याचा प्रयत्न करीत म्हणते.

"आणि तरीसुद्धा तुम्ही त्यांचा अर्ज रेकमेंड केलात?" एक निळा सफारी सूट आश्चर्यानं विचारतो.

"होय सर. कारण त्यांच्यावरचा चार्ज सिद्ध झालेला नाही. त्यांच्याविरुद्ध कणभर जरी पुरावा मिळाला असता, तरी पोलीस खातं गप्प बसलं नसतं. ते अजूनपर्यंत मोकळे आहेत, याचा अर्थच ते निर्दोष आहेत, असा होतो..."

"डॉक्टर," डावी काच दुधी असलेला चष्मा विचारतो. "तुमचं आणि डॉक्टर उपाध्यायांचं काही नातं किंवा पूर्वीची ओळख..."

"हा प्रश्न माझ्या हेतूविषयी शंका घेणारा आहे सर," श्वेता चिडून म्हणते. "पण सध्या मी स्वतःचा विचार करीत नाहीये..."

"आय अपोलोजाइज ऑन हिज बिहाफ डॉक्टर." प्रमुख म्हणतात. दुधी काचेचा चष्मा वरमतो. "प्लीज, गो अहेड." प्रमुख विनंती करतात.

"डॉक्टर उपाध्याय माझ्याकडे या अर्जाच्या संबंधात आले, तीच त्यांची-माझी पहिली भेट! त्याआधी मी त्यांना पाहिलं नव्हतं, की त्यांच्याविषयी ऐकलं नव्हतं." दुधी काचेकडे पाहून श्वेता स्पष्टीकरण देते. दुधी काच खाली पाहत राहते. "इन्स्पेक्टर जयदेवनं मला डॉक्टर उपाध्यायवरच्या आपण म्हणता त्या वहिमाची माहिती दिली होती. तो वहीम खरा असेल, खोटा असेल; पण कायद्यानं जोपर्यंत डॉक्टर उपाध्याय दोषी असल्याचं सिद्ध होत नाही, तोवर आपण त्यांना दोषी समजून शिक्षा काय म्हणून द्यायची? आपल्याला तो हक्कच नाही... आणि शिक्षाच म्हणायची, तर ती त्यांनी पुरेपूर भोगली आहे. समाजानं त्यांना वाळीत टाकलं- त्यांची प्रॅक्टिस बंद पाडली, आणखी किती शिक्षा द्यायची त्यांना? साधी आर.एम.ओ.ची नोकरीसुद्धा त्यांना नाकारायची- हे त्यांनी आधीच भोगलेली शिक्षा अधिक लांबवणं नाही का होत? स्वतःला सुसंस्कृत समजणारे आपण, त्यांना माणसातून का उठवणार आहोत? तेसुद्धा निव्वळ संदेहावरून? कुणी सांगावं, ते पूर्णपणे निरपराधीही असतील! कायदा काय सांगतो, शंभर अपराधी सुटले तरी चालतील; पण एक निरपराधी अडकता कामा नये! आणि इथं तर आपण एका निरपराध्याला विनाकारण शिक्षा द्यायला बसलोय!"

आवेगाच्या भरात आपण फार बोललो, असं वाटून श्वेता गप्प बसते. मात्र तिच्या या जोरदार उत्स्फूर्त वक्तव्याचा त्या कॉन्फरन्स रूमवर परिणाम झाल्याशिवाय राहत नाही...

"ओके डॉक्टर- वुइ शाल रीकन्सिडर अवर डिसिजन!" प्रमुख म्हणतात.

"थँक्यू व्हेरी मच सर! आपल्या समंजसपणावरच माझा भरवसा होता." उठून उभी राहत श्वेता म्हणते- "येते मी. कृपा करून गैरसमज करून घेऊन नका. डॉक्टर उपाध्यायांमध्ये मला कसलाही इंटरेस्ट नाही. फक्त माणुसकीच्या दृष्टिकोनातून मी त्यांच्यासाठी वाद घातला, एवढंच! गुड डे सर्स!"

संध्याकाळी फॅक्टरीमधून परत आलेला वरुण, वॉश घेऊन, कपडे बदलून आरामात सोफ्यावर पाय पसरून बसल्यावर श्वेता त्याला डायरेक्टर्स मीटिंगमधला सारा प्रकार सांगते. वरुण तसा अबोलच आहे. त्यामुळे तो नुसतं शांतपणे ऐकून घेतो आणि आपलं मत देत नाही, याचं तिला नवल वाटत नाही. तरीही ती त्याला टोचून विचारते, "गप्प का बसलास? सांग ना- बरोबर वागले ना मी?"

"हूंऽऽ, तुला माझं खरंखुरं मत हवंय?"

"अर्थातच!" ती धसकून म्हणते.

"मग तुझं बरोबर आहे," तो म्हणतो. त्याबरोबर तिला सुटल्यासारखं वाटतं. एवढ्यात तो पुढं म्हणतो- "...आणि चूकही आहे."

"म्हणजे काय?"

"म्हणजे हर्षनं खून केला किंवा नाही, याचा हॉस्पिटलच्या कामाशी काही संबंध नाही! खुनी असला तरी तो डॉक्टर म्हणून चांगला असेल, तर हॉस्पिटलनं त्याला नोकरी द्यायला हवी!"

"पण तो खुनी नाही!" ती एकदम ओरडून म्हणते.

तो चमकून तिच्याकडे पाहतो. "ते तू ठरवतेयस ही तुझी चूक! ते ठरवणं हे पोलिसांचं काम आहे. त्यासाठी ते इन्व्हेस्टिगेट करीतच असतील; पण हर्षची पुरती माहिती नसताना तू त्याला निर्दोष ठरवावंस, हे अपुऱ्या माहितीवर त्याला दोषी ठरवण्याइतकंच चूक आहे!"

"एखादा माणूस निष्पाप आहे, हे आपल्याला आतूनच कळतं."

"विथ ऑल ड्यू रिस्पेक्ट फॉर युवर इन्ट्युशन अँड जजमेंट, मला वाटतं, तू स्वत:ही एक गल्लत करतेयस." वरुण म्हणतो. "हर्ष अपराधी असला तरी त्यासाठी त्याला नोकरी नाकारणं जसं तर्काला धरून नाही, तसंच तो नोकरीला योग्य आहे हे सिद्ध करण्यासाठी त्याला निरपराध ठरवलंच पाहिजे, असंही नाही. तू त्याच्या निष्पाप असण्याचा डांगोरा का पिटावास, हे मला कळत नाही- अन्‌लेस, ऑफ कोर्स, यू हॅव डेव्हलप्ड अ स्पेशल इंटरेस्ट इन हिम!"

एवढं बोलून तो सोफ्यावरून उठतो. श्वेतानं फेकून मारलेली सोफ्यावरची उशी थोडक्यात चुकवतो आणि पुष्कळच बोललो, अशा भावनेनं कोपऱ्यातल्या बारकडे जाऊन स्कॉचची बाटली काढतो...

यानंतर बरोबर पाच दिवसांनी हॉस्पिटलमधल्या श्वेताच्या केबिनचा फोन वाजतो.

"हॅलो, डॉक्टर श्वेता हिअर"

"श्वेता, मी हर्ष- आत्ताच मला पत्र मिळालं हॉस्पिटलचं. आय गॉट द जॉब."

"कॉंग्रॅच्युलेशन्स!"

"थँक यू व्हेरी मच, श्वेता!"

"मला कशाबद्दल थँक्स? बोर्ड ऑफ डायरेक्टर्सचा डिसिजन आहे हा."

"तो कोणी बदलून घेतला, हे मला माहितेय!"

"तुम्हाला कुणी सांगितलं?"

"आय हॅव माय ओन रिसोर्सिस. आय वॉज टोल्ड दॅट यू गेव्ह अ बिग फाइट.

थँक यू व्हेरी मच! एनी वे, आजची संध्याकाळ माझ्यासाठी राखून ठेवा- खूप गप्पा मारू; मग डिनर! चालेल?''

''अगदी आजच संध्याकाळी?''

''हो, आजच सेलिब्रेट करायला हवं. तुम्हाला माहीत नाही, माझ्या लेखी हा जॉब मिळणं किती महत्त्वाचं होतं ते! प्रश्न जॉबचा नव्हता; लोकांनी मला मान्यता देण्याचा होता! मला आत्ताच परत माणसात आल्यासारखं वाटायला लागलंय! मग, याल ना संध्याकाळी?''

''कुठं भेटायचं?''

''हॉस्पिटलवर नको. लोकांच्या डोळ्यात येईल. लास्ट बसस्टॉप आहे ना- जैन मंदिर... तिथं साडेसहा वाजता? ओकेऽ?''

साडेसहा वाजता ती जैन मंदिराच्या स्टॉपवर उभी. या क्षणी तिच्या मनात कुठलेही विचार नाहीत. हॉस्पिटलचे नाहीत की घराचे नाहीत. ती फक्त गेल्या काही दिवसांत न भेटलेल्या हर्षला भेटायला आतुर झालीय.

हर्ष येतो. आज तो नेहमीपेक्षा अधिकच तरुण- पोरसवदा म्हटलं तरी चालेल- असा दिसतोय. आल्या आल्या श्वेताचे दोन्ही हात पकडून तो तिचे आभार मानतो.

संध्याकाळ रंगत जाते. जैन मंदिराच्या मागची गुलाबांची बाग, मग बोटक्लबवर थोडं बोटिंग... बँड स्टँडवर 'डान्स जिप्सी' ऐकत केलेली सुखदुःखाची देवाणघेवाण... आणि शेवटी 'अभिसार'मध्ये मंद प्रकाशात डिनर... गेल्या कित्येक वर्षांत इतकी सुंदर संध्याकाळ तिनं पाहिलेली नसते... अलीकडे तिच्या ओळखीची संध्याकाळ म्हणजे वरुणचं हॉलमध्ये स्कॉच पीत बसणं... आणि तिचं हॉस्पिटलमधून दमूनभागून येऊन पहिल्या मजल्यावरच्या आपल्या खोलीत पुस्तक वाचत पडणं, किंवा दुसऱ्या मजल्यावरच्या गच्चीत उभं राहून समोरची झाडं हळूहळू काळवंडत जाताना पाहणं... आज फार दिवसांनी आपण पुन्हा एकदा मेडिकल कॉलेजमध्ये असताना होतो, तेवढे तरुण झालोय, असं तिला वाटतं.

अभिसारमधून बाहेर पडल्यावर रिक्षा ठरवताना हर्ष मध्येच मागं वळून पाहतो. तो कुठं पाहतोय म्हणून श्वेता वळते, तर मागं दूर अंतरावर तिला जयदेव दिसतो. दिसला न दिसला एवढ्यात तो नाहीसा होतो. दोघंही रिक्षात बसतात. जयदेवनं बहुधा आपल्याला पाहिलं, या विचारानं, श्वेता उगाचच अस्वस्थ होते.

श्वेताला तिच्या बंगल्याच्या फाटकाशी सोडून हर्ष रिक्षा तशीच वळवतो. रिक्षा दिसेनाशी होईपर्यंत ती पाहत राहते आणि मग फाटक उघडायला वळते.

पण फाटक आपोआप उघडतं. तिथं वरुण उभा असतो.

अक्षरही न बोलता दोघं बंगल्यात येतात. वरुण अर्धा राहिलेला स्कॉचचा ग्लास संपवू लागतो...

शांतता असह्य होऊन ती म्हणते- "मी फोन करायचा प्रयत्न केला घरी; पण कुणी उचलला नाही. नुसतीच बेल वाजत होती."

तो काहीच बोलत नाही.

तिला मध्येच जयदेवची आठवण येते. त्यानं आपल्याला पाहिलं, हे नक्की! पण तिथं काय करीत होता तो?

"हर्षला आमच्याकडे जॉब मिळाला," ती वरुणला सांगते.

"काँग्रॅच्युलेशन्स!"

"ते सेलिब्रेट करण्यासाठी त्यानं मला आज डिनर दिलं."

ती त्याचा अंदाज घेते. तो काहीच बोलत नाही.

"तू रागावलायस का?– मग बोलत का नाहीस?"

"इट्स ऑल राइट!" तो आणखी एक पेग ओतून घेतो.

"आता पीत नको बसू. जेवायला वाढू?"

"नको; मला भूक नाही. तू जाऊन झोप."

ती नाइलाजानं आपल्या खोलीकडे जाऊ लागते. "तुला काय वाटतं, त्यानं मला एवढ्या उत्साहानं डिनरचं आमंत्रण दिलं, ते मी नाकारायला हवं होतं?" ती म्हणते...

"तुला कल्पना नाही, त्याला या जॉबमुळं केवढा सेल्फ ॲश्युरन्स मिळालाय, याची! जगानं आपल्याला बाहेर फेकलेलं नाही, या कल्पनेनं त्याला पुन्हा धीर आलाय. त्याच्यावरच्या आरोपाच्या सावटातनं तो बाहेर पडलाय. पुनर्जन्म झालाय त्याचा. हे सेलिब्रेट करण्यासारखं नाहीय?"

"गुड नाईट श्वेता!" वरुण तिच्याकडे न पाहता म्हणतो.

बाहेर दाराची बेल वाजते. मोना दार उघडते. कोण आलंय ते बघायला श्वेता घाईघाईनं दाराच्या दिशेनं जाते.

जयदेवला पाहून ती थोडी चपापते. "व्हॉट द हेल आर यू डुइंग हिअर?" ती त्याला विचारते.

"मी वरुणकडे आलोय. त्यानं मला ड्रिंकसाठी बोलावलंय." जयदेव गंभीरपणे सांगतो. त्याच्या चेहऱ्यावर नेहमीच्या खट्याळपणाची खूणदेखील नाही.

श्वेताला स्पर्श न करताही जणू बाजूला सारल्याप्रमाणे, तो तिच्या अंगावरून पुढं होऊन हॉलमध्ये येतो. "हाय वरुण!" तो दारातूनच हाकारतो.

श्वेताला वाटतं की, आपल्याला आता रडू फुटणार! ती घाईघाईनं वर जाते. बाहेरच्या कपड्यांनिशीच पलंगावर अंग टाकते.

तीन महिन्यांनंतरची गोष्ट.

'सरिता' मासिकासाठी श्वेताची मुलाखत घ्यायला त्यांचे प्रतिनिधी आलेत.

श्वेताच्या खोलीत बसलेत.

'सरिता' हे स्त्रियांचं मासिक- स्त्रियांविषयी प्रागतिक दृष्टिकोन ठेवणारं. त्यांच्या वेगळ्या- नव्या मतांना प्रकाशात आणणारं, वेगवेगळ्या क्षेत्रांत चमकणाऱ्या स्त्रियांना आवर्जून प्रसिद्धी देणारं. उद्योगपतीची पत्नी असूनही स्वतःचं वेगळं अस्तित्व शिल्लक ठेवून, वैद्यकीय क्षेत्रात नाव कमावणारी, एका उत्तम हॉस्पिटलचा दैनंदिन कारभार चालविणारी श्वेतासारखी स्त्री ही 'सरिता' मासिकासाठी आदर्श महिला. तिचा परिचय वाचकांना करून द्यायला हवाच!

श्वेता न कंटाळता त्यांना हवी ती माहिती देते. त्यांच्या प्रश्नांना सविस्तर उत्तरं देते. "विवाहबाह्य संबंधांविषयी तुमचं काय मत आहे?"- प्रतिनिधी सहज विचारल्यासारखं करतो.

त्याचा हा प्रश्न निर्हेतुक नाही, याची श्वेताला खातरी असते. तरीही ते मनाला लावून न घेता ती उलट विचारते- "विवाहबाह्य संबंध म्हणजे कोणाचे? पुरुषांचे विवाहबाह्य संबंध तर समाज सर्रास चालवून घेतो!"

"स्त्रियांविषयीच म्हणायचंय मला. गरजू स्त्रियांची गोष्टच सोडा; पण ज्यांना घर आहे, चांगला नवरा आहे, त्यांनी विवाहबाह्य संबंध ठेवावेत का?"

"त्यांची गरज वेगळी असू शकते. बौद्धिक, भावनिक.... वेल, सगळ्या स्त्रियांना एकच नियम कसा लावता येईल? प्रत्येकीची परिस्थिती वेगवेगळी असते. आयुष्याकडून अपेक्षा वेगवेगळ्या असतात."

प्रतिनिधी हे उत्तर टिपून घेतात. मग शांतपणे विचारतात- "तुमच्या हॉस्पिटलमध्ये तीन महिन्यांपूर्वी हर्ष उपाध्याय नावाचे नवीन डॉक्टर आले...."

"त्यांचा या मुलाखतीशी संबंध काय?" श्वेता चिडून विचारते.

"आहे; तुमच्या करिअरच्या संबंधात ही मुलाखत आहे... सुपरिन्टेंडंट म्हणून तुमचा त्यांच्याविषयीचा अनुभव..."

"अतिशय चांगला आहे. डॉक्टर म्हणून ते निष्णात आहेत. पेशंट्सशी अत्यंत मिळूनमिसळून वागतात. पण तुम्ही त्यांच्याविषयी का विचारलंत? सुपरिन्टेंडंट म्हणून इतर स्टाफशी माझे संबंध कसे आहेत, हे का नाही विचारलंत?" आपला आवाज चढला आहे, याची तिला कल्पना येते. पण ती तिकडे लक्ष देत नाही.

"त्यांच्याविषयीच विचारण्याचं कारण असं की, ते इथं नवीन आहेत. दुसरं, ते रत्नागिरीहून आलेले आहेत. मी इथल्या 'सरिता'प्रमाणेच रत्नागिरीच्या 'रत्नाकर' साप्ताहिकाचाही प्रतिनिधी आहे. रत्नागिरीकरांना या डॉक्टरची चांगली माहिती आहे. त्यांच्याविषयी कुतूहल आहे....."

श्वेता उठून उभी राहते. तारस्वरात प्रतिनिधींना विचारते- "का तुम्ही त्या माणसाच्या मागं शिकारी कुत्र्यासारखे लागला आहात? का नाही तुम्ही त्यांना सुखानं

जगू देत? त्यांच्या खासगी आयुष्याविषयी कशाला तुम्हाला हे गलिच्छ कुतूहल? काय केलंय त्यांनी तुमचं?... अं?''

प्रतिनिधी काहीच न झाल्यासारखे शांतपणे आपली वही रेक्झिनच्या पिशवीत भरतात, झिप ओढून घेतात आणि ''थँक्यू,'' म्हणून निर्विकारपणे चालू लागतात.

श्वेता मन:क्षोभ असह्य होऊन दिवाणावर डोकं ठेवून रडू लागते. तिचा चढलेला आवाज ऐकून वरुण तिच्या खोलीपर्यंत आलेला असतो. तो दारातूनच तिला रडताना पाहतो... आणि काहीच न बोलता मागं वळून खाली जातो.

रविवारची संध्याकाळ उलटून गेलेली. हळूहळू अंधारू लागलेलं.

श्वेता हॉस्पिटलच्या रेसिडेन्शियल क्वार्टर्समधून अंग चोरून बाहेर पडते. हर्षच्या खोलीबाहेर शक्यतो कोणी आपल्याला पाहू नये, असं तिला वाटत असतं.

पण समोरच काही अंतरावर इन्स्पेक्टर जयदेव उभा- उजव्या हातातली काठी डाव्या हाताच्या तळव्यावर आपटत.

तिला थांबणं भागच पडतं. तो किंचित हसून म्हणतो, ''गुड इव्हिनिंग!''

''गुड इव्हिनिंग! तू काय चोवीस तास पोलीस ड्यूटीवरच असतोस वाटतं?'' ती चिडीनं ओशाळवाणेपणा झाकते.

''लाइक यू मदाम.'' जयदेव त्याच्या नेहमीच्या- दुसऱ्याची खिल्ली उडवल्यासारख्या- पद्धतीनं म्हणतो, ''तू नाही का रविवार असून आज ड्यूटीवर?''

''मी कुठं ड्यूटीवर आहे?'' ...असं म्हणताक्षणीच तिच्या लक्षात येतो, त्यानं लावलेला सापळा.

''नाहीयेस ड्यूटीवर? मग हॉस्पिटलची राउंड कशी काय घेत होतीस?''

''ते... मी..'' ती सापळ्यातून बाहेर पडण्याचा प्रयत्न निष्फळ आहे, हे ओळखून सरळ सांगते- ''मी हर्षकडे गेले होते; आणि मला माहितेय, तूही त्यासाठीच इथं घोटाळतोयस. पूर्वी तू एकट्या हर्षच्या पाळतीवर असायचास- आता आम्हा दोघांच्या पाळतीवर असतोस.''

तिचं बोलणं अजिबात मनाला लावून न घेता जयदेव अगदी खळखळून हसतो. मग गंभीर होऊन तिला म्हणतो- ''मला तुझ्याशी थोडं बोलायचंय श्वेता.''

''पुन्हा कधीतरी. आता उशीर झालाय; वरुण वाट बघत असेल.''

''त्याला आता सवय झालीय तुझी वाट पाहण्याची.'' जयदेव म्हणतो आणि जवळजवळ सक्तीनंच तिला हॉस्पिटलच्या हिरवळीकडे घेऊन जातो.

आता पुरता काळोख पडलेला असतो. हिरवळीवरचा अंधार मात्र दूरच्या- रस्त्यावरच्या नगरपालिकेच्या दिव्यांनी फिकट केलेला असतो. हिरवळ पूर्ण निर्जन असते.

"श्वेता, तुझं काय चाललंय ते मला एकदा नीट सांग बघू. पोलीस इन्स्पेक्टर म्हणून नव्हे, तुझा मित्र- तुझा भाऊ म्हणून!"

"काय चाललंय ते मलासुद्धा समजत नाहीये जयदेव!" श्वेता हताशपणे म्हणते.

जयदेव खिशातून एक वर्तमानपत्राचं कात्रण काढतो. त्याबरोबरच छोटा पेन्सिल टॉर्च. "हे वाच," तो म्हणतो.

टॉर्चच्या प्रकाशात ती ते कात्रण पाहते. 'ओ गॉड!' हे रत्नागिरीच्या त्या कुठल्याशा पेपरच्या प्रतिनिधीनं लिहिलंय! ती मनातल्या मनात वाचू लागते.

दे हाता या शरणागता! –रत्नागिरीच्या नागरिकांना पूर्ण परिचित असलेले कुप्रसिद्ध डॉक्टर हर्ष उपाध्याय यांना जगत् जेचंद हॉस्पिटलच्या सुपरिन्टेंडंट डॉक्टर श्वेता यांनी आसरा दिलेला दिसतो. हॉस्पिटलमध्ये त्यांना एक जबाबदारीची व अधिकाराची जागा श्वेताबाईंनी दिलेलीच आहे; परंतु हॉस्पिटलच्या आवारातच त्यांची राहण्याची सोयही त्यांनी केलेली आहे. डॉक्टर श्वेता व डॉक्टर हर्ष यांचा वाढता स्नेह लक्षात घेता, रंगेल हर्षवर्धनांच्या इतरही गरजा भागणे कठीण जात नसावे. डॉक्टर श्वेता यांचे पती श्री. वरुण हे एक यशस्वी उद्योगपती असून, अत्यंत उमद्या स्वभावाचे आहेत. डॉक्टर हर्ष यांचा रत्नागिरीतील इतिहास लक्षात घेता, त्यांच्या स्त्री-पेशंटवर आलेला प्रसंग इतर कुणावर येऊ नये, यासाठी आम्ही धोक्याची सूचना देत आहोत.....

"डॅम दीज जर्नालिस्ट्स!" कात्रण फाडून टाकीत श्वेता म्हणते.

"पत्रकारांवर राग काढण्यात काय अर्थ आहे?" जयदेव तिला विचारतो. "त्यांनी छापलंय ते खोटं आहे का?"

"ते प्रत्येक गोष्ट गलिच्छ, व्हल्गर करून टाकतात! माझे आणि हर्षचे संबंध..." ती थांबते.

"बोल ना, कसे आहेत?" जयदेव विचारतो.

"ते सांगणं कठीण आहे! .....कारण दिवसेंदिवस ते बदलत गेले. पहिल्यांदा मला केवळ त्याला आधार द्यायचा होता. सारं जग त्याच्या विरोधात उभं असताना आपण त्याची बाजू घेतली पाहिजे, असं वाटत होतं. पण नंतर..... हळूहळू....." अगदी हलक्या आवाजात ती कबुली देते- "मी त्याच्या प्रेमात पडले... तोही माझ्या....."

"नुसतं प्रेमच नाही..... शारीरिक आकर्षणसुद्धा!"

"असेल! शारीरिक जवळीक ही मी प्रेमाची पुढची पायरीच मानते....."

"श्वेता, हे कुठपर्यंत पोचायचंय?"

"तेच मला कळेनासं झालंय..."

''माझं ऐकशील तर तू हा नाद सोड. माझं हे सांगणं तुला अगदी क्रूड आणि ओल्ड फॅशन्ड वगैरे वगैरे वाटेल. पण तेच बरोबर आहे. तुझा सुखाचा संसार तू त्या आगापीछा नसलेल्या माणसासाठी–''

''तुझं हर्षविषयी पहिल्यापासूनच वाईट मत आहे!''

''–आहे म्हणजे, असणारच! तो गुन्हेगार आहे, याची मला शंभर टक्के खातरी आहे. आणि कधी ना कधीतरी मी ते सिद्ध करून दाखवीनच! पण आता आपण बोलतोय ते त्याच्याविषयी नाही. प्रश्न आहे तो तुझ्या संसाराचा. वरुणचं तुझ्यावर अतिशय प्रेम आहे!''

''–ते मला माहितेय!''

''वरुणमध्ये काय कमी आहे? दिसायला तो हर्षपेक्षा कांकणभर अधिकच चांगला आहे. ही इज अ थरो जंटलमन! महत्त्वाकांक्षी आहे... उद्योगी आहे! आजवर त्यानं तुला वैभवात ठेवलंय, खरं आहे ना? बोल-बोल...''

''काय बोलू? तू अशी सगळ्या गुणांची बेरीज करतोस, त्यानं सुखाचा हिशेब लागतो का? कधीकधी दुर्गुणी माणसावरसुद्धा प्रेम बसतं.....''

''तात्पुरतं बसतं... पण पुढं काय? संसार करता येतो का अशा माणसांशी? संसाराला गुणांची बेरीजच लागते ना? पाच वर्षं वरुणशी संसार केल्यावर तुला कंटाळा आला- तो संध्याकाळचा दारू पीत बसतो आणि तू पुस्तक वाचत बसतेस- म्हणून तू हर्षशी संबंध ठेवलास... एक्साइटमेंटसाठी! त्याच्याशी लग्न झाल्यावर पाच वर्षांनी ही एक्साइटमेंट कायम राहील याची काय गॅरंटी? तेव्हाची संध्याकाळ कशी असेल, याची कल्पना केलीयस का?''

''पाच वर्षांत आम्हाला मूल झालं नाही जयदेव. मूल असतं तर कदाचित मला संसार इतका कंटाळवाणा वाटला नसता!''

''ओ! कम ऑन्! जगत् जेचंदची सुपरिन्टेंडंट- फर्स्ट क्लास करिअरची डॉक्टर, आणि ती एखाद्या जुन्या बाईसारखं मूल-मूल करते! डोंट बी रिडिक्युलस! आज ना उद्या होईल मूल श्वेता. पोलीस इन्स्पेक्टरला तू फसवू शकणार नाहीस! तू ही कारणं सांगतेयस ना, त्या सगळ्या निव्वळ सबबी आहेत! तुला वरुणचा कंटाळा आलेला नाहीये की त्याच्याबरोबरच्या संसाराचा! सत्य एवढंच आहे की, तुला हर्षची तात्पुरती भूल पडली आहे! एका भ्रमात सापडलीयेस तू! त्यातून तू बाहेर येशील; पण तेव्हा फार उशीर झालेला असेल! आय वॉर्न यू- फार उशीर झालेला असेल!''

आणखी एक महिन्यानंतरची संध्याकाळ.

श्वेता घरी परतते तेव्हा दिवेलागणी होऊन गेली आहे. बंगल्याच्या पोर्चमधला दिवा लागलेला आहे.

तिथंच वरुण बसला आहे..... समोर स्कॉचचा ग्लास.

क्षणभर त्याच्याकडे पाहताना श्वेताच्या मनात येतं- गेल्या सहा महिन्यांत एकदम किती म्हातारा दिसायला लागलाय हा! केससुद्धा भराभर पांढरे व्हायला लागलेत याचे!

ती घरात जातच नाही. वरुणसमोरच जाऊन बसते.

तो काहीच बोलत नाही. तीही बोलत नाही. तिच्या मनात येतं– हा कधीच काही बोलत का नाही? मनातल्या मनात असं कुढत बसण्यापेक्षा तो माझ्याशी कडाकडा भांडत का नाही? पण नाही. भांडून उपयोग काय? नादावलेली माणसं थोडीच बदलतात? मग शब्दानं शब्द वाढवून जगाला शोभा कशाला करायची, अशा विचारानं तो गप्प राहत असेल! वरुण शहाणा आहे..... वरुण सुसंस्कृत आहे.....

बाहेर कमालीची शांतता. रातकिड्यांचा आवाज. लांबवर कुठंतरी लागलेली एक अस्पष्ट आलापी.

''मला तुझ्याशी बोलायचंय, वरुण.'' श्वेता म्हणते.

''बोल.''

''मला डिव्होर्स हवाय.''

''मी देणार नाही.''

''डोंट बी सेल्फिश वरुण. तुला माहितेय, माझं हर्षवर प्रेम आहे. त्याचंही माझ्यावर आहे.''

वरुण काहीच बोलत नाही.

''मला माहितेय वरुण, तू मनातल्या मनात काय म्हणतोयस ते. तू म्हणतोयस की, तुझंही माझ्यावर प्रेम आहे! मला ते कळतं वरुण. तुझ्या प्रत्येक हालचालीतून जाणवतं. पण आज या क्षणी तरी माझं तुझ्यावर प्रेम नाही... तुझ्या एकतर्फी प्रेमातून आपला संसार सुखाचा होऊ शकणार नाही...''

''आय नो श्वेता. आज तरी आपला संसार, संसार म्हणावा असा कुठं चाललाय?'' शेवटी वरुण बोलायला लागतो, ''माझं तुझ्यावर प्रेम आहे, हे इथं मुद्द्याला सोडून आहे. एकतर्फी संसाराला काहीही अर्थ नाही, हे तुझं म्हणणं बरोबर!''

''आणि तरीही...''

''हो, तरीही मला तुला डिव्होर्स द्यायचा नाही... स्वार्थ म्हणून नाही... तुझ्यासाठीच. मला तुझी फार काळजी वाटते. मी डिव्होर्स दिला की, तुला वाटतंय हर्ष लगेच तुझ्याशी लग्न करील. तसं काही होणार नाही श्वेता- आय नो हिज टाइप. अशी माणसं सहजासहजी लग्नाच्या जबाबदाऱ्या स्वीकारीत नसतात. तुझं हे घर सुटेल,

आणि दुसरंही मिळायचं नाही. तुझे फार हाल होतील. म्हणून मी तुला डिव्होर्स देणार नाही. तू या घरात आहेस, तोपर्यंतच हर्षला तुझी किंमत आहे. कारण त्याच्यावर तुझी जबाबदारी नाही. जबाबदारी पडली की तो ती झटकून टाकल्याशिवाय राहणार नाही. तो तुझं काय करील, ते सांगता येत नाही. म्हणून सांगतो, तू इथंच राहा. काय दुःख सहन करायचं ते मी सहन करीन... पण तुझे हाल नकोत व्हायला.''

श्वेता तोंडावर हात घेऊन आवाज न करता रडू लागते. काही वेळानं रडू आवरून म्हणते- ''वरुण, तू फार चांगला आहेस... जन्मभर तू माझी काळजी घेत आलास. पण तू, जयदेव... तुम्ही सगळे हर्षला विनाकारण दोष देता. कसं समजावून सांगायचं रे तुम्हाला? हर्षनं कधीही कसलाही गुन्हा केलेला नाही. तो माझे हाल करणार नाही... निष्पाप आहे तो... एखाद्या लहान मुलासारखा आहे... पाप त्याला शिवलेलंही नाही कधी... खून तर सोडाच; पण तो कधी कुणाला दुखावणारही नाही! मग मला का वाईट वागवेल तो?''

या प्रश्नावर वरुण काहीच उत्तर देत नाही. तो उठतो आणि किंचित झोकांड्या खात घरात जाऊ लागतो...

''थांब वरुण...'' श्वेता बसल्या जागेवरूनच म्हणते- ''तुला मला डिव्होर्स द्यावाच लागेल. आपण एकत्र राहू शकणार नाही. कधीच. कारण मी आता आई होणार आहे.''

थबकलेला वरुण तिच्या दिशेनं एक पाऊल पुढं होतो. त्याच्या तोंडावर किंचित स्मित उमटू पाहतं; पण श्वेताच्या शब्दांनी ते गोठून जातं.

''हे मूल हर्षचं आहे वरुण.'' ती म्हणते.

''तुला– नक्की सांगता येतं?'' वरुण घोगऱ्या आवाजात विचारतो.

''होय वरुण; स्त्रीला कळतं.''

श्वेता मान खाली घालते. ती वर पाहते, तेव्हा तिला वरुणच्या चेहऱ्यावर अपार वेदना दिसते. त्यानं छातीवर डाव्या बाजूला हात गच्च दाबून धरलेला असतो. तसाच तो वळून घरात जाऊ लागतो. एक पाऊल टाकतो आणि तिथंच खाली वेडावाकडा पडतो.

श्वेता धावत त्याच्याजवळ जाते. त्याला वळवून सरळ झोपवू लागते; पण पाहता पाहता एखादा दिवा मंद होत जावा, तसं त्याचं शरीर झपाट्यानं गार पडत जातं.....

तीन दिवसांनंतरची संध्याकाळ.

धुकं- दाट धुकं... बंगल्याच्या फाटकापलीकडचं सारं पुसून गेलंय, इतकं धुकं...

ही हवा तरी आहे का धुक्याची? दुसऱ्या मजल्यावरच्या गच्चीत उभी राहिलेली श्वेता मनाशी म्हणते. तरीही आपल्या नजरेसमोर हे धुकं का येतं?

त्या रात्रीपासून हे असं व्हायला लागलं- रात्र काय... दिवस काय..... या धुक्यापायी काही समजतच नाहीये. एवढंच कळतं की, बंगला एकदम रिकामा रिकामा वाटायला लागलाय. त्यात आता वरुण नाहीये. .....तसा रोज संध्याकाळचा दिसतो तो स्कॉचचा ग्लास घेऊन बसलेला. पण आपण मनाला शिकवायला हवं की, हा भास आहे..... आता तो इथं येऊ शकत नाही..... त्याला सगळे घेऊन गेले– हर्समधून. कुठल्या अवस्थेतल्या पेशंटसाठी हर्स वापरतात, हे आपल्याला माहीत आहे!

धुक्यातूनच कधीतरी शब्द येतात- जयदेवचे.... "फार सहन केलं त्यानं.... न बोलता... म्हणून त्याच्या हार्टवर दडपण आलं. पहिलाच अ‍ॅटॅक सिव्हिअर आला. वेडा आहे जयदेव... मला सांगतो- डॉक्टर कोण आहे? मी का तो?

किती दिवस झाले बरं... आज सकाळीच वरुणनं गाडीत बसल्यावर हात हलवून मला निरोप दिला... यांत्रिकपणे नाही, अगदी मनापासून.......... फार प्रेम आहे त्याचं माझ्यावर....... नाही, पण पुन्हा गेलं ते सगळं धुक्यात विरून...... ती गाडी आणि खिडकीतून त्याचा हलणारा हात..........

'श्वेता..........'

आता धुक्यातून कोणाची हाक ऐकू आली? नाही– धुकं कुठलं! या बाजूला तर सूर्याचे सोनेरी किरण नुसते लखलखताहेत.......

आणि त्या सोनेरी प्रकाशात उभा आहे तोच तरुण, गोरागोरा, पिंगट केसांचा. बळकट. त्याच्या चेहऱ्यावर निष्पाप स्मित आहे.......... एखाद्या लहान मुलासारखं.

"हर्षऽ " म्हणून धावत श्वेता त्याच्याकडे जाते आणि त्याला गच्च मिठी मारते.

"घाबरू नकोस..." हर्ष म्हणतो. "एव्हरी थिंग इज गोइंग टू बी ऑल राइट अवघड भाग मागं पडलाय आता."

ती वर पाहते. त्याच्या चेहऱ्याकडे. त्याचे डोळे चमकताहेत.

"कुणाला कसला संशय आला नाही– पोस्टमार्टेम नाही की काही नाही. सरळ डेथ सर्टिफिकेट. हार्ट फेल्युअर! सन्मानानं अंत्ययात्रा."

पुन्हा धुकं चाल करून येतं.......... काय बोलतोय हा?

"मी तुझ्या हुशारीला दाद देतो," हर्ष म्हणतो. "डॉक्टर फुकटची नाही झालीस.......... कुणाला– अगदी मलासुद्धा पत्ता लागू न देता जमवलंस सारं! नाहीतर तो डिव्होर्स द्यायला तयार नसता झाला! आणि हे डिव्होर्सपेक्षा कितीतरी अधिक चांगलं! यू आर अ रिच विडो नाव्! ....अँड नोबडी सस्पेक्ट्स! नॉट अ शॅडो ऑफ डाऊट!.......... आमच्यासारखं नाही!"

संशय?..........म्हणजे?........याला काय वाटतंय? मी..... वरुणला–?

धुक्याचा पडदा एकदम फाटतो. तो निष्पाप हसणारा पिंगट केसांचा तरुण त्या पडद्याबरोबरच नाहीसा होतो आणि त्याच्या जागी छद्मी हसणारं एक जनावर दिसायला लागतं. त्या जनावाराला वाटतंय....... मी..... मी विषप्रयोग करून वरुणला वाटेतून दूर केलं....... म्हणजे यानं तसंच.......... आपल्या प्रेयसीला........

सगळा संदेह अचानक संपतो.

भयंकर! आणि याच्यासाठी मी सगळ्या जगाशी वैर........ याला काय अर्थ राहिला? माझ्या प्रेमाला काय अर्थ.......? माझ्या झगड्याला काय अर्थ? जगण्याला काय हेतू?

दूर दूर गेलं पाहिजे.... या पापापासून.... या वंचनेपासून..... जगण्यातल्या या असंबद्धतेपासून..... माझ्यावर घेतल्या जाणाऱ्या संशयापासून..... त्याच्यावर मी ठेवलेल्या विश्वासापासून......

ती धावत गच्चीच्या कठड्यापाशी.......... एक पाय सदाफुलीच्या कुंडीवर.......... दुसरा कठड्यावर.......... कठड्यापलीकडे धुकं..... धुकं........ ते धुकं छेदून........

हर्ष धावत कठड्याशी येतो..... पण श्वेताचा पदरही त्याच्या हातातून निसटतो–

तो जिन्याच्या तोंडाशी धावत जातो.......... धाडधाड पायऱ्या उतरून बंगल्याच्या दारात येतो.

तिथं त्याची वाट अडवून इन्स्पेक्टर जयदेव उभा आहे. हसत हसत विचारतोय– ''कुठं पळून चाललात डॉक्टर हर्ष? या वेळीदेखील तुम्ही असंच सांगणार का........ की लॉनवर पडलेला तो मृतदेह- तुमच्यापासून दिवस गेलेली तुमची ती प्रेयसी– तिला तुम्ही गच्चीवरून खाली ढकलून दिलेलंच नाही........?''

तरुण भारत : १९८९

◆

৯ बंदूक ৎ

पांढऱ्या शुभ्र निर्विकार भिंती. छोटेखानी शाळेचा चिमुकला हॉल. भिंतीवर काही काळपट हिरवे कॉर्कबोर्ड्स. ड्रॉइंगच्या वहीच्या आकाराची चित्रं उभी-आडवी लावलेली. चित्रं फारशी रेखीव नाहीत. काही चित्रांत तर रंग नुसता फासून ठेवलाय.

एरवी भिंती रिकाम्या. इतर शाळांमधल्या सुभाषितांच्या पाट्या इथं दिसत नाहीत. एकमेव पाटी : शांतता!

भिंतीवर कोणी काही लिहून ठेवलेलं नाही. एका कोपऱ्यात खडू घासलाय, तेवढाच. बाकी सारं रिकामं रिकामं.

इथल्या मुलांचं जगच इतर मुलांच्या मानानं रिकामं आहे. ही मागासबुद्धीच्या मुलांची शाळा आहे.

हॉलमध्ये बारा मुलं जमली आहेत. श्रद्धा नेर्लेकर प्रजासत्ताकदिनासाठी त्यांचा नाच बसवतेय– 'जय जवान जय किसान.'

बारा मुलांमध्ये बारा तऱ्हा आहेत. कुणी अतिशय अशक्त, तर कुणी अवाढव्य, कुणी कुरतडलेले दात विचकून हसणारं, तर कुणी मनस्वी गंभीर. आठपासून चौदापर्यंत वेगवेगळ्या वयांच्या त्या मुलांमध्ये एकच गोष्ट सारखी आहे : त्यांच्या डोळ्यांतला हरवल्याचा भाव.

त्या सगळ्यांचं वागणंच दिशा हरवल्यासारखं आहे. कधी त्यांना एकदम आनंद होतो- मोठमोठ्यानं टाळ्या पिटाव्यात, असं वाटतं. कधी एकदम गप्पच बसावंसं वाटतं. सर्वसाधारण लहान मुलांचं वागणं असेल तसंच यांचं वागणं- पण प्रमाण चुकलेलं. प्रयोजन नसलेलं. आजूबाजूचं भान कमी. स्वत:च्या वागण्यावर ताबा नाही.

अशा मुलांकडून सारख्या हालचाली बसवून घ्यायच्या, हे एक दिव्यच! श्रद्धा

ते न कंटाळता करतेय. ती आणि आणखी तिघं शिक्षक मिळून ही सव्वीस मुलांची शाळा चालवतात. शिवाय मुख्याध्यापक महर्षी शाळेवर देखरेख ठेवतात. व्यवहाराची बाजू सांभाळतात. या मुलांना सांभाळणं हे समाजाचं काम आहे, याची जाणीव समाजाला करून देण्यासाठी शाळेला प्रसिद्धीच्या झोतात ठेवतात.

या सर्वच शिक्षकांच्या मनात या मागासलेल्या मुलांविषयी आपुलकी आहे, माया आहे. त्यातूनच आली आहे ती अपार सोशीकता. मुलांनी काहीही केलं तरी त्यांच्यावर न रागावता त्यांना सांभाळून घेण्याची वृत्ती.

श्रद्धा न कंटाळता पुन:पुन्हा एकच हावभाव त्या बारा मुलांना सांगते. स्वत: करून दाखवते. परत परत तेच ते करूनही मुलं कंटाळत नाहीत; कारण कंटाळा फक्त बुद्धिमान मुलांनाच येतो. इथं अनेकदा केल्यानंतर बारापैकी अकरा जणांना ती हालचाल साधते; पण एखादा अडकून बसतो. त्याला काही केल्या जमत नाही. दोघे-चौघे मख्खपणे आढ्याकडे बघत असतात, ते सोडले तर इतर मुलं त्याला हसतात. त्यांना गप्प करून श्रद्धा पुन्हा त्या अडलेल्या मुलाला शिकवू लागते. चिकाटीच्या प्रयासानंतर त्याला अचानक ती गोष्ट जमून जाते. मग त्याच्या आनंदाला पारावार राहत नाही. इतर मुलंही हसून टाळ्या वाजवतात. पण या वेळेस त्यांचं हसणं कुचेष्टेचं नसतं; आनंदाचं असतं. मग श्रद्धा नव्या उत्साहानं शिकवू लागते.

एका बाजूला पळणीटकर सर पेटी वाजवून गाणं म्हणताहेत. शाळेबाहेरचे व्यावसायिक तबलजी त्यांच्या शेजारी बसून साद देताहेत आणि बारा जवान सहा ओळींशी सामना देताहेत :

"करून चढाई शत्रूवरती
जाऊ आम्ही पुढती पुढती
कडेकपारी दणाणणारा
करीत गोळीबार
अमुच्या भारतमातेचे हो
आम्ही शूर कुमार ।"

पळणीटकर सर या ओळी पुन:पुन्हा म्हणताहेत आणि जवान झालेली मुलं मार्चिंग करीत पुढं येऊन, हातातल्या खोट्या बंदुका काढून, त्या उडवल्याचे हावभाव करताहेत. गोळीबार शब्दाबरोबर तबलजी गोळीबाराचा धडधडाट तबल्यावर काढताहेत.

बंदुकीचा चाप ओढण्याची ॲक्शन सगळ्याच मुलांना साधत नाही. काही जण बंदूक कुरवाळल्यासारखं करतात. श्रद्धा मग एकेका मुलाला समजावून देऊ लागते. त्याच्याकडून चाप ओढून घेऊ लागते. तोवर काही जण आपला संबंध नसल्यासारखे इकडे तिकडे पाहत उभे राहतात. काही जण स्वत:ला येत नसतानाही दुसऱ्याला शिकवू लागतात... एकच गोंधळ माजतो...

सगळ्यांना बंदुका उडवता येऊ लागल्यावर श्रद्धा पुन्हा एकदा सहाही ओळी हालचालींसकट त्यांच्याकडून म्हणून घेते. मग ती रचनेमध्ये अधिक सुधारणा करू लागते.

"श्रावण, तू पुढं ये! " श्रद्धा श्रावण देशमुखला सांगू लागते. त्याला काहीच कळत नाही. आपल्या हातून काहीतरी चूक झालीये, अशा भावनेनं तो मान खाली घालून उभा राहतो...

श्रद्धानं सांगितलेलं ऐकण्याची श्रावणची नेहमीच तयारी असते. तिला खूष करून तिच्याकडून शाबासकी मिळवावी, असा त्याचा प्रयत्न असतो. तिनं रागावू नये यासाठी, तो हातून छोटीशीही चूक होऊ देत नाही. ती म्हणेल तसं शब्दश: करतो. मग आत्ताच हे काय झालं? अशा बावरलेल्या मन:स्थितीत तो जागच्या जागी थिजतो.

श्रावणचा गोंधळ उडालाय, हे तिच्या लक्षात येतं. ती अधिक शांतपणे, शब्द शब्द वेगळा करीत त्याला सांगते- "श्रावण बेटा, तुझी उंची कमी आहे. तू झाकला जातोयस्! म्हणून सांगते- तू पुढं ये! हं... इथं असा... सर्वांत पुढं उभा राहा!"

हाताला धरून ती त्याला पुढं आणते आणि सैनिकाच्या पवित्र्यात उभा करते.

श्रावणला आनंद होतो. बाई आपल्यावर रागावल्या नाहीत, उलट त्यांनी आपण महत्त्वाचे असल्याप्रमाणे आपल्याला सगळ्या मुलांपेक्षा पुढं उभं करून समोरच्या शत्रूवर गोळीबार करायची कामगिरी दिली, या कल्पनेनं तो मोहरून जातो. मन लावून बंदुकीचा सराव करू लागतो...

श्रावण देशमुख इतर मुलांच्या मानानं कमी मंद आहे! दहा वर्षांच्या या मुलाची अभ्यासातली प्रगती पहिली-दुसरीच्या मुलाइतकी आहे. उंचीनं कमी असलेला हा मुलगा एरवी आडदांड आहे. मनात घेतलेलं करायला मागंपुढं पाहणारा नाही. घरात तो वडिलांना घाबरतो; पण आईचं ऐकत नाही. तिनं सांगितलेली गोष्ट पटली नाही की, सरळ तिच्यावर हात उगारतो.

आश्चर्य म्हणजे, घरात आईचं न ऐकणाऱ्या श्रावणला, शाळेत नेर्लेकर बाईंचा प्रत्येक शब्द मात्र झेलावासा वाटतो...

श्रावण सैनिकाच्या पवित्र्यात सर्वांच्या पुढं उभा राहून श्रद्धाकडे एक कटाक्ष टाकतो. ती त्याची अपेक्षा ओळखून त्याला नजरेनं शाबासकी देते. तो सुखावतो.

नव्या हालचाली बसवताना श्रद्धा नकळत श्रावणचाच विचार करीत राहते.

सहाच महिन्यांपूर्वी श्रावण या शाळेत आला.

महर्षी सरांनी तिला शाळेच्या आगपेटीएवढ्या ऑफिसमध्ये बोलावून घेतलं– "नवीन मुलगा आलाय." ते म्हणाले.

(सर्वसामान्य मुलांच्या शाळेत नवीन मुलं कोण आलीयेत, हे मुख्याध्यापकांना कधी कळतं का?)

श्रद्धानं श्रावणकडे पाहिलं. त्याचा चेहरा पाहून ती किंचित दचकली. त्याचे डोळे काहीसे खुनशी होते आणि भुवया जुळलेल्या होत्या. (पुढं तिला त्याच्या चेहऱ्याची सवय झाली आणि तो तितकासा भेदक वाटेनासा झाला.) आपल्याच नादात तो खुर्चीवर टक्‌टक्‌ करीत बसला होता.

श्रावणच्या बरोबर त्याची आई आली होती. ठेंगणीशी, फॅशनेबल कापलेल्या केसांचं वाऱ्यावर उडून पोतेरं झालेलं अशी. दिसायला वाईट नाही; पण थोडी निर्बुद्ध वाटणारी, श्रीमंत घरातली; पण ढिसाळपणे राहणारी अशी ती वाटली. तिच्या अंगावर सुरेख मोरपिशी रेशमी साडी होती; पण नेसताना तिनं तिचा असा काही बोंगा करून टाकला होता! पदर बाजूला झाला की, ब्लाऊजची कडा पोटाशी चुरगाळून वर गेलेली दिसायची, आणि मधूनमधून खांद्याला अडकवलेली पर्स घरंगळत कोपरापर्यंत यायची.

"मला फार सतावतो हा! सांगितलेलं काही ऐकत नाही!" ती श्रावणविषयी जाड, कंटाळवाण्या आवाजात तक्रारी करीत होती. "घरातल्या मांजराला, कुत्र्याला मारत राहतो! शिकवणी ठेवून पाहिली; पण याच्या डोक्यात काही शिरत नाही. आत्ताआत्ता र-ट-फ करीत वाचायला लागलाय! तुमच्या शाळेचं नाव ऐकून आहे. इथं सुधारला तर बरं होईल!"

तिच्या बोलण्यानं श्रद्धाला तिची दया आली. बिचारी!अगदीच साधीभोळी आहे. तिला स्वत:लाच सावरणं जिथं जमत नाहीये, तिथं कशी सांभाळत असेल ती या मंद मुलाला!

"काही काळजी करू नका." ती म्हणाली. "इथं सुधारेल तो! श्रावण– रोज येणार ना आमच्या शाळेत खेळायला?"

"हो." तो गाल फुगवून म्हणाला आणि टेबलावर हलके गुद्दे मारू लागला. आईनं त्याचा हात टेबलापासून बाजूला केला, तशी तो पुन्हा हट्टानं हात आपटू लागला.

"श्रावण, तुला काय आवडतं? चित्रं काढायला आवडतात की गाणी म्हणायला?" 'आवडतात' असा काहीही अर्थबोध न होणारा उद्गार त्यानं काढला. पण मग त्याला काय वाटलं कुणास ठाऊक! तो उठून श्रद्धाच्या जवळ गेला आणि तिला चित्रविचित्र आवाज काढून दाखवत उभा राहिला.

त्याच्या त्या आपसूक जवळ येण्यानं श्रद्धाचं मन हललं. एखाद्या मुक्या प्राण्यानं माणसाविषयी जवळीक दाखवल्यावर माणूस जसं त्या प्राण्याला मायेनं थोपटतो, तसं तिनं श्रावणच्या पाठीवर हलकेच थोपटलं आणि म्हटलं, "गुड बॉय!

उद्यापासून येत जा हं!– इकडे खूप मजा मजा आहे!''

श्रावणनं मान हलवली; पण तो परत आईकडे जाईचना.

''चल श्रावण!'' ती जाड आवाजात म्हणाली.

श्रावणनं तिच्याकडे लक्षच दिलं नाही. तो अधिकच श्रद्धाच्या बाजूला सरकला.

''जा बेटा!'' श्रद्धा म्हणाली.

''पपा आल्यानंतर!'' –श्रावण अगदी लहान मुलासारखं बोलला.

''पपांनी आपल्याला दारात थांबायला सांगितलंय. ते काम आटोपून लगेच येणारेत आपल्या पाठोपाठ!'' श्रावणची आई म्हणाली.

तिची चूक श्रद्धाच्या लगेच ध्यानात आली. ती श्रावणशी एखाद्या सर्वसामान्य मुलाशी बोलावं, तसं बोलत होती. तिनं दिलेल्या माहितीमधली सगळी गुंतागुंत श्रावणच्या एकदम लक्षात येण्यासारखी नव्हती. ती जर नेहमी अशीच बोलत असेल, तर श्रावणला तिच्यापासून दुरावा तयार झाला, यात नवल नव्हतं.

अशा मुलांना गोंधळून न टाकता त्यांच्याशी कसं बोलावं, हे श्रद्धा शिकलेली होती. आपल्या पद्धतीनं ती आता श्रावणला आईकडे पाठवणार, इतक्यात–

''पपा!'' असा एकच शब्द श्रावणनं लख्खपणे उच्चारला.

श्रद्धानं दाराकडे पाहिलं आणि ती मघापेक्षाही अधिक दचकली.

अजिंक्य देशमुख आत आला.

म्हणजे, हा- हा अजिंक्यचा मुलगा! आणि असा...?

श्रद्धानं अजिंक्यकडे न पाहिल्यासारखं करून घाईघाईनं मुख्याध्यापकांच्या पुढचा फॉर्म उचलला आणि वाचला. पालकांच्या जागी नावं होतं– अजिंक्य आणि अमिता!... व्यवसाय- उद्योगपती. विविध कंपन्यांचा मालक... पाल्याचं वय- दहा वर्षं! भावंड- नाही!

एकूण अकरा वर्षांपूर्वी या उद्योगपतीच्या एकुलत्या एका मुलीशी लग्न करण्यासाठी अजिंक्यनं आपल्या दोन वर्षांच्या प्रेमावर बोळा फिरवला होता! ...त्याच्या त्या लग्नाचा परिपाक समोर दिसत होता. सासऱ्यांकडून चालत आलेली विविध कंपन्यांची मालक- ही गबाळग्रंथी बायको आणि हो– एकुलता एक मागासबुद्धी मुलगादेखील!

''हॅलो!'' अजिंक्य तिच्याशी हसून म्हणाला आणि त्यानं पुढं मुख्याध्यापकांना सांगितलं- ''आय नो हर!''

श्रद्धाला त्याच्याकडे पाहावंच लागलं... अजून अकरा वर्षांपूर्वीसारखाच दिसतो हा! तेच चमकदार डोळे आणि तेच तजेलदार स्मित! थोडा कृश झालाय आणि केस विरळ झाल्यामुळे कपाळपट्टी थोडी मागं गेलीये! नाहीतर बाकी सारं पूर्वीसारखंच...

छे छे! पूर्वीसारखंच कसं?... पूर्वीचं सारं आता संपलंय. एकदम तिला

त्याच्याशेजारी खुर्चीत बसलेल्या अमिता देशमुखचा संताप आला. का, कशासाठी, हे कळायच्या आत! मघा त्या बाईविषयी वाटणारी सारी अनुकंपा पुसून गेली! ही... हिच्यासाठी... हिच्यासाठी यानं मला...?

ती खुर्चीवरून उठली. मुख्याध्यापकांना म्हणाली- 'येते मी' आणि श्रावणपासून त्याच्या पालकांपर्यंत, सगळ्यांना एकच 'बाय' करून, ती त्या आगपेटीएवढ्या खोलीतून बाहेर पडली.

त्यानंतर पाच-सहा वेळा वेगवेगळ्या निमित्तांनी अजिंक्य शाळेत आला होता; पण श्रद्धा त्याला भेटली नव्हती.

मात्र त्या दिवशीच तिच्या मनात श्रावणविषयी एक खास जागा तयार झाली होती. ती नेमकी काय, हे तिचं तिलाही सांगता आलं नसतं.

नाचाची तालीम दीड तास चालते. पोरं दमून जातात. त्यांना समजावून सांगण्याच्या श्रमांनी श्रद्धाही थकून जाते. ती मुलांना म्हणते- "आता पुरे; उद्या करू या."

श्रावण थोडासा हिरमुसला होतो. सर्वांत पुढे उभं राहून बंदुकीनं ठो ठो गोळीबार करायला त्याला खूप मजा येत होती, तेवढ्यात तालीम संपली. असं कसं झालं?

तो श्रद्धाजवळ येऊन थांबतो. बोलत काहीच नाही. नुसता तिच्याकडे पाहत राहतो. ती त्याच्या केसांवरून हात फिरवते.

तिला एकदम श्रावणच्या आईची आठवण होते. एक कडवट चव तिच्या तोंडात पसरते.

अचानक कॉरिडॉरमधून अजिंक्य देशमुख पुढे होतो. "चांगला बसतोय नाच. मी पाहत होतो बाहेरून!" तो म्हणतो.

"थँक्स!" ती म्हणते.

"आज मी आलो श्रावणला न्यायला. त्याची आई शोफरला घेऊन शॉपिंगला गेलीये."

"ठीक आहे. तुम्ही त्याला घेऊन जाऊ शकता. शाळा सुटलेलीच आहे. बाय!" असं म्हणून ती हॉलमधून निघते- मागं वळूनही न पाहता.

अकरा वर्षं... वनवास! मन शांत करण्यासाठी अनेक नोकऱ्या करून पाहिल्या... अनेक कोर्सेस करून पाहिले. सोशल वर्क केलं. मग हे क्षेत्र मिळालं. मतिमंदांचं, मागास मुलांचं!... आपल्यासारख्याच दुर्भागी लोकांचं! अकरा वर्षं... एकटीनं काढली! आणि आता सोबत मिळाली या- समाजाला नको असलेल्या- जडबुद्धींची! दुसरी सोबत मिळाली असती; पण आपणच ती नाकारली! अजिंक्यशिवाय दुसऱ्या कुणाचाच विचार आपण करू शकलो नाही! ....शकणारही नाही! पण अजिंक्यचा

विचार आपण सोडून दिला, त्यालाही आता अकरा वर्षं झाली. या अकरा वर्षांत ती त्याच्याबरोबर आहे... निर्बुद्ध, सैल शरीराची, ढगळ स्त्री– ती आपली जागा अडवून आहे!

श्रद्धा स्टाफरूमशी येते. आपली पर्स घेते. इतक्यात गोमती सुर्वे आपली वाट पाहत तिथं बसल्याचं तिला दिसतं. या मुलीला कळतं बेताचं; पण शंका फार!

ती एकदम विचारते- "बाई, बंदूक कोणावर झाडायची?"

श्रद्धा गोंधळते. मग सावरते. "हं, नाचाविषयी विचारतेयस तू!"

"सांगा ना, कोणावर झाडायची बंदूक?"

"कोणावर म्हणजे?...शत्रूवर!"

"शत्रू? कुठं असतो?"

"समोर आहे, असं समजायचं!"

गोमती गप्प. पण तिचं समाधान झालेलं नाही. तिला पडलेला प्रश्न बाराही मुलांना पडला असणार! शत्रू समोर आहे, हे समजायचं कसं?

"मी उद्या सांगेन, तालमीच्या वेळेस." श्रद्धा म्हणते. सगळ्यांनी लक्षात ठेवायचं. आपल्या समोरच्या मुलाच्या पाठीवर बंदूक रोखायची आणि सगळ्यात पुढं असलेल्या मुलानं समोर आपले पप्पा नाहीतर आई असं कुणीतरी पहिल्या रांगेत बसलेलं असेल, त्यांच्याकडे लक्ष ठेवायचं! ...बंदूक त्यांच्यावर रोखायची!"

बोलता बोलता श्रद्धा गप्प होते. समोर बसलेले पालक- त्यांना शत्रू समजा, असं मुलांना सांगायचं?

पडदा बाजूला होतो.

बाहेरच्या कंपाउंडमध्ये वॉचमनच्या देवडीजवळच कनात लावून एक लहानसा मंडप तयार केला होता... शंभर-सव्वाशे माणसं मावतील, असा.

त्यावर लहानसं स्टेज. मखमली पडदा आणि छानशा झालरी. सर्वांत पुढल्या झालरीवर, 'सुस्वागतम्'!

पाहुणे मंडळी स्थानापन्न होतात. बहुतेक मुलांचे पालक हजर आहेत. श्रावणचे आई-वडीलही येऊन पहिल्या रांगेत बसतात.

महर्षी सरांचं स्वागतपर व्याख्यान होतं. त्यानंतर साने बाईंचं भाषण. संस्थेचं काम, समाजाचा दृष्टिकोन, मदतीची गरज– या सगळ्या गोष्टी पूर्णपणे ठाऊक असलेल्या प्रेक्षकांनाच पुन्हा एकदा सारं काही सांगितलं जातं.

श्रद्धा भाषण वगैरे काही करीत नाही. तिचं सारं लक्ष करमणुकीचे कार्यक्रम यशस्वी करून दाखवण्याकडे लागलेलं असतं.

मध्येच कधीतरी ती विंगेतून डोकातून पाहते. श्रावणची आई तल्लीन होऊन

कार्यक्रम पाहतेय. पण तिच्या शेजारी अजिंक्य मात्र नाही.

नंतर श्रद्धाला तो ओझरता दिसतो. रंगमंचाच्या पाठीमागं श्रावणला काहीतरी समजावल्यागत सांगताना.

ती सगळ्या मुलांचे त्या त्या कार्यक्रमाचे पोशाख काढून ठेवते. क्रमाक्रमानं ती ते पोशाख चढवताहेत ना, इकडे लक्ष देते. मुलं शक्य तेवढा गोंधळ करतातच. भांबावल्यासारखी इकडे तिकडे वावरतात. (पण सर्वसामान्य मुलं तरी अशा वेळी कितीशी शांत असतात?)

'जय जवान जय किसान' गाणं सुरू होतं. पळणीटकर सरांच्या ललकारीबरोबर मुलांची रांगच रांग रंगमंचावर येते. सर्वांत पुढं श्रावण. प्रेक्षकांतून टाळ्यांचा कडकडाट. काही मुलं इकडे तिकडे पाहतात. पण बहुतेकांची नजर शिकवल्याप्रमाणे सरळ समोर!

सगळी मुलं बंदुका सरसावून धरतात. 'जाऊ आम्ही पुढती पुढती' म्हणत अगदी प्रेक्षकांपासून दहा पावलांवर येतात. बंदुका रोखतात. श्रावण आपल्या एकट्याच बसलेल्या आईकडे टक लावून पाहत राहतो. तिच्यावर बंदूक रोखतो. बाईंनी हेच सांगितलं होतं... असंच! पालकांपैकी एकावर बंदूक रोखा. तोच तुमचा शत्रू!

'करीत गोळीबार' म्हणताक्षणी सगळे जवान बंदुकीचे चाप ओढतात. धाड् धाड् करीत गोळ्या सुटतात. श्रावणची आई बसल्या जागी कोसळते. रक्ताचा एक ओघळ तिच्या सीटवर वाहू लागतो. तिची किंकाळी ऐकून श्रावण थरथरतो. त्याला सगळीकडे रक्तच रक्त दिसू लागतं. डोळ्यांसमोर तांबडा अंधार पसरतो.

श्रावणच्या आईजवळ बसलेले पालक, शिक्षक आणि इतर मंडळी तिच्याभोवती कोंडाळं करतात. शाळेचे हिंतचिंतक डॉक्टर परांजपे त्या मंडळींतच असतात. ते पुढं होऊन त्या घायाळ देहाकडे बारकाईनं पाहतात. त्यात प्राण राहिले नसल्याचं जाहीर करतात.

रंगमंचावर एकच गोंधळ. मुलं सैरावैरा धावू लागलेली. काही खाली उडी टाकू पाहणारी, काही वरूनच अवाक् होऊन खालच्या प्रकाराकडे पाहत उभी. श्रद्धा रंगमंचावर येऊन सर्वांना आत नेण्याचा प्रयत्न करतेय.

श्रावण बेभान होऊन, किंचाळत, ओरडत, लाथा झाडत सुटलेला. श्रद्धा त्याला शांत करू लागते. पण लाथा झाडताझाडताच तो बेशुद्ध होऊन खाली कोसळतो. त्या आधीच त्यानं आपली बंदूक खाली फेकून दिलेली.

ती बंदूक इतर जवानांच्या बंदुकीसारखा- पोशाखाबरोबर भाड्यानं आणलेली नकली बंदूक नसते. ती खरोखरीची असते.

करड्या भिंती. लहानसा वर्गवजा हॉल.

एका टेबलाशी जजसाहेब बसलेले. अधिकारावरून वाटतो त्या मानानं माणूस पुष्कळच मवाळ. चष्म्याआडची नजर बरीच स्निग्ध.

समोरच मुख्याध्यापक महर्षी खाली मान घालून बसलेले. मागासबुद्धीच्या मुलांच्या शाळेची प्रतिमा आपण आजवर इतकी उंचावत नेली, तिला या प्रकारानं काळिमा लागला, असं त्यांना वाटतंय. प्रत्यक्ष मुलानं भर सभागृहात आपल्या आईवर गोळ्या झाडाव्यात, यापेक्षा अधिक भीषण ते काय असणार?

श्रावण स्वत: मात्र अगदीच गोंधळून गेलाय. काय झालं, ते त्याच्या लक्षात आलंय. ते व्हायला नको होतं, हेही कळतंय; पण आता या पुढं काय, ते मात्र समजत नाहीये. त्याच्या या भांबावलेल्या मन:स्थितीत त्याला आधार देण्यासाठी बाकावर त्याच्या एका बाजूला श्रद्धा बसलीये आणि दुस‍ऱ्या बाजूला अजिंक्य देशमुख.

डॉक्टर परांजपे आणि शाळेचे आणखी एक हितचिंतक– साने बाईंचे यजमान ॲडव्होकेट साने श्रावणच्या बाजूनं बोलतात. पोलीस अधिकारी शेट्ये त्याच्या विरुद्ध बाजू मांडतात; परंतु हे मुलांचं कोर्ट आहे, त्यातून गुन्हेगार एक मतिमंद मुलगा आहे, याचं भान सर्वांनीच ठेवलंय.

हा गुन्हा नसून अपघात आहे, यावरच ॲड. सानेंचा मुख्य भर. नकली बंदुकीऐवजी खरी बंदूक हाती आल्यामुळे तो घडला, एवढंच; नाहीतर जाणूनबुजून काही श्रावणनं आईवर गोळ्या झाडल्या नाहीत. पण पोलीस अधिकारी शेट्ये यांना स्टेजवर खरी बंदूक आली, यातच काहीतरी काळंबेरं दिसतं. श्रावण मात्र आपल्या जबानीत, पुन:पुन्हा विचारल्यावर सांगतो की, 'बंदूक मी आणली.' कुठून? तर 'वॉचमनच्या देवडीवरून.' का? तर 'माझी तुटली होती, म्हणून!'

वॉचमनची देवडी, मुद्दाम बांधलेल्या रंगमंचाला जवळजवळ लागूनच आहे. श्रावणची बंदूक आयत्या वेळी तुटली, म्हणून त्यानं पपा आत भेटायला आले असताना त्यांच्याकडे दिली. ते ती घेऊन दुरुस्त करायला बाहेर निघून गेले. एवढ्यात नाचाची वेळ झाली, म्हणून श्रावण धावत जाऊन वॉचमनची बंदूक घेऊन आला. त्या वेळी देवडीवर वॉचमन नव्हता; कारण श्रद्धानंच त्याला हारतुरे आणायला पाठवलं होतं. देवडीवर श्रावणनं बंदूक कितीदा तरी पाहिली होती. त्यामुळं त्यानं ती आयत्या वेळी उचलून आणणं साहजिक होतं.

डॉक्टर परांजपे कोर्टाला पुन:पुन्हा विनवतात की, एवढ्याच कारणावरून श्रावणला दोषी ठरवून रिमांड होममध्ये पाठवू नये. तिथं तो पुरता बिघडेल आणि एक निष्पाप मतिमंद मुलाला कायमचं आयुष्यातून उठवल्यासारखं होईल!

कोर्ट या गुन्ह्याचा दयाबुद्धीनं विचार करतं. श्रावणवर कसलीही कारवाई न करता, त्याला गुन्हेगार म्हणून सुधारगृहात किंवा पूर्ण वेडा म्हणून मानसोपचारासाठी न पाठवता, आहे तिथंच ठेवण्याची शिफारस केली जाते.

मुख्याध्यापक महर्षींच्या छातीवरचा दगड उचलला जातो. शाळेच्या प्रतिमेला तडा जायचा राहतो.

संध्याकाळ उलटून गेलेली. अजिंक्य देशमुख ऑफिसमधून थकून घरी आलेला. व्हिस्कीचा एक पेग ओतून घेऊन तो वेताच्या आरामखुर्चीत अंग टाकतो.

काळोख वाढत असतो; पण त्याला दिवा लावण्याचा उत्साह नसतो.

अचानक श्रद्धा येते. दारातच उभी राहते.

तिला अशी एकाएकी आलेली पाहून अजिंक्य चमकतो.

'बस,' म्हणतो. ती बसत नाही.

"मला फक्त एका गोष्टीचं स्पष्टीकरण हवंय," श्रद्धा म्हणते, "तू इतका नीच कसा झालास?"

"काय केलं मी?"- दचकून उभा राहत अजिंक्य विचारतो.

"महत्त्वाकांक्षेपोटी तू एका उद्योगपतीच्या मुलीशी लग्न केलंस. सासरे वारल्यानंतर त्यांचा सगळा उद्योग तुझ्याकडे आला; पण त्याची पुढची पायरी म्हणून, जिच्यामुळे तुला हे सगळं मिळालं, तिचा सरळ खून करायला तू निघालास?"

"तू काय बोलतेयस, तेच मला कळत नाही." अजिंक्य म्हणतो. मी आपलं प्रेम गुंडाळून ठेवून पैशासाठी लग्न केलं हे खरं – ती माझी तारुण्यातली चूक होती. अमितानं मला कधीच सुखी केलं नाही आणि माझी चूक मला पुन:पुन्हा सलत राहिली. पण तिचा खून करून त्या चुकीचं प्रायश्चित्त घेण्याइतका मी हलकट नाही, समजलीस?"

"मग श्रावणची नकली बंदूक कुणी मोडली?"

"मी?– मुळीच नाही. मी उलट आधी मोडलेली बंदूक दुरुस्तीसाठी घेऊन गेलो!"

"हो!– आणि जाताना श्रावणला सांगून गेलास की, त्या बंदुकीऐवजी वॉचमनची खरी बंदूक वापर!"

"खोटं! साफ खोटं! "अजिंक्य ओरडतो. "मी श्रावणला काहीही सांगितलं नाही."

क्षणभर शांतता पसरते. श्रद्धाच्या डोळ्यांत पाणी येतं. फार बरं वाटलं अजिंक्य, तू खून केला नाहीस, हे कळल्यानं! मला श्रावणनं तुझं नाव सांगितल्यापासून मी आतल्या आत मरून गेले होते!"

"कुणी सांगितलं माझं नाव- श्रावणनं?"

"हो. तो म्हणाला, तूच त्याची बंदूक मोडलीस. तूच त्याला वॉचमनची बंदूक घ्यायला लावलीस."

श्रावण खोटं सांगतो. मलाही त्यानं असंच सांगितलं. पण मी त्याची शहानिशा करायला तुझ्याकडे आलो नाही.

"काय सांगितलं त्यानं?" –श्रद्धा धसकून विचारते.

"त्यानं सांगितलं की, तूच वॉचमनला कामाला पाठवलंस आणि श्रावणला सांगितलंस की, त्याची बंदूक घेऊन ये."

"मी?"

"हो- ओरडतेस केवढ्यानं?"

"अरे पण तू- तू खरं मानलंस?"

"हो. मला वाटलं, तुला अमिताचा द्वेष वाटणं साहजिक आहे! आणि– आणि आणखीही वाटलं की, तू अजून माझ्यावर प्रेम करीत असशील! जसा मी अजून तुझ्यावर करतो– तसं!"

"प्रेम असेल– पण म्हणून खून? नाही नाही! मी वॉचमनला मुद्दामहून पाठवलं नाही; आणि श्रावणला काही सांगितलं नाही." आपण चुकून प्रेमाची कबुली दिली, हे लक्षात येताच, श्रद्धा गोरीमोरी होते.

अजिंक्य दिवा लावतो. त्या प्रकाशात त्याला दारात सगळं ऐकत बसलेला श्रावण दिसतो. त्याची नजर आता अधिकच खुनशी वाटते.

"तुम्हाला सांगितलं ते मी पोलीस अंकलला सांगणार!" आणि तो वेडगळपणे हसत सुटतो.

"नाही श्रावण; असं भलतंसलतं काही करायचं नाही!" –श्रद्धा कळवळून म्हणते.

"मग तू–तू इथं राहायला येशील? नेहमीसाठी?"

श्रद्धा गोंधळते. अजिंक्यकडे पाहते.

"हो म्हण!" – तो म्हणतो.

धनंजय : १९९१

◆

꧁ तिखट-गोड ꧂

अन्या खिडकीबाहेर बघत बसला होता.

खिडकी लहानशीच. शिवाय गजांची. पण अन्याला तिचा मोठाच आधार. त्याचा जगाशी संपर्क काय तो या खिडकीमधूनच.

अन्या बाहेर जाऊ शकत नसे. वारं जाऊन अचानक दोन्ही पाय लुळे झाल्यापासून तो त्या चाकांच्या खुर्चीतच बसून राहायचा. दिवसाचा बराचसा वेळ त्याची ही खुर्ची त्या खिडकीलगतच असायची. तिच्यात बसून अन्या काहीतरी वाचत-लिहीत, नाही तर चित्रं काढत वेळ घालवायचा. सकाळची दुपार, दुपारची संध्याकाळ आणि संध्याकाळची रात्र होताना पाहायचा.

असं दिवसभर खिडकीबाहेर पाहिलं, तरी अन्याला कंटाळा येत नसे. खिडकीबाहेर हिरव्या हिरव्यागार, मोठमोठ्या पानांची झुडपं होती. त्यात मध्येच पिवळी रानटी फुलं फुलायची. त्या फुलांवर फुलपाखरं उडत असायची.

जरा लांबवर नजर टाकली, तर दद्दांचा बंगला दिसायचा. बंगल्याच्या कंपाउंडमध्ये दद्दा फुलझाडांमधून फिरताना दिसायचे. कधी झब्बा, धोतर आणि खांद्यावर शाल टाकलेली त्यांची आकृती अन्याच्या घराकडे यायला निघाली की, ते या खिडकीतूनच अन्याला कळायचं. मग तो बसल्या जागेवरून ओरडून आईला सांगायचा– ''आई, आई, दद्दा येताहेत!''

आईची मग कोण तारांबळ उडायची! तेवढ्यातल्या तेवढ्यात पसारा आवरून घर साधारण ठाकठीक करायचं, चहाचं पाणी स्टोव्हवर ठेवायचं आणि मध्येच आरशात पाहून आपला अवतार सारखा करायचा! त्या चिमुकल्या, दोन माणसांच्या घरात, दद्दांशिवाय दुसरं कुणी फारसं येतच नसे. त्यामुळे दद्दांचं येणं ही पर्वणीच असायची. तेही येताना कधी रिकाम्या हातांनी येत नसत. साध्या चौकशीला आलं

तरी मिठाईचा बॉक्स, बिस्किटांचा पुडा, कॉफी, साखर, असल्या रोज घरात लागणाऱ्या वस्तू अन्याच्या आईसाठी आणि अन्यासाठी पुस्तकं, रंगपेटी, मेकॅनो असलं काहीतरी ते आणायचे. अन्याची आई 'कशाला आणता,' असं तोंडदेखलंसुद्धा म्हणत नसे. आपल्या गरिबीच्या संसाराची त्यांना काळजी आहे आणि आपला त्यांच्यावर काही एक अधिकार आहे, अशीच त्या मायलेकरांची भावना होती.

दद्दा अन्याच्या वडिलांपेक्षा वयानं बरेच मोठे; पण तरी ते दोघं जिवलग मित्र! अपघातात अन्याचे वडील अचानक गेले आणि तो न् त्याची आई निराधार झाली. दद्दांनीच मग त्यांना आपल्या गावात येऊन राहण्याचं सुचवलं, आपल्या बंगल्याजवळ एक छोटं घर घेऊन दिलं आणि अन्याच्या आईला तलाठ्यांच्या कचेरीत, फक्त चार तास जाऊन भागेल, अशी नोकरीदेखील लावून दिली. नंतर थोड्याच दिवसांत अन्याला ताप आला आणि त्यापाठोपाठ पांगळेपण आलं, तेव्हापासून तर दद्दा अन्याच्या बाबतीत अधिकच हळवे झाले. त्यांनी अन्याच्या औषधपाण्यावर अतोनात खर्च केला. आताही ते त्याच्या टॉनिक्स, गोळ्या वगैरेंचा आणि स्पेशल शिकवणीच्या शिक्षकांचा खर्च स्वत:च्याच खिशातून करीत. अर्थात त्यांना काही एवढा खर्च जड नव्हता. गावातली सगळ्यात मोठी वाडी आणि सर्वाधिक शेतजमीन त्यांच्याच मालकीची होती. त्यातून त्यांना कधी लग्न करावंसं वाटलं नव्हतं. नातेवाईकही कधी येऊन-जाऊन असतील तेवढेच. तेव्हा अन्याच त्यांना मुलासारखा वाटला, तर त्यात नवल काय?

बहुतेक वेळा ते आपण येणार असल्याचा निरोप आदल्या दिवशी कुणाकडे तरी पाठवत. काही विशेष आणायला हवंय का, तेही विचारून घेत. यात आयत्या वेळी टपकून त्या मायलेकरांची अडचण करू नये, हा हेतू तर असायचाच. शिवाय एक लहानसं स्वार्थही! अन्याच्या आईच्या हातचं तिखट-गोड दद्दांना फार आवडायचं. तिखट-गोड म्हणजे एक धिरड्यासारखा पदार्थ होता. तो एकाच वेळी तिखट आणि गोड असा मोठा चविष्ट असायचा. (म्हणून त्याचं मूळचं नाव सोइस्करपणे विसरून अन्यानं त्याचं नाव 'तिखट-गोड' ठेवलं होतं.) दद्दा तो पदार्थ अगदी हावरटासारखे पुन:पुन्हा मागून संपवायचे. दद्दा येणार असल्याचं आदल्या दिवशी कळलं, तर अन्याच्या आईला तिखट-गोडाची तयारी आगाऊ करून ठेवणं शक्य व्हायचं.

आजदेखील अन्या खिडकीत बसला होता खरा; पण त्याचे कान आई दारापलीकडेच तिखट-गोडाची तयारी करत्येय, इकडे लागलं होतं. त्याला स्वत:ला तिखट-गोड आवडायचं. पण त्याचा सांधा दद्दांच्या येण्याशी जुळला गेल्यामुळे ते अधिकच हवंहवंसं वाटायचं. आईनं स्टोव्ह पेटवला म्हणजे आता कुठल्याही क्षणी दद्दा येणार हे नक्की होतं. तो डोळे ताणून बंगल्याजवळ काही हालचाल दिसते का, ते पाहू लागला.

आणि पाच मिनिटांतच त्याला दद्दा दिसले. नेहमीसारखेच, स्वच्छ रेशमी झब्बा, धोतर आणि खांद्यावर शाल अशा वेषात.

पण आज ते एकटेच नव्हते. त्यांच्याबरोबर एक तरुणी होती.

तशी ती अन्याला आज पहिल्यांदाच दिसत होती, असं नाही. याआधी, गेल्या चार महिन्यांत ती दोन वेळा तरी दद्दांच्या बंगल्याच्या कंपाउंडमध्ये दिसली होती. अन्यानं आईला म्हटलंही होतं की, 'आई गं, दद्दांकडे कोणीतरी पाहुणी आलीये बघ! कशी गोरी गोरी आहे! –दद्दा लग्न करणारेत का गं तिच्याशी?'

'चल, चावट कुठला!' आई म्हणाली होती.

आज ती दद्दांबरोबर इथंच आला म्हणजे नीट जवळून बघता येईल, या कल्पनेनं अन्या हुशारून बसला.

पाच मिनिटांत ती दोघंही दारात आली. अन्यानं बसल्या जागेवरून रीतसर आरोळी ठोकली– "आई गंऽऽ दद्दा आले!"

आई बाहेरच्या खोलीत येऊन म्हणाली– " याऽ," आणि तिनं वेताच्या खुर्च्या पुढं सरकवल्या.

"ही रागिणी!," दद्दा म्हणाले. "मुंबईला नाटकांतून कामं करते. अगदी प्रख्यात आहे!"

अन्याच्या आईनं नमस्कार केला आणि ती पाणी आणायला आत गेली.

अन्या रागिणीकडे पाहत राहिला. रागिणी त्याच्या आईपेक्षा खूप वेगळी होती. खूपच रेखीव, नाजूक आणि गोरी होती. आई केसांचा अंबाडा घालायची; तर हिनं केस कापून ते डोक्याभोवती गोल पसरले होते. का कोण जाणे; अन्याला रागिणी फारशी आवडली नाही.

पण दद्दा मात्र तिचं खूप कौतुक करीत होते. तिच्या नाटकातल्या कामांची तारीफ करीत होते. जवळच्या गावात झालेल्या तिच्या नाटकाच्या प्रयोगाच्याच वेळी दद्दांची न् तिची ओळख झाली होती आणि दद्दांनी तिला चार दिवस बंगल्यावर राहायला आग्रहानं बोलावलं होतं. उद्या ती मुंबईला परत जाणार होती. पण त्या आधी अन्याच्या आईच्या हातचं तिखट-गोड खायला म्हणून दद्दा तिला मुद्दाम इथं घेऊन आले होते.

आईनं त्यांच्या बश्या भरून दिल्या. दद्दांनी नेहमीप्रमाणे वारंवार स्तुती करून तिखट-गोड खाल्लं. रागिणी 'चांगलं झालंय' असं एकदा म्हणाली; पण जेमतेम अर्धंच खाऊन 'पुरे' म्हणाली. अन्याला तेही आवडलं नाही. त्याला तो आईच्या हातच्या तिखट-गोडाचा अपमान वाटला. आता दद्दांनी तिच्या बशीतलंही खाऊन टाकून त्या अपमानाची भरपाई केली, ही गोष्ट वेगळी!

ती दोघं गेल्यानंतर अन्या आईला म्हणाला, "फारच कौतुक करीत होते नाही दद्दा त्या नटीचं?"

"तुला काय करायचंय? त्यांना करावंसं वाटलं– त्यांनी केलं!'' असं म्हणून आईनं तो विषयच बंद करून टाकला.

पण अन्या मात्र बराच वेळ विचार करीत राहिला. आपल्याला ती बाई का आवडली नाही, हे त्याला नीटसं सांगता आलं नसतं. कदाचित आजवर दद्दांनी कुणाला त्याच्यासमोर एवढं नावाजलं नव्हतं, म्हणून असेल! पण त्याला काहीतरी चमत्कारिक वाटलं, एवढं खरं.

पंधरवड्यानं दद्दा अचानक घरी आले.

"हे काय, काल सांगायचं नाही?'' अन्याची आई म्हणाली, "तिखट-गोड तरी केलं असतं!''

"मी सांगायला आलो होतो की, मी उद्या मुंबईला जातोय!'' दद्दा म्हणाले.

अन्याला एकदम हादरल्यासारखं झालं.

"परत कधी येणार?'' अन्याच्या आईनं विचारलं.

"नक्की ठरवलेलं नाही. पण महिना-पंधरा दिवस तरी लागतील! इथं काही पाहिजे असेल, तर यादी करून ठेवा.''

"नाही; आहे सगळं.'' आई म्हणाली. तिनं तोंडावर पदर धरला.

"दुपारी येऊन जा घरी. थोडं बोलायचंय तुमच्याशी.'' दद्दा आईला म्हणाले.

"येईन,'' ती म्हणाली.

नंतर दद्दा अन्याजवळ बसले. अन्याला रडू फुटेलसं वाटत होतं. इथं असताना दद्दा रोज घरी यायचे, असं थोडंच होतं? आठवड्यातनं एकदा आले तरी पुष्कळ! पण तरीसुद्धा त्यांचा आधार वाटायचा. झालंच तर लांबून का होईना; पण ते त्यांच्या बंगल्याच्या आवारात वावरताना दिसायचे. आता ते मुंबईला जाणार, म्हणजे किती दिवस इथं नसणार कोण जाणे! त्याला एकदम एकटं एकटं वाटायला लागलं.

"मुंबईहून मी तुला कॅसेट रेकॉर्डर पाठवीन.'' दद्दा अन्याची समजूत काढीत म्हणाले. "आणि कॅसेट्स; खूप ऐक मग गाणी.''

'मला रेकॉर्डर नको न् काही नको. फक्त तुम्ही जवळ हवे आहात' असं त्यांना सांगावंसं अन्याला वाटलं; पण त्याच्या तोंडून शब्द फुटला नाही. नुसतेच त्याचे डोळे भरून आले.

मग दद्दांनाही फार बोलवेना. ते त्याच्या खांद्यावर थोपटत राहिले. तोंडातल्या तोंडात पुटपुटले- 'काही काळजी करू नकोस. सगळं ठीक होईल.'

थोडा वेळ ते तसेच बसून राहिले; नंतर त्याच्या आईला दुपारी येऊन जाण्याची आठवण करून निघून गेले.

ते गेल्यानंतर अन्या आईला पुन:पुन्हा विचारीत राहिला- "आई, दद्दा मुंबईला

कुणाकडे जाणार? त्या नटीकडे तर नाही?''

पण आई आपली गप्पच. एक नाही की, दोन नाही!

आई बोलली नाही तरी अन्याच्या मनात मात्र पुन:पुन्हा येत राहिलं– हा सगळा त्या नटीचाच कारभार असणार! इतकी वर्षं नाही ते दद्दांच्या मनात आलं, मुंबईला जाण्याचं? आता ही येऊन गेल्यानंतर मात्र– असा काय जादूटोणा केलाय तिनं दद्दांवर, कोण जाणे!

अन्याला दद्दा मनापासून आवडायचे. तेही त्याच्यावर अतिशय माया करायचे. त्याचं दुखलंखुपलं नीट समजून घेऊन त्यावर इलाज करायचे. मात्र खरोखर आपला त्यांच्यावर किती जीव आहे, हे आज पहिल्यांदाच त्याच्या लक्षात येत होतं. दद्दांशिवाय आपण राहूच शकणार नाही, असं वाटत होतं आणि त्याच वेळी आपल्याला सोडून जाणाऱ्या दद्दांचा त्याला रागसुद्धा येत होता.

दुपारी तो झोपला असतानाच आई कधीतरी दद्दांकडे जाऊन आली. जागा झाल्यावर त्यानं तिला विचारलं- ''आई, दद्दांकडे गेली होतीस?''

''हो,'' ती म्हणाली.

''काय सांगितलं त्यांनी?''

''विशेष काही नाही.''

''तरी पण-''

''हे बघ अन्या- सगळ्याच गोष्टी तुझ्याएवढ्या लहान मुलाला समजणार नाहीत,'' आई म्हणाली. आणि समजूनसुद्धा त्यात तू करण्यासारखं काही नाहीये.

अन्या गप्प बसला. बराच वेळ आईदेखील गप्प बसून राहिली. मग म्हणाली, ''कसं होणार तुझं, कोण जाणे! तू हा असा- शिक्षण अपुरं- कामधंदा तरी कसला करशील?''

''मी सांगितलंय तुला- मी चित्रकार होईन. मोठ्ठा चित्रकार होईन बघ – तू मुळीच काळजी करू नकोस!''

''मोठ्ठा चित्रकार व्हायला मोठ्ठा खर्च येईल. तुला शहरात राहावं लागेल. तुझ्याकडे बघायला माणसं ठेवावी लागतील- कसं झेपणार सगळं आपल्याला?''

'का, दद्दा आहेत की!' असं अन्याच्या तोंडावर आलं होतं. पण आता ते अचानक मुंबईला निघाले असताना त्याला तसं म्हणावंसंच वाटेना. दद्दांचा कसा भरवसा देणार? त्यांनी दुपारी आईला काही तरी सांगितलं, म्हणून तर ती काळजीत पडलीये...

त्या रात्री अन्याला झोपच येईना. अगदीच वेडेवाकडे विचार मनात यायला लागले. एकदम शंका आली. मुंबईला जाऊन दद्दा लग्न करणार की काय त्या

नटीशी? छे – काहीतरीच! ते केवढे, ती केवढी! आणि मग, नेहमी त्याच्या मनात खोलखोल एखाद्या जिवाणूसारखा वस्ती करून राहिलेला आणि कधीतरीच वर येणारा तो विचार त्याला पुन्हा एकदा सुचला– दद्दा आईशीच का नाही लग्न करीत?

नेहमीसारखाच, मोठ्या प्रयासानं त्यानं तो विचार दाबून टाकला. असला विचार मनात आल्याबद्दल मनातल्या मनातच, देवबाप्पाची क्षमा मागितली.

तरीही त्याला झोप येईना. शेवटी त्यानं आईला उठवलं. कधी कधी त्याच्या कमरेतनं कळा यायच्या आणि त्याला काही केल्या झोप लागायची नाही. अशा वेळी देण्यासाठी डॉक्टरांनी त्याला झोपेच्या गोळ्या दिल्या होत्या. त्यातली फक्त पाव गोळी आईनं त्याला दिली.

हळूहळू अन्याला झोप लागली.

त्याची आई मात्र बराच वेळ जागीच होती.

सकाळी जाग आली, तरी अन्याला बिछान्यावरून उठवेचना. आज दद्दा जाणार– असला दिवस उगवलाच कशाला, असं त्याला वाटत राहिलं. झोपूनच राहिलं तर नवा दिवस दिसणार नाही, अशा कल्पनेनं त्यानं बिछाना धरून ठेवला होता.

पण दिवस वाढतच राहिला. खिडकीबाहेर ऊन आलं आणि दद्दांची मुंबईला जाण्याची वेळही जवळ येत चालली.

आईचंही आज कामात लक्ष नसावं. काम करता करता ती मध्येच थबकून राहत होती. विचारात गढून जात होती. दद्दांना प्रवासात बरोबर देण्यासाठी तिनं तिखट-गोड तयार केलं होतं. स्टेनलेसच्या डब्यात भरूनही ठेवलं होतं. पण ते त्यांना द्यायला मात्र ती जात नव्हती. अशानं दद्दांची गाडीची वेळ होईल, ते निघून जातील आणि तिखट-गोडाचा डबा मात्र राहून जाईल इथंच, असं तिला अन्यानं तीनदा तरी बजावलं. पण तिचं पाऊल उचलत नव्हतं, ते नव्हतंच!

इकडे अन्या खिडकीतनं जशी काही पाळतच ठेवून बसला होता. दद्दांची कार त्यांना स्टेशनवर सोडायला निघाली, तेव्हा तर अन्याची त्रेधाच उडाली. ''बघ, निघाले दद्दा!'' तो आईच्या अंगावर खेकसला. ''आणि तू मात्र पुतळ्यासारखी उभीच आहेस, डबा हातात धरून! मला पाय असते, तर मी तरी धावत घेऊन गेलो असतो तो डबा!''

आईच्या डोळ्यांतलं पाणी पाहून तो बोलता बोलता गप्प झाला.

एवढ्यात दारात गाडी थांबल्याचा आवाज झाला. हॉर्न वाजला आणि पाठोपाठ दद्दा उतरून आत आले.

आले ते सरळ अन्याकडे गेले. अन्याचे केस कुसकरत उभे राहिले. अन्यानं त्यांच्या कमरेला मिठी मारली आणि तो नि:शब्दपणे रडू लागला.

काही क्षणांनी दद्दा अन्याच्या आईकडे वळले न् म्हणाले- "सांभाळून राहा." मग मात्र तिच्यानं राहवलं नाही. पदरानं डोळे पुसत पुसतच तिनं तिखट-गोडाचा डबा त्यांच्या हातात ठेवला आणि म्हटलं, "जाताना ट्रेनमध्ये खायला दिलेत. थोडेच आहेत, देऊ नका कुणाला. एकट्यापुरतेच आहेत. तुम्हीच खा!"

दद्दा तो डबा घेऊन बाहेर गेले. ते गाडीत बसेपर्यंत अन्याची आई पाहत उभी होती. तिनं डोळ्यांना लावलेला पदर कितीतरी वेळ तसाच होता. अन्यानं दारातून हात हलवला आणि घाईघाईनं आपली खुर्ची खिडकीशी नेली. दद्दांची गाडी दिसेनाशी होईपर्यंत तो पाहत राहिला. मग मात्र त्याला हुंदके आवरेनात. खुर्चीच्या पाठीवर डोकं ठेवून तो हमसून हमसून रडत राहिला, ते आईनं घरात येऊन त्याला जवळ घेईपर्यंत!

दोन दिवस उलटले आणि अन्याचं वाट पाहणं सुरू झालं. दद्दांनी मुंबईला पोहोचल्याबरोबर रेकॉर्डर पाठवायचं कबूल केलंय. अजून कसा तो आला नाही? आई त्याची समजूत घालायची- 'रेकॉर्डर म्हणजे काय खुशालीचं पत्र आहे? कामातून सवड काढून तो विकत घ्यायला हवा, मग कुणी विश्वासू माणूस गावाकडे येणारं सापडायला हवं- एक ना दोन! चांगले चार महिने लागतील रेकॉर्डर यायला!" -ती अन्याला सांगायची.

अर्थातच अन्याला रेकॉर्डरची घाई नव्हती. त्याला फक्त दद्दांकडून आपल्या नावानं काहीतरी यावंसं वाटत होतं! मग ते मुंबईला पोहोचल्याचं पत्र का असेना!

पण काय असेल ते असो, पंधरवडा गेला, तीन आठवडे लोटले, तरी दद्दांची चार ओळींची चिठ्ठीसुद्धा आली नाही. गावात पोस्टमन एक दिवसाआड यायचा. तो आला की अन्याची आई लगबगीनं दाराशी जायची. पण छे! दद्दांचं पत्र आलंच नाही!

"दद्दा विसरले आपल्याला!" महिनाभरानं अन्या फुरगटून म्हणाला.

अन्याची आई काहीच बोलली नाही. पण मनातून तिलाही तसंच वाटत असणार. दद्दा मुंबईला गेले, त्या दिवसापासून अजूनपर्यंत तिनं तिखट-गोड केलं नव्हतं. अन्यानंही आठवण केली नव्हती! जणू तो पदार्थ त्या घरातून दद्दांबरोबरच बाहेर निघून गेला होता.

दीडेक महिन्यांनंतर एके दिवशी अचानक रागिणी आली.

"मी दद्दांकडे जाऊन आले-" ती म्हणाली. बंगला बंदच आहे. शोफर न् मोलकरीण रजेवरच आहेत. फक्त माळी आहे म्हणे! पण आता तोही कुठंसा गेलाय. असं कसं? - दद्दा कुठायत?

''म्हणजे?'' अन्याच्या आईनं आश्चर्यानं विचारलं. ''तुमच्या इथंच गेलेत ना ते?- मुंबईला?''

''मुंबईला? – येणार म्हणाले होते. तसं पत्रही आलं होतं त्यांचं. पण आले काही नाहीत. निदान आम्हाला तरी भेटले नाहीत.''

अन्याची आईदेखील सचिंत होऊन म्हणाली- ''तिथं आले नाहीत; मग गेले कुठं?''

काही वेळ दोघीही गप्पच होत्या. मग आई म्हणाली, ''तुमच्याकडे यायलाच हवे होते ते. त्या दिवशी दुपारी मुद्दाम मला बोलावून त्यांनी जे सांगितलं, त्यावरून वाटलं की, ते तुमच्या प्रेमात पडलेत.''

रागिणीला आश्चर्य वाटलेलं दिसलं नाही.

''इतकी वर्षं लग्नाशिवाय, बाईमाणसाशिवाय राहिले आणि या वयात प्रेमात पडले! –'' अन्याची आई अर्धवट स्वत:शी, अर्धवट रागिणीशी बोलली. ''आणि तेही त्यांची मुलगी शोभेल, इतक्या तरुण मुलीच्या!''

''पण मी कधीच त्यांना उत्तेजन दिलं नाही,'' रागिणी म्हणाली. ''आणि कशाला देऊ? पुढल्या महिन्यात माझं लग्न व्हायचं आहे. आमच्या निर्मात्याच्या मुलाशी. तो नाटकात नसतो. डॉक्टर आहे तो.''

''पण... पण,'' अतिशयच गोंधळून अन्याची आई म्हणाली,'' त्यांचं खरंच प्रेम आहे तुमच्यावर. तुमच्या लग्नाचं हे माहीत नाही का त्यांना? कळलं तर वेडेच होतील ते. अहो, सर्वस्व ओवाळून टाकायला निघालेत ते तुमच्यावरून! आपल्यानंतर तुमच्याच नावानं करणारेत ते, आपली सारी इस्टेट!''

''असं सुचवलं होतं त्यांनी पत्रातून! पण मला काय करायचीय त्यांची इस्टेट? –मला फक्त एक लाखभर रुपये कर्जाऊ हवे होते. माझे सासरे नवीन नाटक काढताहेत आणि नवरा क्लिनिक सुरू करतोय- त्या दोघांना थोडी मदत म्हणून! एक सहा महिन्यांच्या बोलीवर! पण हे मुंबईला आलेच नाहीत. म्हणून मी स्वत: भेटायला आले. पैसे लगेच हवे होते, म्हणून!''

अन्याची आई विचारात गढून गेली होती. दद्दांचा काही शोध लागला तर कळवते, असं आश्वासन देऊन रागिणी कधी निघून गेली, हेदेखील तिला कळलं नाही.

मग अंतरावरून सगळं ऐकत बसलेला अन्या तिच्याजवळ गेला आणि म्हणाला– ''तुला काय वाटतं आई? ही बाई खरं बोलतेय की खोटं?''

''म्हणजे?''आईनं विचारलं.

''म्हणजे, दद्दांचं काय झालं हे तिला खरोखरच ठाऊक नसेल का?''

''कोण जाणे!'' आई म्हणाली.

अन्याला एकदम प्रौढ झाल्यासारखं वाटू लागलं.

आणखी तीन दिवसांनी पोलीस आले तेव्हा अन्याची आई पाठीमागच्या अंगणात भिंतीला टेकून स्वस्थ बसली होती. रागिणीनं दद्दा बेपत्ता असल्याचं सांगितल्यापासून गेले तीन दिवस ती तशीच बसून राहिली होती.

घराकडे एक पोलीस अधिकारी आणि एक हवालदार येतोय, असं पाहून अन्यानं चाकांची खुर्ची दाराशी नेली आणि तो म्हणाला, "या ना, आत या, बसा."

"घरात आणखी कुणीच नाही?" अधिकाऱ्यानं विचारलं.

"आई आहे; पण तिला जरा बरं नाहीये." अन्या गंभीरपणे म्हणाला. "मला सांगा ना काय ते! दद्दांची काही बातमी कळलीय का तुम्हाला?"

"हो." अधिकारी म्हणाले, "परवाच मुंबई पोलिसांना शोध लागला त्यांचा!"

"कुठं आहेत ते?" अन्यानं अधीरपणे विचारलं.

ते जिवंत नाहीत. त्यांनी आत्महत्या केली. दीड महिन्यापूर्वी मुंबईकडे येणाऱ्या गाडीच्या फर्स्ट क्लासच्या डब्यात. त्यांच्याबरोबर डब्यात तीन-चार पॅसेंजर्स होते. पण हे झोपल्यासारखे दिसत होते, म्हणून त्यांना काही संशय आला नाही. त्यांच्यातला एक जण भुरट्या चोऱ्या करणारा होता, त्यानं मात्र मागं राहून त्यांची सूटकेस आणि हँडबॅग लांबविल्या. त्यामुळे ते कोण, कुठले हे कळायला मार्ग उरला नाही. कुणी बॉडी क्लेम करायला येतं का, याची आठवडाभर वाट पाहिल्यानंतर मुंबई पोलिसांनी त्यांना अग्नी दिला. परवा दुसऱ्याच एका चोरीच्या भानगडीत त्या भुरट्या चोराला अटक झाली आणि त्यांचं सामान पोलिसांच्या ताब्यात आलं.

याच वेळी अन्याची आई बाहेर आली. अन्या तिला म्हणाला- "आई, दद्दांचा शोध लागला, पण ते... ते..."

पोस्टमार्टेममध्ये त्यांनी बऱ्याचशा झोपेच्या गोळ्या घेतल्याचं आढळलं. पण सामानात मात्र गोळ्यांची बाटली सापडली नाही. त्यांनी आत्महत्या का केली, तेही समजलं नाही.

हवालदारानं आपल्याकडल्या ब्रिफकेसमधून एक स्टेनलेसचा डबा बाहेर काढला आणि तो अन्याच्या आईच्या पुढं केला. "या डब्यावरचं नाव तुमचंच आहे, असं त्या बंगल्याच्या माळ्यानं सांगितलं, म्हणून आम्ही इथं आलो."

"हो, याच डब्यातनं मी त्यांना शेवटचं खाणं दिलं!" डब्यापासून तिरस्कारानं दूर होत अन्याची आई म्हणाली.

अन्यानं रजिस्टरवर सही करून डबा ताब्यात घेतला.

पोलीस निघून गेले.

"म्हणजे आई, रागिणी खोटं बोलत नव्हती!" पोलिसांची पाठ वळताच अन्या उद्गारला. "दद्दा खरंच मुंबईला पोहोचले नाहीत. त्याआधीच त्यांनी गाडीत आत्महत्या केली! पण का केली असेल गं दद्दांनी आत्महत्या? त्यांना काय कमी होतं?"

दद्दांच्या आत्महत्येचं कळल्यापासून अन्याच्या त्या चिमुकल्या घरावरचं सावट अधिकच गडद झालं. आई तर दु:खानं खचल्यासारखी एका जागीच बसून राहिली होती; पण अन्यादेखील कसल्या तरी, त्याच्या वयाला न शोभणाऱ्या गंभीर विचारांत सापडला होता.

संध्याकाळ झाली होती. घरोघर दिवे लागले होते. अन्याची आई मात्र अंधारातच बसून होती. अन्यानं आपली खुर्ची तिच्या अगदी जवळ नेली आणि तिला गदागदा हलवलं.

विचारलं, "दिवा नाही का लावायचा, आई? आणि... बाहेर काळोख पडला, तरी अजून स्वयंपाकाला नाही सुरुवात केलीस?"

तशी ती एखाद्या कळसूत्री बाहुलीसारखी उठली आणि तिनं दिवा लावला. विचारात गढल्यागत ती स्वयंपाकाला लागली.

तासाभरानं तिनं अन्याला जेवायला वाढलं आणि स्वत:चं वाढून घेऊन ती ओट्याला टेकून बसली. एक-दोन घास खाल्ले आणि जेवण तसंच ठेवून पुन्हा विचार करीत बसली.

"आई, ए आई; एकसारखी कसला विचार करतेस? काहीतरी बोल ना!" अन्या त्या शांततेला घाबरून म्हणाला. "मला भीती वाटते गं! बोल की... बोल..."

तरी ती गप्पच राहिली आणि पानातले घास चिवडू लागली.

"अशी गप्प बसू नकोस आई! मला सांग तुझ्या मनात काय येतंय ते! मी तेवढा लहान नाही आता. मला सगळं समजतं! तुला बोलायची भीती वाटतेय आई, होय ना?"

तशी आई ताट उचलून उठली आणि ओट्याशी जाऊ लागली.

अन्यानं तिच्या कमरेला मिठी मारून तिला थांबवण्याचा प्रयत्न केला. त्याचे हात जेमतेम तिच्या कमरेशी गेले, एवढ्यात त्याच्या चाकाच्या खुर्चीचा तोल गेला आणि ती मोठा आवाज करून जमिनीवर एका अंगावर पडली. त्याचे हात आईच्या कमरेपासून घसरत घसरत खाली आले आणि तो तसाच जमिनीवर कोसळला. त्याच्या तोंडून एक अस्पष्ट किंकाळी उमटली. ती किंकाळी आणि त्याच्या न् खुर्चीच्या पडण्याचे आवाज यामुळं आईच्या भोवतीची बर्फासारखी गोठलेली शांतता भंग पावली आणि ती, "अन्या – माझ्या अन्या रेऽ" अशा हाका मारीत खाली बसली. त्याला उठवण्याचा प्रयत्न करू लागली.

तिला गच्च धरून आपले लुळे पाय जागच्या जागी हलवत अन्या म्हणाला "गेले चार दिवस मला काहीतरी आठवत होतं... निसटतंसं. आज एकदम त्याचा अर्थ लागला. दद्दा गेले तेव्हा माझ्या झोपेच्या गोळ्यांची पाऊण बाटली शिल्लक होती. आणखी चारच दिवसांनी तू नवीन बाटली आणलीस. तुला झाकण उघडेना

म्हणून मीच ते उघडून दिलं. तेव्हाच मी विचारणार होतो की, आधीच्या पाऊण बाटली गोळ्या गेल्या कुठं? पण तेव्हा मला ते विशेष महत्त्वाचं वाटलं नाही. आता कळतंय त्या गोळ्या कुठं गेल्या ते! त्या तू दद्दांच्या तिखट-गोडाच्या पिठात मिसळल्यास. त्या तिखट-गोडाचा डबा तू त्यांना प्रवासात खाण्यासाठी दिलास! होय ना?''

"मग काय करणार मी? ते सगळी इस्टेट तिच्या नावावर करायला निघाले होते. तुझी- तुझी इस्टेट!'' तारवटलेल्या डोळ्यांनी अन्याकडे पाहत आई म्हणाली,

"माझी इस्टेट?'' काहीच न कळून अन्यानं विचारलं.

"हो, दद्दांनी पूर्वी विल केलंय तसं. मला दाखवलंय. त्यांच्यानंतर तुलाच त्यांची सगळी मालमत्ता मिळणारेय. मुंबईला जाऊन ते ती सगळी त्या पोरीच्या नावानं करणार होते– मग? तू हा असा. काय होणार होतं तुझं? कसं चालणार होतं तुझं जन्मभर?''

तिनं त्याला उचलून बिछान्यावर ठेवलं. पांघरूण घातलं.

दिवा मालवता मालवता ती म्हणाली, "मला तरी त्यांच्याशिवाय दुसरं कोण होतं रे? आज इतकी वर्षं मी त्यांच्याच आधारानं काढली. किती वाटत होतं मला त्यांच्याविषयी आणि काय, त्याची कल्पना नाही यायची कुणाला आणि आता त्या माझ्या सर्वांत जवळच्या माणसाला मी... तुझ्यासाठी रे बाळा ...तुझ्यासाठी!''

त्या घरात दाटलेल्या अंधाराला नंतर कितीतरी वेळ फक्त हुंदक्यांची सोबत होती.

सामना : १९९१

◆

ൿ अपुरी कहाणी ൾ

आधीचा पेशंट बाहेर जाताच मी बेल दाबली.

क्षणार्धात संदेश बाहेर गेला असावा. रिसेप्शनिस्टनं 'नेक्स्ट–' म्हणून पुकारा केला असणार आणि वेटिंग हॉलमध्ये आधीच तयारीत असलेला पेशंट, उठून माझ्या केबिनच्या झुलत्या दाराशी आला असणार.

दार ढकललं गेलं!

'येस' म्हणत मी सिगारेट पेटवली. हा आजचा कितवा पेशंट, कोण जाणे! मी पार थकून गेलो होतो.

झुरका मारीतच मी आत आलेल्या व्यक्तीकडे पाहिलं. 'बसा' म्हटलं.

चौदा-पंधरा वर्षांचा एक मुलगा– त्याच्याबरोबर त्याची आई!

मुलगा वयाच्या मानानं मोठा वाटत होता. तसा तो काटकुळा असला, तरी उंचीला बऱ्यापैकी होता. अपरं नाक, नाजूक जिवणी, गोरा वर्ण! –असा लहान मुलाला साजेसा चेहरा! पण त्यावर विलक्षण गंभीर भाव!

आणि डोळे! बाप रे! त्या डोळ्यांत एक खोल वेदना–वेल्! कदाचित तो नुसता भास असेल; पण त्या पहिल्याच दर्शनात मला त्या मुलाच्या डोळ्यांत गाढ व्यथा दिसली, एवढं खरं! असं वाटलं की, या मुलानं खूप जग पाहिलंय, खूप सोसलंय! आणि त्यामुळंच तो एकदम अकाली प्रौढ झालाय.

त्याची आई मात्र याच्या अगदी उलट! वयाच्या मानानं ती खूपच तरुण वाटत होती! मुलगा चौदा-पंधराचा, म्हणजे ती पस्तिशीची तर नक्कीच होती! पण जेमतेम तिशीची असेल-नसेल, अशी टवटवीत दिसत होती! बाई श्रीमंताघरची असावी! फिकट रंगाची तलम उंची साडी आपल्या देखण्या बांध्याभोवती तिनं चापूनचोपून लपेटली होती! आपण तरुण, सुंदर दिसावं, असा कटाक्ष त्यात होता; पण छचोरपणा नव्हता!

हे सगळं सांगायला लागला, त्याच्या सहस्रांश वेळसुद्धा मेंदूला ते टिपून घ्यायला लागला नाही. माणूस पाहिल्याबरोबर त्याची अवस्था तत्क्षणी नोंदून घेणं, हा आम्हा डॉक्टरांच्या व्यावसायिक हातोटीचाच भाग असतो.

रिसेप्शनिस्टकडून आलेल्या स्लिपवर मी नजर टाकली.

'सौरभ चक्रमाने, वय चौदा.'

''मी याची आई!'' ती म्हणाली.

''काय होतंय याला?''

''त्याचं डोकं भयंकर दुखतं!'' ती शांतपणे म्हणाली. काही काही माणसं जशी आजाराविषयी बोलताना अतिशय अधीर होतात, तसा प्रकार इथं नव्हता.

''डोकं दुखतं? साधारण केव्हा?''

''केव्हाही दुखतं. पण बहुतेक वेळा संध्याकाळचं. रात्री जेवायच्या सुमाराला दुखायला लागतं, ते झोपेपर्यंत वाढतच जातं. कधी कधी झोपसुद्धा लागत नाही नीट!'

केस तशी साधी होती. या वयाच्या पुष्कळ मुलांचा हा प्रॉब्लेम असतो!

''कितवीत आहे हा?''

''सांग ना तूच.'' ती त्याला म्हणाली.

''एट्थमध्ये आहे मी.'' तो हळूच म्हणाला. ''सेंट सॅबॅस्टियन हायस्कूलमध्ये.''

''हुशार आहे खूप! नेहमी पहिला-दुसरा नंबर असतो!'' ती अभिमानानं म्हणाली. ''पण हे डोकेदुखीचं सुरू झाल्यापासून युनिट टेस्टमध्ये मार्क कमी पडताहेत!''

''फार वाचतो का हा?''

''हो. वाचायची खूप आवड आहे त्याला. रात्री जेवण झाल्यावरसुद्धा वाचत बसतो.''

''मग बरोबर!'' मी म्हटलं. ''डोळे तपासून घ्यायला हवेत त्याचे. कधीपासून दुखतं डोकं?''

''–तरी झाले दोन महिने! पहिल्यांदा मी लक्ष दिलं नाही; त्यानंही सांगितलं नाही! त्याच्या वडिलांना तर काय, आपल्या कामातून सवडच होत नाही, अशा गोष्टींकडे पाहायला! पहिल्यांदा मला वाटलं, तेवढ्यापुरतं दुखलं असेल. पण आता वरचेवर दुखायला लागलं, तेव्हा म्हटलं, डॉक्टरांना दाखवायलाच हवं!''

''आधी आला असता, तर बरं झालं असतं! डोळे एकदा बिघडले की, नंबर भराभर वाढत जातो. मी चिठ्ठी देतो डोळ्यांच्या डॉक्टरना. त्यांचा रिपोर्ट घेऊन मला भेटा.''

मी चिठ्ठी दिली. सौरभ आणि त्याची आई निघून गेली. एक केस चटकन् निकालात निघाली, म्हणून मला हायसं वाटलं.

पण हे समाधान मला फार काळ लाभायचं नव्हतं.

तिसऱ्याच दिवशी ती दोघं पुन्हा आली. डोळ्यांच्या डॉक्टरचा रिपोर्ट घेऊन!

रिपोर्ट आश्चर्यकारक होता.

सौरभच्या दृष्टीत किंचितही बिघाड झालेला नव्हता.

आता सगळीच तपासणी करणं भाग होतं. मी तर त्याला कसून तपासलंच; पण युरिन, ब्लड, इ. तपासण्यांसाठीही चिठ्ठी दिली.

सौरभच्या आईनं ते रिपोर्ट्सदेखील वेळ बिलकूल वाया न घालवता, ताबडतोब मिळवले.

सगळे रिपोर्ट्स नॉर्मल होते. या मुलाच्या शरीरात कसलाही दोष निर्माण झालेला नव्हता.

–आणि तरीही त्याचं डोकं मात्र दुखतच होतं. दररोज संध्याकाळी– दिवेलागणीनंतर!

सौरभच्या आजाराचं कारण मला बिलकूल उलगडेना. दुसऱ्या डॉक्टरकडे जा, असं म्हणणं म्हणजे पराभव पत्करण्यासारखं होतं. सौरभच्या आईचीही माझ्यावर श्रद्धा होती! आज ना उद्या मी त्याला नक्कीच बरं करीन, असा विश्वास तिला वाटत होता. त्या विश्वासाला तडा जाईल, असं काहीही मी करणार नव्हतो. शिवाय सौरभविषयी मला आपुलकी होतीच! त्याला सहन कराव्या लागणाऱ्या त्रासासाठी त्याची दया येत होती!

काहीही झालं, तरी त्याला बरं करणं भाग होतं!

पण कसं? त्याच्यावर उपचार करायचे, म्हणजे आधी त्याच्या आजाराचं कारण ठाऊक हवं ना?

शारीरिक कारण काहीही दिसत नव्हतं. अशा वेळी आजाराचं मूळ मानसिक असण्याचादेखील संभव असतो. मी सौरभची तपशीलवार माहिती मिळवायचं ठरवलं.

त्यानंतर एके दिवशी सौरभची आई अगदी रडकुंडीला येऊन मला भेटली!

"सौरभची सहामाही परीक्षा बुडाली!" ती म्हणाली. "तो जाऊच शकला नाही परीक्षेला! डोक्यातून ठणाठणा कळा येताहेत, म्हणाला. नुसता निजून राहिला दिवसभर डोकं धरून! डॉक्टर, एवढा पहिल्या नंबराचा हा मुलगा. आज नुसती परीक्षा बुडाली; पण या डोकेदुखीतनं भलताच कसला आजार निघाला, तर तो कायमचा..." गळ्याशी हुंदका दाटून आल्यानं ती बोलायची थांबली.

"तसं काही व्हायचं नाही! वयात येताना पुष्कळदा असल्या चमत्कारिक खोडी शरीराला लागतात. नंतर त्या बऱ्याही होतात. तुम्ही घाबरू नका. पण एखाद्या ब्रेन स्पेशालिस्टला दाखवलंत, तर बरं होईल."

"नाही नाही, डॉक्टर– सौरभच्या मेंदूला काहीही झालेलं नाही." ती काकुळतीला येऊन म्हणाली. "त्याचं बोलणं, चालणं अगदी व्यवस्थित आहे. बरं वाटत असेल, तेवढा वेळ पुस्तकंसुद्धा वाचत असतो तो! ब्रेन स्पेशालिस्टला दाखवायचं, म्हणजे त्याच्यावर डोक्यात बिघाड झाल्याचा शिक्काच मारण्यासारखं आहे!"

मी तिचा गैरसमज दूर करण्याचा खूप प्रयत्न केला; पण तिची समजूत पटेचना. मी मग तो नादच सोडून दिला.

ती थोडीशी शांत झाल्यावर मी सौरभची अधिक माहिती विचारून घेतली.

सौरभचे वडील अतिशय यशस्वी कंत्राटदार होते. पूर्वी ते वरळीला राहायचे; पण अलीकडेच त्यांनी खारला स्वत:चा बंगला बांधला होता. दोन गाड्या घेतल्या होत्या. सौरभ त्यांचा एकुलता एक मुलगा. साहजिकच त्याचे सगळे लाड पुरवले जात होते.

तोही त्या लाडांनी बिघडणाऱ्यांतला मुलगा नव्हता. अतिशय नम्र, शांत स्वभावाचा; शाळा, अभ्यास, खेळ, वाचन यांत रमून गेलेला मुलगा होता तो. त्याला आवडतील त्या गोष्टी करण्याचं स्वातंत्र्य त्याला आई-वडिलांनी दिलेलं होतं- आणि स्वातंत्र्याचा दुरुपयोग करणं सौरभच्या स्वभावात नव्हतं.

सौरभच्या घरात आणि स्वभावात जर नाव ठेवायला जागाच नसेल, तर त्याच्या डोकेदुखीला मानसिक कारण कुठून असणार?

काही वेळ मी चक्रावलो. मग एकदम मनात विचार आला- या बाईनं सांगितलं, ते सांगता येण्याजोगं होतं; पण न सांगता येण्यासारखं एखादं कारण असलं, तर?

समजा, सौरभच्या आई-वडिलांचं एकमेकांशी पटत नसलं, तर? ती बाई हे आपणहून थोडंच सांगणार आहे?

मी सौरभच्या घरी जाऊन प्रत्यक्षच पाहायचं ठरवलं.

लवकरच तशी संधी मला मिळाली– सौरभच्या वाढदिवसाचं निमंत्रण! मी त्या दिवशी व्हिजिट्स जरा लवकर आटोपत्या घेतल्या आणि सौरभच्या घरी गेलो.

वाढदिवसाचा थाट पाहण्यासारखा होता. सौरभला पंधरा पूर्ण होऊन सोळावं लागलं होतं. म्हणून पंधरा समयांची आरास केली होती. जेवणात लहान-मोठे पंधरा जिन्नस केले होते.

सौरभचे सगळे मित्र आणि मैत्रिणी आल्या होत्या. पाश्चात्त्य संगीताच्या रेकॉर्ड्स लावून सगळ्यांचा धांगडधिंगा चालला होता. मोठी माणसं चार-पाचच होती. सौरभची आई गडद रंगाचा शालू नेसून मिरवत होती.

मी हॉलमध्ये पोहोचल्यापोहोचल्याच तिनं माझं स्वागत केलं. मला सोफ्यावर बसवलं आणि ती लगबगीनं एका गृहस्थाला घेऊन आली.

"हे सौरभचे वडील!" –तिनं माझी ओळख करून दिली.

गृहस्थ साधारण पन्नाशीकडे झुकलेला होता. त्याचं वय चांगलंच दिसत होतं. टक्कल पडायला लागलं होतं. उरलेले केसही रूपेरी व्हायला लागले होते. तरी माणूस एकूण रुबाबदार दिसत होता.

"रोज यांची कामं! –घरी आले तरी फोन करीत बसतात. मग घराकडे कोण बघणार?" सौरभची आई कौतुकानं म्हणाली.

"वेल...!" तिच्या खांद्यावर हात ठेवीत सौरभचे वडील म्हणाले, "ही घर इतकं सुरेख चालवते की, मला काही बघावंच लागत नाही!"

"पण आज मी म्हटलं– नथिंग डुइंग! एकुलत्या एका मुलाच्या वाढदिवसासाठी तरी तुम्ही वेळ काढलाच पाहिजे!"

"हिचा हुकूमच झाला... मग काय करणार!" सौरभचे वडील हसत हसत म्हणाले, "सगळी कामं खुंटाळ्याला लावली आणि निघून आलो..."

बराच वेळ ती दोघं याच पद्धतीनं बोलत होती- सतत एकमेकांचा उल्लेख करीत. त्या बोलण्यात दोघांची विलक्षण मानसिक जवळीक दिसत होती. शारीरिक जवळीक तर मी प्रत्यक्षच पाहत होतो. त्यांचे हात तिच्या खांद्यावर होते आणि तिचे हात त्यांच्या दंडावर. बोलता बोलता दोघं एकमेकांकडे पाहत, तेही एकमेकांच्या डोळ्यांत बघावं तसं, क्षणभर आजूबाजूच्यांना विसरून जाऊन...! मुलगा पंधरा वर्षांचा झाला, तरीही एकमेकांविषयी त्यांना इतकी आसक्ती वाटत होती, हे थोडं आश्चर्यकारक होतं.

या दोघांचं आपसांत पटत नसेल आणि त्याचा सौरभवर परिणाम होत असेल, असं आपल्या मनात आलं, याचीसुद्धा मला लाज वाटली... त्या दोघांचं एकमेकांवर तर प्रेम होतंच; पण आपल्या एकुलत्या एक मुलाचंही त्यांना किती कौतुक होतं, हे त्या वाढदिवसाच्या थाटामाटावरूनच कळत होतं.

सौरभच्या डोकेदुखीचं कारण जिथं कदाचित सापडू शकेल, अशी एकच जागा आता शिल्लक राहिली होती –

दुसऱ्या दिवशी दुपारी बारा वाजेपर्यंत मी काम केलं आणि सेंट सॅबॅस्टियन हायस्कूलकडे मोर्चा वळवला.

श्रीमंतांच्या मुलांचं हे हायस्कूल मोठं कडक शिस्तीचं म्हणून प्रख्यात होतं. पांढऱ्या शुभ्र रंगाची तिमजली इमारत. खाली पोर्च, मागच्या बाजूला हिरवळ– शाळेचा प्रशस्तपणा पाहूनच माणूस दबल्यासारखा होई.

दुपारी साडेबारा वाजता शाळा चालू असूनही, ती निर्मनुष्य वाटेल अशी शांतता शाळेत होती. प्रिन्सिपॉलच्या केबिनमध्ये तर देवळाच्या गाभाऱ्यात असावं, तसं शांत होतं. त्यात प्रिन्सिपॉल एखाद्या दगडी मूर्तीसारखे निश्चल बसले होते, समोरचे कागदपत्र जणू नजरसुद्धा न हलवता वाचत होते.

"येस... कम इन!" माझ्याकडे न बघताच ते म्हणाले.

मी त्यांच्यासमोर जाऊन बसलो. माझं व्हिजिटिंग कार्ड त्यांच्या पुढ्यात टाकलं.

“आय सी- यू आर अ डॉक्टर, हां?” चष्म्याच्या काचांवरून माझ्याकडे पाहत ते म्हणाले. त्यांनी असं दुढ्ढाचार्यासारखं- माझं कौतुक केल्याप्रमाणे विचारावं, हे मला आवडलं नाही.

“माझ्या एका पेशंटच्या संबंधात मी आलो होतो. तुमच्याकडे एट्थ स्टँडर्डमध्ये तो शिकतो. सौरभ चक्रमाने.”

प्रिन्सिपॉलसाहेब काहीच बोलले नाहीत. त्यांनी फक्त बेल वाजवली. त्याबरोबर चपराशी आत आला.

“मिस् फर्नांडिसना बोलाव.”

चपराशी गेला. पाचच मिनिटांत फिकट बिनकाठाची साडी नेसलेली आणि केस डोक्याबरोबर कापलेली स्मार्ट मिस् फर्नांडिस आत आली.

“या त्याच्या वर्गाच्या क्लासटीचर”- मिस् फर्नांडिसची मला ओळख करून दिल्यावर, तिच्याकडे वळून प्रिन्सिपॉल म्हणाले- “यांना आपल्या एका स्टुंडंटची थोडी इन्फर्मेशन हवी आहे. यू कॅन गिव्ह इट टु हिम्! ऑफ कोर्स, ओन्ली पर्टेनिंग टु स्कूल- वुइ नीड नॉट गो इन्टू एनी पर्सनल डीटेल्स!”

“सौरभ इज अ व्हेरी गुड स्टुडंट! टर्मिनलला तो बसू शकला नाही- पुअर सोल! पण एरवी तो अभ्यासात फार चांगला आहे. वर्तणूकही फार चांगली असते त्याची. होमवर्क-क्लासवर्क अगदी रेग्युलर असतं. मित्रही बरेच आहेत त्याला शाळेत.”

“एवढं पुरे आहे, मला वाटतं तुम्हाला!” –मिस् फर्नांडिसला मध्येच थांबवत प्रिन्सिपॉलसाहेब म्हणाले. त्यांचं हे तिला थांबवणं मला फारसं रुचलं नाही.

“थँक्यू. गुड डे!” मी त्यांचा निरोप घेतला आणि बाहेर पडलो.

चला! या मुलाला इतर कसला त्रास असेल, ही कल्पनाच आपण डोक्यातून काढून टाकली पाहिजे! घर-शाळा दोन्हीकडे त्याच्याभोवती आदर्श वातावरण आहे! तोही सर्वांचा आवडता आहे. मग त्रास कसला? अडचण कसली? –छे, त्याच्या डोकेदुखीचं कारण शारीरिकच असलं पाहिजे...

असा विचार करीत मी शाळेच्या पायऱ्यांपर्यंत आलो, इतक्यात पाठीमागे उंच टाचा वाजल्या.

“एक्स्यूज मी! वन सेकंड!” –मिस् फर्नांडिस मला बोलावत होती.

‘मला तुम्हाला काही सांगायचं आहे!’ असं म्हणत तिनं मला पाठीमागून येण्याची खूण केली.

एक जिना चढून ती टीचर्स रूममध्ये गेली. क्षणभर दारातच थबकून तिनं मी मागोमाग येत असल्याची खातरी करून घेतली. मग झुलतं दार ढकलून ती आत गेली. मीही तिच्या पाठोपाठ आत गेलो.

टीचर्स रूममधल्या बहुतेक खुर्च्या मोकळ्याच होत्या. अगदी कोपऱ्यात एक पोरगेलेसे शिक्षक 'आयर्व्हिंग वॅलेस' वाचत बसले होते.

मी खाली बसत असतानाच ती म्हणाली,

"मला जे काही सांगायचं आहे, त्याचा कदाचित तुमच्याशी काही संबंधच नसेल. तरीही तुमच्या कानावर घालते. कोण जाणे; तुम्ही डॉक्टर आहात, तेव्हा या माहितीचा तुम्हाला काहीतरी उपयोग होईलदेखील! एवढं मात्र खरं की, प्रिन्सिपॉलसाहेबांनी हे मला कुणाला सांगू दिलं नसतं. तेव्हा हे सगळं तुमच्यापाशीच ठेवा."

"ऑल राइट्! सांगा तर खरं–"

"टर्मिनल्सच्या थोडी आधीची गोष्ट..." मिस् फर्नांडिस सांगू लागली- "एके दिवशी मला वर्गात निरोप आला की, तास संपल्याबरोबर सौरभ चक्रमानेला घेऊन प्रिन्सिपॉलसाहेबांच्या केबिनमध्ये बोलावलंय. मला थोडं आश्चर्य वाटलं. कारण हा मुलगा चांगल्या सभ्य मुलांमधल- त्याच्याविरुद्ध कुणाची तक्रार येण्याचा संभव नव्हता. तरीही, अर्थातच मी निरोपाप्रमाणे सौरभला घेऊन खाली गेले.

"प्रिन्सिपॉलसाहेबांच्या केबिनमध्ये एक स्त्री बसली होती- सुमारे चाळिशीची. किडकिडीत, केस विरळ व्हायला लागलेले. अंगावर बऱ्यापैकी साडी– पण कशीतरी गुंडाळलेली. हातात एका बाजूनं उसवलेली कापडी पर्स आणि उन्हाची छत्री. चेहरा ओढलेला, थकलेला.

"सौरभला पाहिल्याबरोबर मात्र तो चेहरा एकदम उजळला. ती तटकन् उभी राहिली आणि बावचळलेल्या सौरभकडे जाऊन तिनं त्याचे दोन्ही हात हातात घेतले. 'सौरभ, सौरभ' असं नुसतं त्याचं नाव ती घेत राहिली.

'या कोण?' मी विचारलं.

"ती म्हणते की, मी सौरभची आई आहे."

"मी चमकले. सौरभची आई? सौरभ गेल्या वर्षीपासून आमच्या शाळेत होता. पेअरंट्स मीटिंग्जना त्याची आई गेल्या वर्षात चार-सहादा तरी आली असेल. मी तिला चांगली ओळखत होते. ही ती बाई नव्हती खास! एव्हाना सौरभनं तिच्या हातातून आपले हात सोडवून घेतले होते.

'सौरभ, ही तुझी आई आहे?' मी त्याला विचारलं. 'नाही,' त्यानं मान हलवली.

"वेल्... आय थॉट ॲज मच!" प्रिन्सिपॉलसाहेब म्हणाले. पण या बाईनं फारच हट्ट धरला! मला एकदा माझ्या मुलाला पाहू द्या, अशा विनवण्या केल्या. तेव्हा म्हटलं, समोरासमोरच काय तो सोक्षमोक्ष होऊ द्या. म्हणून तुम्हाला त्याला घेऊन यायला सांगितलं. पण तास संपेपर्यंतसुद्धा हिला धीर निघत नव्हता. पुनःपुन्हा दाराबाहेर जाऊन पाहून येत होती."

"मग, मला नाही का हो, माझ्या मुलाला बघावंसं वाटणार? सौरभ, ये ना

बेटा, माझ्याजवळ ये!'' ती बाई म्हणाली,

''सौरभ अंग चोरून उभा होता. त्या बाईच्या वागण्याचा त्याला उघडच अतिशय त्रास होत होता. त्याचा चेहरा आतून पिळवटल्यासारखा झाला होता. दात ओठांवर रोवलेले होते. त्या मुलाचा शांत, गोड चेहरा कधी इतका त्रासिक दिसू शकेल, याची मी कल्पनाच केली नव्हती. मला तो बघवेना.

''वेल्, सर... कॅन आय् टेक हिम टु हिज क्लास? ''येस्... बाय ऑल मिन्स,'' प्रिन्सिपॉल म्हणाले. ''इथं त्याला काहीच करण्यासारखं नाही. या बाईलादेखील आता जायला हरकत नाही.''

''मी सौरभला घेऊन निघाले. प्रिन्सिपॉलसाहेबांचे शब्द माझ्या कानांवर पडत होते– 'बाई, अशा तऱ्हेची बनवाबनवी या शाळेत चालायची नाही. मी खरं तर याबद्दल पोलिसांना फोन करू शकतो; पण एक वेळ तुमची गय करतो. पुन्हा मात्र तुम्ही या शाळेच्या आवारात...'

''दाराशी पोहोचल्यावर एकदा सौरभनं वळून पाहिलं. मीदेखील वळून त्या बाईंकडे पाहिलं. ती ओक्साबोक्शी रडत होती. रडता रडता म्हणत होती,'तो माझा मुलगा आह हो, प्रिन्सिपॉलसाहेब... खरंच, मी त्याची आई आहे- मी त्याची आई आहे...' या प्रसंगानंतर तिसऱ्या दिवशीची गोष्ट...'' मिस् फर्नांडिस मला सांगत होती-

''मी प्रिन्सिपॉलसाहेबांच्या केबिनमध्ये बसले होते. गॅदरिंगचे आयटेम्स फायनलाईज करण्याचं काम आम्ही करत होतो. एवढ्यात चपराशी आत येऊन म्हणाला,'मिसेस चक्रमाने आल्या आहेत.' त्याच्या पाठोपाठ सौरभची आई आत आली. ''प्लीज एक्स्यूज मी फॉर डिस्टर्बिंग यू–'' ती तिच्या नेहमीच्या शांत स्वरात म्हणाली, ''माझं फक्त पाचच मिनिटं काम आहे....''

''बसा बसा...'' तिच्या स्वरातल्या आर्जवानं आमचे करडे प्रिन्सिपॉलसाहेबसुद्धा मृदू झाले होते–

''व्हॉट कॅन आय डू फॉर यू?''

''मला परवाचा प्रकार कळला. सौरभनंच सांगितला.''

''ओ! डोंट लेट् दॅट वरी यू. मी त्या बाईला चांगली ताकीद दिली आहे. पुढच्या वेळी ती आली, तर पोलिसांतच.....''

''तशी मला खातरी होतीच.'' किंचित स्मित करीत मिसेस चक्रमाने म्हणाल्या– ''तुमच्यासारख्या जबाबदार शाळांचा हाच तर मोठा फायदा असतो! तुमच्याकडे मुलं सुरक्षित असतात. वन् फील्स ॲबसोल्यूटली सिक्युअर!''

''प्रिन्सिपॉलसाहेबांनी मिसेस् चक्रमाने 'नको-नको'म्हणत असतानाही 'थम्सअप'ची ऑर्डर दिली.

"एका परीनं चूक आमचीही आहे!'' मिसेस चक्रमाने म्हणाल्या, ''या बाईची माहिती मी तुम्हाला आधी द्यायला हवी होती. बिचारी वेडी आहे. या भागातच असते. का कोण जाणे, पण तिनं मनात घेतलंय की, सौरभ हा तिचा मुलगा आहे. एक-दोन वेळा रस्त्यातही तिनं त्याला हटकलं. तो घाबरला तिला! मला येऊन सांगितलं. मी म्हटलं- त्यात काय आहे घाबरण्यासारखं? बिचारीचं डोकं फिरलंय. कदाचित याच वयाचा, असाच दिसणारा तिचा मुलगा अचानक वारला असेल किंवा बेपत्ता झाला असेल म्हणून ती सौरभमध्ये त्याला पाहत असेल! तिचा राग येऊन कसं चालेल; उलट दया आली पाहिजे आपल्याला! याच विचारानं मी हे इतके दिवस सोडून दिलं. पण आता शाळेत येऊन तुम्हाला त्रास देण्यापर्यंत तिची मजल गेली म्हणजे....

"चपराशी 'थम्सअप' घेऊन आला. मधूनमधून रुमालानं ओठ टिपत मिसेस् चक्रमाने ते पिऊ लागल्या.

"तुम्ही अजिबात काळजी करू नका,' प्रिन्सिपॉलसाहेबांनी त्यांना आश्वासन दिलं. शाळेच्या रूलप्रमाणे मुलांच्या पालकांशिवाय इतर कुणालाही त्यांना भेटायचं असलं, तर आम्ही त्याची खोलात जाऊन चौकशी करतो. तुमच्या मुलाला निदान या शाळेच्या आवारात तरी त्या बाईचा त्रास होणार नाही–"

"दुसरं काही नाही; सौरभ थोडा सेन्सिटिव्ह आहे म्हणून–! तिच्या भीतीचा त्याच्यावर भलताच काहीतरी परिणाम होणार नाही ना, याची काळजी वाटते. त्यातनं अलीकडे त्याचं डोकं दुखतं. खूपच दुखतं. धड जेवतखात नाही. खूप अशक्त झालाय. म्हणून म्हटलं, एकदा तुमच्याशी बोलावं–"

सौरभ शाळेमध्ये पुरता सुरक्षित आहे, याची पुन:पुन्हा खातरी करून आणि आम्हां दोघांचे आभार मानून, मिसेस् चक्रमाने निघून गेल्या.''

"मग? त्यानंतर ती बाई कधी दिसली की नाही?'' मी विचारलं.

"सांगते ना! या प्रकारानंतर दोन दिवसांनीच टर्मिनल सुरू होत होती. पण सौरभ परीक्षेला बसू शकला नाही. मला वाटतं, तुम्हीच मेडिकल सर्टिफिकेट दिलंत.''

"राइट!''

"परीक्षा चालू असतानाची गोष्ट. मी शाळेतून घरी परत चालले होते– शाळेच्या कोपऱ्यावर मला अचानक तीच बाई दिसली. तिला पाहिल्यावर मी भूत दिसावं, तशी दचकले. माझ्या जागी सौरभ असता, तर तिला पाहिल्यावर त्याच्या जिवाचं कसं पाणी पाणी झालं असतं, असा विचार माझ्या डोक्यात आला. मी तिला न पाहिल्यासारखं करून चालू लागले. पण तिनं मला पाहिलं होतं. एवढंच नाही, तर ती माझ्या मागं मागं यायलादेखील लागली होती. मी, नाही म्हटलं तरी घाबरून

गेले. काय असेल हिचा विचार? रस्त्यात सगळ्यांसमोर तमाशा तर नाही करायची?

"म्हणेम्हणेपर्यंत ती माझ्याजवळ आली. मला हलकेच हाका मारू लागली– 'मॅडम, प्लीज. मॅडम...'

"माझ्यानं राहवेना. मी थांबले. ती जवळ येऊन उभी राहिली. दीनवाणेपणानं म्हणाली, 'मॅडम, मला सौरभला बघायचं होतं... म्हणून शाळेत गेले होते; पण चपराशी आत येऊ देत नाही. पोलीसची भीती घालतो. म्हणून कोपऱ्यावर येऊन उभी राहिले. सगळी मुलं गेली; पण सौरभ दिसला नाही जाताना... मला सांगा– तो घरी गेला का?' मी काहीच बोलले नाही. हिच्याशी बोलून संबंध वाढवणं बरोबर ठरेल का, या विचारात.

"तुम्हाला प्रिन्सिपॉलसाहेबांनी माझ्याशी बोलू नका, असं सांगितलंय का?' ती मनकवडी असल्यागत म्हणाली. ते फार कडक आहेत. त्यांना नाही माझी दया यायची. पण तुम्हाला येईल. सांगा ना, सौरभ कुठं आहे? घरी गेला, की अजून शाळेतच आहे?'

"नाही, तो आज आलाच नाही."

"आला नाही? काय झालं त्याला?"

"त्याची टर्मिनल चालू आहे; पण तो परीक्षेला बसला नाही."

"आजारी नाही ना तो?" तिनं भलत्याच काळजीत पडून विचारलं.

"डोकं फार दुखतंय त्याचं; म्हणून तो परीक्षेला बसू शकला नाही, अशी चिठ्ठी आलीय त्याच्या पालकांची."

ती तिथल्या तिथं दुकानाच्या पायरीवर बसली. पदराचा बोळा करून तो तोंडाशी धरून रडू लागली.

"नाही म्हटलं तरी मला हलल्यासारखं झालं. मी तिला म्हटलं- 'तुम्ही आता थांबू नका इथं. घरी जा.' मग काही एका विचारानं तिला विचारलं– 'कुठं आहे तुमचं घर?" पण ती काहीच बोलली नाही. माझं बोलणं जसं काही तिला ऐकूच आलं नव्हतं. किंबहुना मी समोर असतानाही जशी काही तिला दिसतच नव्हते. आपली उसवलेली पर्स आणि उन्हाची छत्री छातीजवळ, लहान बाळाला जपून धरावं, तशी सावरीत ती उठली आणि रस्त्यानं चपला घाशीत चालू लागली."

मिस् फर्नांडिसचा निरोप घेऊन मी सेंट सॅबॅस्टियन हायस्कूलच्या बाहेर पडलो, तेव्हा माझ्या डोक्यात विचारांचं मोहोळ उठलं होतं. या वेड्या बाईच्या त्रासानं तर सौरभची डोकेदुखी सुरू झाली नसेल? निदान परीक्षेच्या आधी तिनं शाळेत येऊन त्याला भेटण्याचा जो प्रयत्न केला, त्यामुळे त्याची डोकेदुखी वाढली, एवढं खरं ना? मग त्या बाईचा काही कायमचा बंदोबस्त होऊ शकला, तर त्याची डोकेदुखी

कायमची बंद होईल! पण त्या बाईनं सौरभचा नाद सोडायला हवा– म्हणजे त्याआधी सौरभ तिचा मुलगा असल्याचा भ्रम तिच्या डोक्यातून काढून टाकायला हवा! पण ती बाई भेटणार कुठं? तिचा पत्ता कुठं ठाऊक आहे?

संध्याकाळी माझ्या व्हिजिट्समध्ये मी माझ्या छोट्या पेशंटलाही व्हिजिट द्यायचं ठरवलं.

सौरभचे आई-डॅडी घरी नव्हते. बंगल्यात वॉचमन आणि एक-दोन नोकरचाकर होते. हॉलमध्ये मायकेल जॅक्सनची रेकॉर्ड लागली होती आणि सौरभ एका सोफ्यावर अंगाची मुटकुळी करून, गाणं ऐकत ऐकत टॉम सॉयर वाचण्यात दंग झाला होता...

मला पाहताच तो चटकन् उभा राहिला आणि म्हणाला,

"गुड इव्हनिंग, डॉक्टरअंकल!"

"गुड इव्हनिंग!" मी खाली बसत म्हणालो.

"आई आणि डॅड पिक्चरला गेलेयत. येतीलच आत्ता... 'जानकी'.....– ही हाक घरातल्या कामाच्या बाईला.

"तू नाही गेलास आई-डॅडबरोबर?" जानकी मला पाणी देऊन गेल्यावर मी विचारलं.

"नाही. पिक्चर फॉर ॲडल्ट्स ओन्ली आहे. त्याच्या बदल्यात आईनं मला 'नेव्हर एन्डिंग स्टोरी' प्रॉमिस केलाय."

"मजा आहे, बुवा! आई भलतेच लाड करते तुझे!"

"हो. सगळं काही मी न मागताच आणून देते!"

"आणि तू हट्ट केलास, की मारते की नाही?"

"छे – मारणं तर सोडाच; रागावतसुद्धा नाही!" – पण हे म्हणताना त्याचा चेहरा आनंदी व्हायचा सोडून उगाचच गंभीर झाला होता.

"आश्चर्यच आहे!" मी गमतीनं म्हटलं. "आईसारखी आई– आणि मुलाला रागावतसुद्धा नाही?"

"बिलकूल नाही!" सौरभ ठामपणे म्हणाला. "...आणि तरीसुद्धा ही माझी खरीखुरी आईच आहे!"

जानकी माझ्यासाठी कॉफी घेऊन आली. मी कॉफी पितोय तेवढ्यात बाहेर गाडी वाजली.

"आई-डॅडी आले!" खिडकीतून बाहेर पाहत सौरभ ओरडला.

"सॉरी हं, डॉक्टर," आत येतायेता मिस्टर चक्रमाने म्हणाले. "फार वेळ वाट पाहावी लागली का तुम्हाला?"

"अंहं... मी तुमच्याकडे आलोच नव्हतो. सौरभची तब्येत बघण्यासाठी– स्ट्रिक्टली प्रोफेशनल व्हिजिट होती ही!"

"मग? काय म्हणतोय तुमचा पेशंट?" चक्रमाने हसत हसत म्हणाले.

"आज जरा हुशार वाटतोय!"

"गेल्या तीन-चार दिवसांत जरा कमी झालंय त्याचं डोकं दुखणं!" सौरभची आई म्हणाली.

–आणि याच वेळी एक विचित्र प्रकार घडला.

दारात एक अशक्त स्त्री येऊन उभी राहिली.

केस पार विस्कटून कपाळावर आलेले, साडी चुरगळलेली, पदराचं भान नाही, अशी ती स्त्री दारातूनच हाका मारू लागली :

"सौरभ... सौरभ..."

मी तिला ताबडतोब ओळखलं. मिस् फर्नांडिसनं मला जिच्याविषयी सांगितलं होतं, तीच ही! स्वत:ला सौरभची आई म्हणवणारी!

"सौरभ- सौरभ कुठं आहे? तो आजारी आहे ना? मला कळलं. खूप आजारी आहे का तो?"

सौरभचे वडील पुढं झाले.

"तू इथं कशी आलीस?" ते संताप दाबण्याचा प्रयत्न करीत म्हणाले.

"मी काढला शोधून तुमचा नवा पत्ता! इतके दिवस मिळत नव्हता... शेवटी सौरभच्या शाळेतल्या मुलांकडून..."

"बाहेर हो आधी– आत यायचं नाही! चल, बाहेर हो..."

"जाईन. फक्त पाच मिनिटं.... मला फक्त सौरभला बघू दे. त्याचं डोकं दुखतंय ना, तेवढं चेपून देईन.... मग जाईन! फक्त पाच मिनिटं...," ती आत येण्याचा प्रयत्न करीत म्हणाली.

"पाच मिनिटं नाही न् एक मिनिट नाही!" चक्रमान्यांनी तिला दंडाला धरून बाहेर काढलं.

"मला माझ्या मुलाला तुम्ही बघू देत नाही...." ती चक्रमान्यांच्या हाताला हिसडा देऊन आत येण्याचा प्रयत्न करू लागली. त्याबरोबर त्यांनी खाडकन् तिच्या एक थोबाडीत मारली. त्या धक्क्यानं ती खाली कोसळली. ते तिला लाथेनं बाहेर ढकलू लागले.

याच वेळी सौरभ धावत दाराशी गेला.

सौरभची आई ओरडली,

"सौरऽभ...."

–आणि सौरभ डोक्यात बंदुकीची गोळी लागावी, तसा जागच्या जागी थांबला.

'आई गं- अगं, आई..... 'असं काहीतरी पुटपुटत तो डोकं धरून खाली बसला.

त्याच्या डोक्यात कळा यायला सुरुवात झाली होती.

मी त्याला हाताला धरून उठवलं आणि सोफ्यावर निजवलं. त्याच्या आईनं धावत जाऊन पाणी आणलं. मी त्याला माझ्या बॅगेतून एक गोळी काढून दिली. पेनकिलरची.

या वेळेपर्यंत वॉचमन दारात आला होता. तो त्या बाईच्या दंडाला पकडून तिला बाहेर घेऊन गेला. ती त्याच्या तावडीतून दंड सोडवण्याचा प्रयत्न करीत, हिसके देत चालली होती.

"पुन्हा या भागात दिसलीस, तर बघ! इस्पितळात टाकायला लावतो तुला!" चक्रमाने गरजले.

वॉचमननं तिला कंपाउंडच्या बाहेर ढकलून दिलं. तिला आणखी दूरवर हुसकून लावण्यासाठी तो तिच्या मागोमाग गेला.

चक्रमाने आत आले.

"ब्लडी न्यूसन्स!" हात झटकत ते म्हणाले, "सॉरी डॉक्टर! या वेडीचा उपद्रव भलत्या थराला पोहोचलाय आता."

सौरभला आता झोप लागू लागली होती. त्याच्या आईनं त्याला जागचं न उठवता एक शाल त्याच्या अंगावर आणून घातली.

मी त्या दोघांचा निरोप घेऊन निघालो. कानांत घुमत होता, तो त्या स्त्रीनं सौरभला भेटण्यासाठी केलेला आकांत... आणि त्याबरोबरच चक्रमान्याचं गरजणं!

रस्त्यात एके ठिकाणी गर्दी दिसली, म्हणून कार थांबवावीच लागली.

मी खाली उतरलो आणि काय प्रकार आहे, हे पाहण्यासाठी गर्दीत घुसलो.

मघाचीच स्त्री एका बंद दुकानाच्या पायरीवर बसून हंबरडा फोडून रडत होती. रडता रडता मध्येच विव्हळल्यासारख्या आवाजात शिव्या देत होती.

'कधी भलं व्हायचं नाही... माझ्या पोराला माझ्यापासून तोडलंत; पाप लागेल! बंगल्यात राहतात... जळून जाईल बंगला...." असं काहीबाही ती ओरडत होती.

आजूबाजूचे फेरीवाले तिची थट्टामस्करी करत होते. पोरंटोरं हसत होती. ती त्या जमावालाही काहीतरी सांगण्याचा प्रयत्न करीत होती. पण जमाव तिच्या शब्दाशब्दाला हसत होता, तिची टर उडवत होता. नक्कल करत होता...

मला काय वाटलं, कोण जाणे! मी गर्दीत शिरून त्या बाईपर्यंत गेलो. तिला म्हटलं,

"बाई, तुम्हाला सौरभला भेटायचंय् ना? चला माझ्याबरोबर..."

"साब, ये पागल है –" गर्दीतून एक जण ओरडला.

“अरे, चलती होगी उसको पागल भी –” दुसरा म्हणाला.

सगळे हसले.

मी तिच्या दंडाला धरलं, जास्त काही न बोलता तिला गाडीत मागच्या बाजूला बसवलं. ती इतकी थकली होती की, तिनं सीटवर लगेच अंग टाकलं.

मी तिला घेऊन सरळ नर्सिंग होममध्ये गेलो.

नर्सला सांगितलं–

“हिला ॲडमिट करून घ्या. हिचे कपडे बदला. अंग स्पंज करा. काहीतरी गरम प्यायला द्या आणि मग हिचा मेडिकल रिपोर्ट तयार करा...”

दुसऱ्या दिवशी सकाळी सौरभच्या आईचा फोन आला.

“डॉक्टर... कालच्या त्या प्रकारापासनं सौरभचं डोकं फारच दुखतंय. आज त्याचं गॅदरिंग होतं; पण तिथंही तो जाऊ शकला नाही.”

“इफ यू डोंट माइंड, मिसेस चक्रमाने, तुम्ही त्याला माझ्या नर्सिंग होममध्ये घेऊन या... एक दिवस त्याला इथंच राहू दे- अंडर ऑब्झर्वेशन... उद्या त्याला परत घेऊन जा. ओके?”

“शुअर ! मी आत्ता येते त्याला घेऊन. थँक्स डॉक्टर, व्हेरी काइंड ऑफ यू....”

पंधरा-वीस मिनिटांत चक्रमान्यांची गाडी हॉस्पिटलच्या दारात हजर. मी सिस्टरला सूचना देऊन ठेवल्या होत्या, त्याप्रमाणे सौरभला ॲडमिट करून घेतलं गेलं.

“तुम्ही इथं थांबायची गरज नाही.” सिस्टरनं मिसेस चक्रमानेंना सांगितलं. “ही इज फाइन! आम्ही आहोतच त्याच्याकडे बघायला!”

मिसेस चक्रमानेंची समजूत पटायला वेळ लागला. शेवटी, नाइलाजानं, जसा काही वर्षा-दोन वर्षांचा विरह सहन करावा लागणार आहे अशा भावनेनं, तीनतीनदा त्याचा निरोप घेऊन ती परत गेली...

ती गेल्यावर मी सौरभच्या खोलीत गेलो.

“वेल, डिअर यंग मॅन, व्हॉट विल यू हॅव?” मी त्याच्यासमोर खुर्ची घेऊन बसलो. “कॉफी, बोर्नव्हिटा, मिल्क, हॉट चॉकलेट....”

त्याला हॉट चॉकलेट हवं होतं. मी ते आणायला नर्सला सांगितलं.

“सौरभ, मी तुला इथं कशासाठी आणलं, असं तुला वाटतंय?”

तो काहीच बोलला नाही.

“बरं करायला. संपूर्ण बरं करायला. आजच्या दिवसानंतर तुझं डोकं परत कधीच दुखणार नाही. वोन्ट दॅट बी फाईन?”

सौरभ केविलवाणं हसला.

"तू म्हणशील- इतके दिवस मला का बरं केलं नाहीत? मला ते शक्य नव्हतं. कारण तुझं डोकं का दुखतं, तेच मला ठाऊक नव्हतं. आता ते मला कळलंय्, हंड्रेड अँड वन पर्सेंट कळलंय..."

"का दुखतं माझं डोकं?"

"तू एक गोष्ट दडपून ठेवतोयस, सौरभ. तुला ती दडपावी लागत्येय. ते ओझं तुझ्या मेंदूला सहन होत नाहीये. तो बंड करतो. डोकं दुखणं ही त्या बंडाची खूण आहे. ही नुसती सुरुवात आहे. तू जर ती गोष्ट अशीच दडपत राहिलास, तर मला माहीत नाही, पुढं आणखी कसले आजार....."

"पण काय दडपतोय मी?" किंचित कावराबावरा होत सौरभ म्हणाला.

"चल माझ्याबरोबर."

मी त्याला दोन रूम्स सोडून पलीकडे असलेल्या रूममध्ये घेऊन गेलो.

तिथं ती होती. गाढ झोपली होती.

सौरभ तिच्याकडे पाहत राहिला.

"तिला इथं का आणलंय? काय झालंय तिला?"

"ती मरणार आहे, ध्यास घेऊन! तिच्या मुलानं तिला ओळखलं नाही, तर!"

"पण मी- मी तिचा मुलगा नाही! मला इथं का आणलं?" त्याच्या डोळ्यांत भीतीची छाया दिसायला लागली.

"ती मरणार आहे – खरंच?"

बोलता बोलता तो तिच्या बिछान्याच्या अगदी जवळ पोहोचला होता.

"कपाळाला हात लाव तिच्या- बघ ताप आहे का ते..."

त्यानं हात पुढे केला. लगेच मागं घेतला.

"थांबलास का? हात लाव तिच्या कपाळाला–"

त्यानं तिच्या कपाळावर हात ठेवला. हलकेच, अगदी हलकेच तिच्या डोक्याशी नेला. तिचे केस मागं सारले!

"ही कोण आहे?" मी त्याला हळूच विचारलं.

"ही माझी आई नाही.... ही माझी आई नाही! ही माझी आई-आई-आई...." तो तिला मिठी मारून ढसढसा रडू लागला.

अर्धवट गुंगीतसुद्धा त्याचा स्पर्श तिला कळला असावा. तिनं डोळे उघडले. ओठ पुटपुटले,

"सौ-र-भ–"

"डॉक्टरअंकल... तुम्ही मघा म्हणालात..."

"नाही... ती मरणार नाही..." मी तुला मुद्दामच तसं सांगितलं...

"तुम्ही तिला वाचवाल?"

''मी नाही... तूच तिला वाचवशील! तू तिला 'आई' म्हटलंस, कधीमधी भेटत राहिलास, तर ती सावरेल. तिच्या डोक्यावर परिणाम झालाय् तो कमी होईल - ती बरी होईल! बघ, तिला वाचवणं तुझ्या हातात आहे!''

सौरभ एकदम रडू लागला. ''मी वाईट आहे, डॉक्टरअंकल! मी वाईट आहे, ती माझी आई असून, मी तिला ओळख दाखवत नाही.''

''तू वाईट नाहीस, सौरभ!'' मी त्याला जवळ घेऊन म्हटलं. ''तुझ्या आजूबाजूची परिस्थिती अशी आहे की, तुला उघड उघड बोलता येत नाही; पण माझ्याकडे सांगायला हरकत नाही. सगळं सांग – खरंखुरं! काहीही लपवून न ठेवता... मग तुला मोकळं वाटेल.''

''मला... सगळं माहीत नाही, डॉक्टरअंकल! मी खूप लहान होतो त्या वेळी पाच-सहा वर्षांपूर्वीपर्यंत सगळं चांगलं चाललं होतं. ही, मी आणि डॅडी – आम्ही मजेत राहत होतो. मग काय झालं, कुणास ठाऊक! आईची आणि डॅडींची भांडणं व्हायला लागली. त्यातच आईला बाळ झालं, ते गेलं – आणि तेव्हापासून आई कधीमधी काही काही विसरायला लागली. चुकीचं बोलायला लागली – त्याच वेळी डॅडींना माझी आत्ताची आई कुठंतरी भेटली. ती घरी यायला लागली! माझे लाड करायला लागली! डॅडी माझ्या आईला 'वेडी वेडी' म्हणत – तिच्याशी भांडण उकरून काढत. एके दिवशी त्यांनी तिला घरातनं घालवून दिलं..''

न रडता सांगणं सौरभला कठीण होत होतं. मुसमुसत, सदऱ्याच्या बाहीनं नाक-तोंड पुसत तो बोलत होता. त्याला बोलावंसं मात्र वाटत होतं. इतके दिवस कुठंच बोलू न शकलेला सौरभ बांध फुटल्यासारखा बोलत होता. मी त्याला थांबवलं नाही...

''आई काही वेळा घरी आली – पण प्रत्येक वेळेस डॅडींनी तिला घालवून दिलं. ती मग कुठं गेली, कुणास ठाऊक! तिच्या नातेवाइकांकडे असेल कदाचित! तिच्या आजारावर उपचार चालले असतील! काहीही असेल – पण ती आलीच नाही. ही आत्ताची आई आहे, ही सरळ आमच्याकडे राहायलाच लागली. मग आम्ही जागा बदलली. नव्या बंगल्यात राहायला आलो. नव्या शाळेत माझं नाव घातलं. डॅडींनी मला ताकीद दिली- हीच तुझी आई आहे, असं म्हणायचं. पहिल्या आईचं नावसुद्धा काढायचं नाही. ती कधी भेटली, तर ओळख दाखवायची नाही... तिला आई म्हणायचं नाही. तिला ओळख दाखवलीस, तिच्याविषयी कुणाला सांगितलंस, तर तुला घरातनं बाहेर काढीन. तिला काढलं तसं- फुटपाथवर मरावं लागेल! तेव्हापासून मी आत्ताच्या आईला 'आई' म्हणतो– तीही माझे लाड करते. मला कुणाकडे बोलता येत नाही; पण मला माझ्या पहिल्या आईला विसरता येत नाही, डॉक्टरअंकल! दररोज संध्याकाळी-रात्री मला तिची आठवण येते... मग माझं डोकं दुखतं... खूप दुखतं...''

"डोन्ट वरी! तुझी परिस्थिती मला कळतेय. अजून तू लहान आहेस. शिकतोयस तोवर तुला घराचं छत्र हवंच! मी कुणाला सांगणार नाही. तूही कुणाला बोलू नकोस! पण तुला आईची आठवण आली की, मला सांग. मी तुझी-तिची भेट घडवीन! तू मोठा होईपर्यंत हे असंच चालू दे! मग तुझं तू ठरवायचंस! एवढं मात्र कायम लक्षात ठेव की, मनात काहीही आलं की, ते डॉक्टरअंकलला सांगायचं! दडपून ठेवायचं नाही! समजलं?"

तिची गुंगी आता बरीच ओसरली होती. ती उठून बसली. सौरभ समोर दिसतोय, या चमत्काराचा तिला उलगडाच होईना. पण तो व्हावा यासाठी सौरभ थांबला नाही. तो तिच्याजवळ गेला. दोघं कितीतरी वेळ एकमेकांना मिठी मारून एकमेकांचे पापे घेत राहिली...

दुसऱ्या दिवशी सौरभ आपल्या घरी परत गेला.
मी विचारात पडलो होतो. चक्रमाने यांना आपल्या पहिल्या बायकोचे असे हाल का करावेत? मुलाला केवळ सुख-संपत्तीच्या सापळ्यात अडकवून आपल्या आईपासून का तोडावं?

त्यांना बायकोपासून रीतसर घटस्फोट घेता आला नसता का? कदाचित पोटगी द्यावी लागली असती. एक वेळ, त्यांनी तीही दिली असती! पण त्यांच्या बायकोनं त्यांना घटस्फोट दिला नसता, तर? तिचं आपल्या मुलावर, घरावर आणि नवऱ्यावर प्रेम असेल, तर?

पण चक्रमाने यांना मात्र ती नकोशीच झाली असणार! त्यांना हवीय ही दुसरी बायकोच! पण पहिल्या लग्नाचा रीतसर घटस्फोट मिळेपर्यंत त्यांना दुसरं लग्न करता येत नाहीये–! पण म्हणून लग्न झालंच आहे, हा देखावा? –त्यात काही अडचण येऊ नये, म्हणून मुलावरच्या प्रेमाचं नाटक?

आश्चर्य म्हणजे, एवढी मोठी फसवणूक जग सहजासहजी चालवून घेतंय! शाळा चालवून घेते, शेजारीपाजारी चालवून घेतात. ही माणसं एका मुलाचे प्रेमळ आई-बाप म्हणून जगात उजळमाथ्यानं फिरतात- आणि त्या मुलाची खरी आई रस्तोरस्ती भटकत लोकांच्या लाथा खाते! दुसऱ्यांच्या घरातलं छिद्रसुद्धा ज्यांना दिसतं, त्या लोकांना या घरातलं हे भगदाड कसं दिसत नाही?

लोकांचंच कशाला? मी स्वत: तरी या बाबतीत काय करू शकतो?
अगदीच नाही, असं नाही. सौरभच्या खऱ्या आईवर उपचार होतील आणि ती लवकर बरी होईल, एवढं मी करू शकतो. एक डॉक्टर म्हणून! पण बस्स, तेवढंच. माणूस म्हणून मी काय करतोय?

"तुमचे उपकार मानावेत तेवढे थोडेच आहेत," डॉक्टर. मिस्टर अँड मिसेस चक्रमाने माझ्याकडे येऊन सांगत होते. "त्या दिवसापासून सौरभची डोकेदुखी जादू व्हावी, तशी निघून गेली! एवढी कसली ट्रीटमेंट दिलीत तुम्ही त्याला?"

"ते आमचं सिक्रेट आहे." मी डोळे मिचकावत म्हणालो.

मला पुन:पुन्हा धन्यवाद देऊन ती दोघं निघून गेली.

त्यांच्या पाठमोऱ्या आकृत्यांकडे पाहताना माझ्या मनात येत होतं–

यांचं डोकं दुखत नसेल का? सत्य दडपताना यांना त्रास होत नसेल का? की सत्याचा आग्रह फक्त सौरभसारखी लहान मुलंच धरू शकतात?

यांच्या बाबतीतलं सत्य लोकांना कधी कळेल? सौरभच्या आईला तिचा मुलगा उघडपणे कधी भेटेल? तिला न्याय कधी मिळेल? तिला आपलं हरवलेलं घर कधी परत मिळेल?

कोण जाणे! कदाचित या प्रश्नांची उत्तरं कधीच मिळायची नाहीत.

मात्र, ती मिळेपर्यंत, ही कहाणी अपुरीच राहील!

दीपावली : १९८९

◆

(या कथेतील पात्रे व प्रसंग संपूर्णपणे काल्पनिक आहेत. कुठल्याही जिवंत वा मृत व्यक्तीशी वा त्यांच्या आयुष्यातील प्रसंगांशी त्यांचे साम्य आढळल्यास तो योगायोग समजावा.)

ൿ अपघातवार ඐ

Crimes start in the minds of men.
गुन्हे प्रथम घडतात, ते मनात!

ऋत्विज भाटिया. पंचेचाळिशीचा. एके काळी खेळाचा, व्यायामाचा नाद होता. पण गेल्या काही वर्षांत धंदा वाढवण्याच्या नादात शरीराकडे दुर्लक्ष झालेलं. अधूनमधून पोहायला जाण- तेही आवड म्हणून; व्यायामासाठी नाही. तेव्हा हळूहळू शरीर सुटत चाललेलं. केस विरळ होत चाललेले. कपाळाची व्याप्ती वाढतेय.

ऋत्विजला हे समजतंय. आपण वयाबरोबर खराब होत चाललोय, हे जाणवतंय. पण त्याला काही इलाज नाही. पैसा मिळवायचा तर शरीराकडे दुर्लक्ष होणारच. पण असं म्हटल्यानं समाधान थोडंच होतं? मनाला त्रास होतोच. त्यामुळे ऋत्विजचा स्वभावसुद्धा हल्ली थोडाथोडा त्रासिक होत चाललाय. तसा तो वर वर हसतमुख वाटतो; पण आतून चिडलेलाच असतो- स्वत:वर, बायकोवर, एकुलत्या एका मुलावर आणि बिझनेस पार्टनरवरसुद्धा.

या चिडकेपणापायी त्याला एक सवय लागलीये. सगळ्यांचे दोष शोधत राहण्याची. मुलगा चंपक आता वयात आला; पण अजून जबाबदारीनं वागत नाही. धंद्यात लक्ष घाल म्हटलं, तर घालत नाही. नुकताच ग्रॅज्युएट झाला. आता फारसं कारण नसताना मास्टर्स डिग्री घ्यायची म्हणतोय. अभ्यास, खेळ आणि भटकणं यांतून त्याला बापाच्या धंद्याकडे बघायला सवड होत नाही. अरे, मी हे एवढं मिळवतोय ते कोणासाठी? तुझ्याशिवाय दुसरं आहे कोण मला! उद्या हे सगळं तुझंच व्हायचंय. आणि आता तुला त्यात डोकं घालायला हजार वेळा सांगावं लागतं? –बरं झालं, या ग्रीन शेल्टर प्रोजेक्टवर काम करताना तरी तो बरोबर राहिलाय ते!

ऋत्विज चंपकइतकाच रोमाविषयीदेखील असमाधानी आहे. रोमा अजून तरुण दिसते. चाळिशीची असली, तरी तिशीची दिसते. राहतेही तशीच. रूपानं सुंदर आहे. तेव्हा तिनं फॅशन थोडी कमी केली तरी चालण्यासारखं आहे. पण ते तिला पटायला हवं ना? त्याबद्दल कानउघाडणी केली, तर आपणच वयस्कर दिसतोय आणि पोट सुटतंय, त्याबद्दल काही करत नाहीये, म्हणून आपलाच उद्धार व्हायचा!

रोमा ऋत्विजच्या बिल्डिंग कन्स्ट्रक्शनच्या धंद्यात अलीकडे खूपच इंटरेस्ट घेते. पूर्वीदेखील तिला त्या त्या वेळी कुठली कामं चाललीयेत हे साधारणसं माहीत असायचं, पण आता... आता तिला प्रत्येक गोष्टीची तपशीलवार माहिती हवी असते. विशेषत: या ग्रीन शेल्टर प्रोजेक्टमध्ये तर ती नको इतकी गुंतलीये...

ग्रीन शेल्टरमध्ये... की... या प्रोजेक्टसाठी घेतलेल्या पार्टनरमध्ये?

हा विचार मनात आला की, ऋत्विजच्या छातीत धस्स होतं.

ग्रीन शेल्टर ही सुरतपासून चौदा किलोमीटर्सच्या जंगली भागामध्ये– चंद्रबनमध्ये उभी राहणार असलेली बंगल्यांची वसाहत. सिनेमावाले, व्यापारी, डॉक्टर्स असल्या आठवडाभर कामात रगडून निघणाऱ्या लोकांना विकएन्ड शांतपणानं घालवता यावा, म्हणून बांधलेल्या कॉटेजेसची कॉलनी. भरपूर फायदा देणारी. पण सुरुवातीला गडगंज गुंतवणुकीची गरज असलेली. त्या प्रचंड गुंतवणुकीची व्यवस्था करण्यासाठी आणि या अवाढव्य प्रकल्पाची जबाबदारी उचलण्यासाठी आणखी निदान दोन खांदे हवेत, म्हणून भागीदार घेणं भाग पडलं. त्या निमित्तानं चंद्रकिरण नाडगौडा ऊर्फ 'सीके'चा ऋत्विज कन्स्ट्रक्शन्समध्ये प्रवेश झाला.

या 'सीके'विषयी तर ऋत्विजला अतोनात असमाधान आहे. नाइलाजानं भागीदार म्हणून घेतलेला हा माणूस तंबूत शिरलेल्या उंटासारखी आपली अवस्था करणार नाही ना? अधिकाधिक गोष्टींत भागीदारी पत्करून कधीतरी आपल्यालाच बाहेर हुसकावून लावणार नाही ना, या विचारानं ऋत्विज अस्वस्थ असतो. उंचापुरा, सावळा पण मधाळ हसणारा, चमकदार डोळ्यांचा 'सीके' पहिल्यापहिल्यांदा कंपनीच्या ऑफिसातच भेटत होता, तेव्हा त्याच्यापासून काही धोका वाटत नसे. पण एक दिवस तो लग्नाच्या वाढदिवसाचं प्रेझेंट द्यायला म्हणून घरी आला आणि अनिच्छेनंच त्याची रोमाशी ओळख करून द्यावी लागली. ओळख झाल्यावर लगेच आत निघून जाण्याऐवजी रोमा 'सीके'शी गप्पा मारीत बसली... आणि प्रत्यक्षात मोठंसं काही गैर घडलं नसतानाही ऋत्विजच्या अस्वस्थतेला सुरुवात झाली.

तसं पाहिलं तर शंका घ्यायला फारशी जागा आहे, असं नाही... 'सीके' तसा काही ऐन जवानीत नाही. त्याचा मुलगा रोहित चंपकपेक्षा दोन-तीन वर्षांनीच लहान! पण 'सीके' साला दिसतो मात्र वयाच्या मानानं खूपच तरुण! रोहितचा थोरला भाऊ शोभेल असा. पोशाखाच्या बाबतीत खूपच टापटीप. (रोमाला फॅशनची आवड...!)

ऋत्विजबरोबर ती दोघं असताना त्यांचीच जोडी शोभते आणि ऋत्विज कोणीतरी परका वाटतो!

'सीके'विषयी मन साफ नसायला एवढं एकच कारण नाही; दुसरंही आहे. 'सीके' ग्रीन शेल्टरमधून स्वत:च्या हिश्शापेक्षा कितीतरी अधिक मोठा भाग उचलण्याची शक्यता आहे!... हिशेबात तर 'सीके' जाणूनबुजून घोटाळे करतोच; पण एरवीदेखील आपली नजर चुकवून तो जागोजागी फायदा काढत असतो, असा ऋत्विजला संशय आहे.

कॉस्ट अकाउंट्सची फाइल घेऊन ऋत्विज बसला आहे... चंद्रबनमधल्या ग्रीन शेल्टरच्या ऑफिसमधल्या केबिनमध्ये. पुन:पुन्हा तो त्यातली चार पानं वरपासून खालपर्यंत वाचतोय. इथं नक्की काहीतरी घोटाळा आहे... पण तो सिद्ध करता येण्यासारखा नाही... सगळ्या किमती फुगवलेल्या आहेत. काम सुरू झाल्यापासून महागाई वाढली, हे खरं. पण इतकी! पण हरामखोराकडे यातल्या सगळ्या रकमांची बिलं असणार खास... ती बिलं तयार करणाऱ्यांना जाऊन विचारायचं? पण खोट्या रकमेची असली, तरी बिलं खरी आहेत. ती ज्यांनी केली ते खोटी कारणं सांगू शकतील, खोटी स्पष्टीकरणं देतील... त्यामागची वस्तुस्थिती कशी शोधायची? ...किती खोलवर जायचं? 'सीके' मधाळ हसत स्वत:च कितीतरी खोट्या गोष्टी रचून सांगेल!

–मग काय करायचं? सीकेला असंच मोकळं सोडायचं? आपल्याला बुडवू द्यायचं?

ग्रीन शेल्टरपासून सुरुवात करून 'सीके' ऋत्विज कन्स्ट्रक्शन्स गिळून टाकल्याशिवाय राहणार नाही. त्यातून त्याला मदत आपल्याच घरातून. चंपकची आणि रोहितची अगदी गळ्यात गळा घालण्याइतकी मैत्री आहे; आणि रोमा तर...

'सीके' आत्ताच आपल्याहून बळकट आहे. त्याचं बळ दिवसेंदिवस वाढत जाणारेय!

आज दुपारीच 'सीके'शी खटका उडाला असत, 'सीके' लवकर घरी जायला निघाला तेव्हा. पण 'सीके'शी भांडण करणार कसं? तो सगळंच हसण्यावारी नेतो. दुपारीही त्यानं तेच केलं- "कंटाळा आला यार! मी क्लबवर जाऊन बसतो, दारू पीत,'' असं म्हणून तो निघालासुद्धा.

ऋत्विज त्याला म्हणाला- "उद्या ऑडिटर्स यायचेत आणि आज क्लबवर जाऊन दारू पीत बसून कसं चालेल?''

"तू बघ हवं तर अकाउंट्स. आपला काही प्रॉब्लेम नाही. मला विचारशील, तर तू पण नको डोकं घासत बसू. आपले अकाउंट्स एकदम क्लीन आहेत. ऑडिटरला कोण घाबरत नाहीये!''

'सीके'च्या बिनधास्तपणाला ऋत्विजनं मनातल्या मनात दाद दिली. ऑडिटर्सना अजिबात न घाबरणारा हा माणूस पैशांची काही गडबड करीत असेल, असं वरकरणी तरी कुणालाच वाटलं नसतं. सापासारखा आहे हा 'सीके'! त्यानं दंश करण्याआधीच आपण त्याला–

शेवटी 'सीके' ठरवल्याप्रमाणे लवकर निघून गेलाच! क्लबवर जातो म्हणाला – नक्की क्लबवर रोमा त्याला भेटायला जाईल! आपण क्लबवर गेलो आणि तिथं तिला पाहिलं, न् 'इथं कशी आलीस' असं विचारलं तर नक्की म्हणेल की, चंद्रबन एवढास्सा गाव. तिथं दोनच जागा- एक तुमचं ऑफिस न् दुसरी क्लब. त्यातल्या एका कुठल्या तरी ठिकाणी जाणारच माणूस!

ऋत्विज फाइल बाजूला ठेवतो आणि दोन्ही हातांनी डोकं गच्च धरून तसाच बसून राहतो. आपल्याला काय होतंय तेच त्याला समजत नाही. आपल्याभोवती एक दुष्टचक्र विणलं जातंय. आपल्याला गुदमरून टाकतंय! कसोशीचा प्रयत्न करून ते तोडूनमोडून टाकायला हवं! आपल्यावर चालून येणारं संकट नाहीसं करायला हवं... त्याशिवाय स्वस्थता लाभणार नाही...

हात बाजूला करून ऋत्विज समोर पाहू लागतो. रिकामं ऑफिस... तात्पुरतं उभारलेलं... ग्रीन शेल्टर प्रॉजेक्टजवळ... एक अकाउंटंट, एक टायपिस्ट, आणि आपण तिघं म्हणजे आपल्याशिवाय आणखी दोघं... 'सीके' आणि चंपक! ...चंपक कधीतरीच येणारा – आणि 'सीके' कधीही येणारा... कधीही जाणारा!

टायपिस्ट-अकाउंटंट अर्ध्या तासापूर्वी घरी गेले... आपण मात्र भुतासारखे एकटेच बसलोय! ऋत्विज फाइल बंद करतो. जागचा उठतो, कपाट उघडतो, फाइल आत टाकतो, कपाट बंद करतो. क्षणभर खिडकीशी जातो. ग्रीन शेल्टरची जमीन दिसते. सध्या तिच्यावर झाडझाडोरा माजलाय. काही भाग झुडपांनी झाकलाय. पण सगळं प्लॅनप्रमाणे होत गेलं, तर वर्षं दोन वर्षांत इथं बंगल्यांची रांग उभी असेल. कामाला आत्ताच सुरुवात झालीये. दूरवर एक ट्रक माती भरून नेतोय. जमीन साफ करणं चाललंय. सगळं ठीक जमलं तर–! पण 'सीके' आहे तोपर्यंत ते कसं जमणार? पुन:पुन्हा तोच विचार! शेजारच्या निंबावर एक कावळा केव्हापासून ओरडतोय! बाकी सगळं शांत! ऋत्विजला ती शांतता असह्य होते. कावळ्याच्या आवाजाचाच काय तो आधार वाटतो.

केबिनचं दार बंद करून ऋत्विज खाली येतो. वॉचमनला बाकीची दारं लावून घ्यायला सांगतो. ड्रायव्हर जीप दारात घेऊन येतो. नेहमीची गाडी कुठं, असं विचारल्यावर वॉचमन सांगतो, ''बाबा आके ले गया.'' बाबा म्हणजे चंपक. वर येऊन बापाला तोंड न दाखवता हा पोरगा खालच्या खालीच गाडी घेऊन गेलेला दिसतोय! बहुधा 'सीके' राहतो त्या हॉटेलवर गेला असेल– रोहितला भेटायला!

नंतर दोघं मिळून गावभर भटकत राहणार असतील!

ऋत्विज जीपमध्ये बसतो आणि जीप राहत्या जागेकडे घ्यायला सांगतो. ऋत्विजनं गावातलं एक त्यातल्या त्यात बरं घर तीन वर्षांच्या करारानं घेतलंय. त्याची परिस्थिती 'सीके'सारखी नाही. 'सीके'ची बायको त्याला पूर्वीच सोडून गेलीय – किंवा सीकेनं तिला सोडून दिलंय. फक्त 'सीके' आणि रोहित– एवढंच त्याचं कुटुंब! त्यामुळं ते दोघं हॉटेलमध्ये राहू शकतात. ऋत्विजचं तसं नाही. त्याला घर हवं!

जीपमध्ये ऋत्विज डोळे बंद करून विचार करतोय. इथलं काम सुरू झाल्याबरोबर रोमा चंद्रबनला आली...! का? 'सीके'साठी...? वरवर पाहिलं तर ती दोघं एकमेकांना भेटताना दिसत नाहीत. पण नक्कीच- नक्कीच कुठंतरी भेटत असणार ती! त्याशिवाय त्यांचं एकमेकांतलं हसणं... बोलण्यात दिले जाणारे संदर्भ...

डोक्यातले त्रासदायक विचार जितके काढून टाकावेत तितके अधिकच वेगानं जमा होताहेत... साइटवर तण माजतं, तसे...

जीप घरासमोर थांबते. ऋत्विज चाहूल घेतो. घरात कुणीच नसावं, तशी शांतता. उलट त्याची चाहूल लागून घरातलं मांजर म्याँव म्याँव करीत दारापर्यंत येतं आणि त्याला डोळाभर पाहून परत जातं.

ऋत्विज घरभर फिरून पाहतो. स्वयंपाकघरात डुलकी घेत बसलेला महाराज त्याच्या शरीराच्या मानानं चपळाई दाखवून उठतो आणि थंड पाण्याचा ग्लास पुढं करतो.

"रोमा कुठाय्?"

"बाहेर गेल्यात. मघाशीच गेल्या."

कुठं गेली असेल ही?– 'सीके' क्लबवर जातो म्हणाला... ही क्लबवर तर गेली नसेल? पण ती दोघं क्लबवर गुपचूप भेटणार असतील, तर 'सीके'नं जाताना क्लबचं नाव कशाला घेतलं असतं?

"एकटीच गेली का?" –ऋत्विज महाराजाला विचारतो.

"बाबा गाडी घेऊन आला ना – त्याच्याबरोबर गेल्या!"

एकूण ती चंपकबरोबर गेली! –एकटी गेली नाही... ऋत्विजचा जीव भांड्यात पडतो.

–क्षणभरच! मग त्याला आठवतं; चंपक बहुधा रोहितकडे गेला असेल. म्हणजे 'सीके'च्या हॉटेलवरच! रोमा त्याच्याबरोबर...! मग रोमाला 'सीके'शी गप्पा मारायला तिथंच ठेवून तो आणि रोहित बाहेर भटकायला जातील!... बरोबर! क्लबवर जातो असं आपल्याला सांगून 'सीके' हॉटेलवरच राहणार असेल- रोमाबरोबर!

ऋत्विजचा जळफळाट होतो. डोळ्यांसमोरून अनेक दृश्यं सरकतात. 'सीके'बरोबर

कुजबूज करणारी रोमा... हसणारी दोघं... गाडीचं दार उघडणारा 'सीके' आणि त्याच्याकडे सस्मित बघत गाडीत शिरणारी रोमा... घराच्या गच्चीतून हात हलवून 'सीके'ला निरोप देणारी रोमा... ऑफिसच्या पायऱ्यांवरून उतरताना रोमाचा तोल जातोयसं पाहून तिला सावरणारा 'सीके'...

–असंच उठून 'सीके'च्या हॉटेलवर जावं, असं ऋत्विजला तीव्रतेनं वाटतं. पण प्रत्यक्षात मात्र तो महाराजला सांगतो, 'मी माडीवर आहे. ग्लास घेऊन वर ये...'

माडीवर जाऊन ऋत्विज सोफ्यात अंग टाकतो. क्षणभरानं उठून कपाटातली स्कॉचची बाटली काढतो. तोवर ग्लास, आइस बॉक्स आणि सोललेल्या काजूंची बशी घेऊन महाराज वरती येतो आणि ग्लासमध्ये बर्फाचे दोन ठोकळे टाकून खाली निघून जातो. ऋत्विज बाटली उघडतो आणि त्या ठोकळ्यांवर एक बडा पेग ओततो. ग्लास तोंडाला लावतो. पुसून टाकाव्यात तशा वाटणाऱ्या गोष्टी तात्पुरत्या तरी पुसण्याचा हा मार्ग त्याला त्यातल्या त्यात सोपा वाटतो.

पण सगळ्यात वाकडा मार्ग कुठला असेल तर तो हाच असतो... कारण तो जिथं नेण्याचं आश्वासन देतो, त्याऐवजी भलत्याच ठिकाणी पोहोचवतो. जे विसरावंसं या क्षणी ऋत्विजला वाटतंय, ते त्या स्कॉचच्या अमलाखाली अधिकाधिक गडद, क्षणाक्षणाला अधिक व्यापक होत जातं.

मनात कितीतरी विचारांची गर्दी होते... पण त्यात एक विचार प्रमुख असतो... 'सीके' आपला नायनाट करणार... सावकाश पण हमखास! एका बाजूनं तो आपला फायदा कमी करत जाणार... नुकसान वाढवणार... आणि अखेरीस आपलं दिवाळं काढणार! ...दुसऱ्या बाजूनं तो रोमाला फूस लावणार... आपल्यापासून दूरदूर नेणार... आणि स्वतःचा केलाय तसाच आपलाही संसार उद्ध्वस्त करणार! चंपक, बापाचा पैसा आणि आईची माया या दोन्ही गोष्टींना अंतरणार! आपण देशोधडीला लागणार... अशीच दारू पीत पीत कधीतरी खलास होऊन जाणार! आपल्याच रक्तावर जळूसारखा फुगत चाललेला हा 'सीके' मात्र ग्रीन शेल्टर घशात घालून हळूहळू कन्स्ट्रक्शन किंग होणार... रोमाबरोबर संसार करणार... कोण जाणे! कदाचित् तिलादेखील वाऱ्यावर सोडून आणखी तिसरीबरोबर...

हे होऊ देता कामा नये. सुरुवातीलाच ते थांबवायला हवं. मुळातूनच उखडून काढायला हवं. पण कसं? ...'सीके'चं ते मधाळ हास्य आणि त्याहूनही गोड बोलणं... अत्यंत हळुवारपणे दुसऱ्याला नकळत त्याचा काटा काढणं... त्यापुढं आपण हतबल आहोत. रोमाही हतबल आहे. 'सीके'च्या रेशमी कपटाचा, आपण प्रतिकारच करू शकत नाही. मग... हा विध्वंस थांबवायचा कसा? आपल्यावरच्या या संकटाचं निवारण करायचं कसं?

दुसरा पेग ओतता ओतता ऋत्विजला या प्रश्नाचं उत्तर स्पष्ट दिसतं.

'सीके'ला या जगातून नाहीसं करायचं!

खरं तर काही दिवसांपूर्वी हा विचार पहिल्यांदा त्याच्या मनात पुसटसा आला, तेव्हा त्याला त्याची भीती वाटायला हवी होती. याउलट त्याला एकदम हायसं वाटलं. इतका सोपा उपाय हाताशी असताना हताश व्हायचं कारणच काय, असं वाटलं. नंतर मात्र त्यानं प्रयत्नपूर्वक तो मनातून काढून टाकला होता. कितीही मोठी आपत्ती कोसळणार असली, तरी सज्जन माणसं दुसऱ्याचा खूनबिन न करता तिच्यातून निभावतात, असं त्यानं आपल्या मनाला बजावलं.

पण प्रयत्नपूर्वक खोल गाडलेल्या त्या विचाराला जागोजागी कोंब फुटू लागलेत. काय हरकत आहे 'सीके'चा खून करायला? तो कुणाला न कळल्याशी कारण!... आपल्यावर आळ न आल्याशी कारण! जगात कितीतरी माणसं अशीच आपल्याला नको असलेल्या माणसांचा काटा काढत असतील. प्रत्येक खुनाला वाचा फुटते, असं म्हणतात. पण ते निव्वळ सुभाषित! त्यातल्या फक्त काही, नीट विचार न करता केलेल्या, अर्ध्याकच्च्या खुनांनाच वाचा फुटते!

'सीके'चा खून कुणाला कळणार नाही, अशा रीतीनं होऊ शकेल! आपली सारी बुद्धी पणाला लावून, तो बिनबोभाट करता येईल. आपल्यावर येऊ पाहणाऱ्या संकटातून आपली कायमची सुटका करणारा, कुणाला शंका आली तरी कोर्टात शाबीत होऊ शकणार नाही, असा खून! खून...? छे, निव्वळ अपघात!

काल या कल्पनेला थोडासा आकार आला, आपण एकटेच गाडी घेऊन लांबवर फिरायला गेलो होतो, तेव्हा!

चंद्रबनपासून साधारण पंधरा किलोमीटरवर एक कालिमातेचं मंदिर आहे. फार जुन– सतराव्या शतकातलं! लोक ते बघायला लांबलांबून येतात. अर्थात वर्दळ फारशी नसते. माणसं अधूनमधून येतात-जातात, इतकंच.

देवळापासून थोडं पुढं एक तळं आहे. तळ्याचं पाणी स्वच्छ आहे. काही कमळांच्या वेली सोडल्या, तर तळ्यात कशाची दाटी नाही. माणसं तिथं पोहायला उतरतात. फक्त डाव्या बाजूचा एक कोपरा पोहण्यासाठी सुरक्षित नाही. तिथं म्हणे, तळ्यात चटकन् न दिसणारी एक उघडी विहीर आहे. पाण्याच्या तळाशी. तिथं एक भोवरा तयार झालाय. माणूस त्या भोवऱ्यात सापडतो, न् थेट विहिरीच्या तळाशी पोहोचतो. कधी गडप झाला, ते कळतदेखील नाही.

तो तेवढा भाग सोडला, तर बाकी तळ्यात पोहायला हरकत नाही. काल, देवळाजवळ राहणाऱ्या एका कातकऱ्यानं ऋत्विजला सांगितलं होतं. –तो डावा कोपरा तेवढा टाळायला हवा. लोकांना तिथल्या त्या माणसं शोषून घेणाऱ्या

विहिरीची कल्पना नाही. लोक म्हणतात, कालिमाता तिला पाहिजे असेल तेव्हा या तळ्यात माणसांचे बळी घेते.

एवढं बोलून तो कातकरी पांढरे शुभ्र दात दाखवून हसला होता. त्याच वेळी ऋत्विजच्या मनातला एक अंधारा कोपरा उजळला होता...

आज तिसरा पेग तोंडाला लावताना पुन्हा एकदा तो कोपरा चमचमू लागतो. खुणावू लागतो. काल त्या कातकऱ्यानं आपणहून ती माहिती दिली. कोण होता तो? एकाएकी आला... एक मार्ग दाखवून गेला. संकटातून सोडवण्यासाठी देवाचा दूत यावा, तसा आला. दूत... माझ्यासाठी देवाचा... 'सीके'साठी, काळाचा...!

असा अचानक मिळालेला संदेश वाया दवडण्यात मतलब नाही. ताबडतोब काहीतरी हालचाल केली पाहिजे. नाहीतर फार उशीर व्हायचा. आज ...आत्ताच काहीतरी केलं तर–

ऋत्विजचा तीन पेग स्कॉचनं तरतरीत झालेला मेंदू भराभर काम करू लागतो. आज 'सीके'ला खलास करायचं! आता या प्लॅनसाठी सगळ्या बाजूंनी विचार करायला हवा... पहिली गोष्ट, खून पचायला हवा असेल तर तो अगदी साधा, सोपा, सहज करायला हवा... इतक्या सहज, की आपला डाव खुद्द 'सीके'च्याही लक्षात येता कामा नये... त्यासाठी कालिमातेच्या देवळाजवळचं ते तळं 'सीके'ची वाटच पाहतंय. त्या तळ्यामधला धोका 'सीके'ला माहीत असणं शक्यच नाही...

दुसरी गोष्ट– खून हा अपघातच होता, हे सांगायला एखादा साक्षीदार हवा – एक्सलंट! साक्षीदार रोमा! तिच्या डोळ्यांसमोर 'सीके' पाण्यात खेचला जाणं, यात एक तऱ्हेचा न्याय आहे! तिला त्याला विसरावंच लागेल! त्याचं ते नेहमीचं फसवं हास्य तिला त्याच्या शेवटच्या क्षणी दिसणार नाही. तिला दिसेल तो, मरणाची जाणीव झाल्यामुळे भीतीनं आक्रसलेला, मदतीसाठी असहाय आक्रंदन करणारा 'सीके'चा चेहरा! तो तिला सहन करवणार नाही! ...तो डोक्यातून काढून टाकण्याचा, कायमचा विसरण्याचा प्रयत्न ती करीलच करील! –आजच्या नंतर ती कधी 'सीके'चं नावदेखील घेणार नाही!

एक लहानशी अडचण आहे- नवऱ्याच्या बाजूनं बायकोनं दिलेली साक्ष कोर्ट मानत नाही, म्हणतात. पण कोर्टकचेऱ्या होणारच आहेत कशाला? रोमानं रडत-ओरडत सांगितलेल्या हकिगतीनंतर पोलीस आपणहून अपघाताचा रिपोर्ट लिहितील– आणि रोमाचं 'सीके'साठी रडणं तर अस्सलच असणार ना? मग पोलिसांना दगाफटक्याचा संशय तरी कसा येईल?

तिसरी गोष्ट- तळ्यात उतरायला 'सीके'तयार व्हायला हवा. यापूर्वी मुंबईला आपण कितीतरी हॉटेल्सच्या स्वीमिंग पूलमध्ये एकत्र पोहोलो आहोत, दोन-तीनदा गोव्याच्या बीचवर पोहोलो आहोत, पावसाळ्यात चायना क्रीकमध्ये उतरलो आहोत.

त्यामुळे त्याला आजचं पोहोण्याचं आमंत्रण गैर वाटू नये! शिवाय रोमा... रोमा इज अ बिग बेट! रोमा आपल्याबरोबर येतेय म्हटल्यानंतर, 'नाही' म्हणणं 'सीके'ला शक्यच होणार नाही! एका पायावर धावत येईल तो!

चला – विचार पुष्कळ झाला! आता प्रत्यक्ष कृती...

थोडासा अधिक धीर अंगी यावा, म्हणून आणखी एक पेग... आता सगळं जग वेगानं फिरतंय. आपण म्हणावं ते होईल... विचार भन्नाट गतीनं धावताहेत- कळायच्या आत कृती होईल! आत्ताच- आत्ताच ते करायला हवं!

ऋत्विज फोन फिरवतो- (या मध्यम दर्जाच्या गावाला फोनचं एक्स्चेंज मिळालंय, हीदेखील गेली दोन वर्षं या गावावर छत्र धरून राहिलेल्या ऋत्विज कन्स्ट्रक्शन्सचीच कृपा!) 'सीके'च्या हॉटेलवर!

आपला तर्क खोटा असेल आणि 'सीके'चा शब्द खरा, तर 'सीके'एव्हाना क्लबवर निघून गेलेला असेल...

पण नाही – फोन उचलला जातो. 'सीके'च्या रूमशी कनेक्ट केला जातो– 'सीके'स्वत:च तो उचलतो...

"हलो,'सीके' हिअर..."

"'सीके', – मी ऋत्विज बोलतोय. तू क्लबवर गेला नाहीस वाटतं?"

"नाही रे! निघणार एवढ्यात रोमाभाभी आली. चंपकही आला होता; पण तो आणि रोहित गेले भटकायला! मी न् भाभी बसलोय इथं गप्पा मारत!"

(डॅम्बीस! –क्लबवर जाणार होतो, म्हणे!... गप्पा मारीत बसलोय काय! परमेश्वरा, तिथं काय चाललं असेल, ते तुझ्यानं तरी बघवतंय का? ...भाभी म्हणे! वा रे भाभी!)

"हॅलो हॅलो, ऐकतोयस ना ऋत्विज भाई? –हॅलो! इथं मी बकार्डीची बाटली उघडलीये. केअर टू जॉइन? लवकर ये!"

"सॉरी , माझे स्कॉचचे चार पेग ऑलरेडी झालेयत! " आवाजात विलक्षण संयम आणून ऋत्विज म्हणतो. "पण मी वेगळाच प्लॅन केलाय!... पोहायला येतोस का, पोहायला?"

"पोहायला? मजा आली असती! बट अवर क्लब हॅज नो ब्लडी स्वीमिंग पूल!"

"पूलवर पोहण्यात काय मजा? तळ्यावर जाऊ! मस्त जागा आहे! तू अजून बघितली नाहीस!... फार लांब नाही! जीपनं दहा मिनिटं!"

(देवा! रणछोडिया, हा तयार होईल का यायला? तूच मनावर घे!)

"तुझी ऑफर टेम्प्टिंग आहे! पण तीन बकार्डीवर स्वीमिंग म्हणजे...."

"अरे मजा येते उलट! डोकं हाय असतं, तेव्हा शरीर अधिक लाइट वाटतं! शिवाय

दहा मिनिटं पोहोलो की, सगळी उतरून जाईल! मग रात्री पुन्हा बसू या हवं तर!

''मग काय, जाऊ या म्हणतोस? पण भाभी....''

''अरे, ती पण येईल! तिला पोहता नाही येत; पण ती काठावर बसून आपल्याला चिअर अप् करील!''

''असं? मग हरकत नाही! नाहीतर आपण मजा करायला जाऊ आणि ती एकटी–''

(चोरा! तिची काळजी तू करायची की मी?)

''कमॉन- बी अ स्पोर्ट! मी येतो आत्ता जीप घेऊन तुझ्या हॉटेलवर!''

''ओ के! मी तयार राहतो –''

ऋत्विजचा उत्साह वाढलेला. इथपर्यंत ठीक झालं. मुळातच 'सीके' तयार झाला नसता, तर पंचाइत होती. आज रणछोडिया आपल्या बाजूचा आहे! सगळं नीट पार पडलं, तर भुलेश्वरला सोन्याचा हार देऊन यायचं!

वेड्यावाकड्या चालीवर 'रमैया वत्तावय्या' गुणगुणत ऋत्विज आणखी एक बडा पेग- रस्त्यासाठी एक म्हणून- भरतो, झपकन् पितो आणि खाली येतो.

ड्रायव्हर जीपजवळ नसतो; पण ऋत्विजला ते बरंच वाटतं. आज एकटं जावं, हेच अधिक चांगलं. तो जीप सुरू करतो.

हॉटेलच्या लॉबीतच 'सीके' आणि रोमा त्याची वाट पाहत उभे असतात. 'सीके'च्या हातात एका प्लॅस्टिक बॅगमध्ये टॉवेल, स्वीमिंग ट्रंक वगैरे सामग्री. दोघांना एकत्र पाहून, ही जोडी चांगली शोभतेय या विचारानं ऋत्विज ओठ दातांखाली दाबतो. असेल!... असेल 'सीके' अधिक तरुण! पण त्यासाठी माझ्या बायकोनं मला सोडून जावं, इतकं काही माझं वय झालेलं नाही!

ऋत्विजला जीपमधून उतरावंच लागत नाही. जीप दिसताच ती दोघं रस्त्यात येतात आणि जीपमध्ये चढून बसतात.

''हा कुठला स्पॉट तुम्ही काढलाय शोधून, माझ्या लक्षात येत नाही!'' –रोमा म्हणते.

''मलादेखील नव्यानंच सापडलाय तो! खरं म्हणजे आपण यापूर्वीच जायला हवं होतं तिथं! फार सुंदर लोकेशन आहे! मंदिर तर एकदम जुनं – अगदी बघण्यासारखं आहेच; पण त्याच्यासमोरचं तळं म्हणजे– हेवनली! ॲबसोल्युटली ग्रेट!''

''फार वेळ पोहायचं नाही हं पण! मला कंटाळा येईल काठावर बसून बसून!''

''बिलकूल येणार नाही डार्लिंग! मी सांगतो ना तुला! तो स्पॉटच इतका एन्चांटिंग आहे!''

म्हणे म्हणेपर्यंत तो एन्चांटिंग स्पॉट येतो! ऋत्विजच्या म्हणण्यात बिलकूल अतिशयोक्ती नसल्याचं ती दोघं मान्य करतात. सगळं वातावरण जादूनं भारल्यासारखं!

एक गंभीर शांतता तिथं भरून राहिलेली असते. मध्येच एखादा पक्षी 'चिर्रर ' करीत झपकन् उडतो, तेवढाच त्या शांततेत खंड!

तिघंही प्रथम कालिमातेच्या देवळात जातात. देवळात बराच काळोख असतो, आणि चिटपाखरूदेखील नसतं. त्यामुळं तिथं बाहेरच्यापेक्षाही अधिक शांत असतं. देऊळ मध्यम आकाराचं असलं, तरी त्याचे आठ खांब मात्र कवेत मावणार नाहीत, इतके जाडजूड असतात. मंदिराच्या खोलगट भागात एक दिवटी पेटतेय. तिच्या प्रकाशात कालिमातेची बसकट मूर्ती उजळली आहे. काळीकुट्ट मूर्ती प्रकाशात झाली तरी कितीशी उजळणार? पण तिची बाहेर लोंबणारी जीभ आणि पांढरेशुभ्र गारगोटी डोळे तेवढे चमकताहेत, म्हणून ते ध्यान अधिकच भयंकर दिसतंय! हात जोडता जोडता रोमा शहारते.

इथं बळी देत असतील नाही पूर्वी? – ती दोघांपैकी कुणा एकाला असं नाही, पण विचारते.

"पूर्वी कशाला? अजूनही देतात बळी." ऋत्विज हसून म्हणतो. "पण बहुधा माणसांचे नाहीत- कोंबड्या-बकऱ्यांचे."

"मला भीती वाटते इथं. चला, बाहेर जाऊ या, " रोमा म्हणते.

तिघंही बाहेर येतात. थोडं चालून तळ्यापाशी येऊन पोहोचतात.

रोमा एका दगडावर बसून राहते. ऋत्विज आणि 'सीके' थोडे आडोशाला जाऊन कपडे काढून स्वीमिंग ट्रंक चढवून येतात.

"पाणी भलतंच स्वच्छ आणि नितळ आहे; मस्त आहे पाणी– " 'सीके' म्हणतो. "इतर ठिकाणी पाण्यात इतकी घाण असते की, उतरायचं म्हणजे जिवावर येतं. इथं शेवाळं नाही की बुरशी नाही! दगडबिगडसुद्धा नाहीत!"

"हो ना! पोहायला कसलाच धोका नाही," ऋत्विज म्हणतो.

दोघंही पाण्यात उतरतात. 'सीके' पाण्याला पाहून वेडावल्यासारखा हसत सुटतो. जोरजोरात हात आपटून पाणी उडवतो. "कमॉन भाभी! जॉइन अस! "–असं रोमाच्या दिशेनं पाण्याचं अर्घ्य देत तिला सांगत राहतो.

ऋत्विज गंभीर झालेला. तो शांतपणे पोहतोय. उजव्या कोपऱ्यापासून तो सुरुवात करतो. अंदाज घेतो. 'सीके' सतत डाव्या बाजूला जाईल, असं पाहतो. 'सीके'चं विशेष लक्ष नसतं. तो फारसं काटेकोरपणे पोहत नाही. मजेत... जागा मिळेल तिथं इकडून तिकडे हात मारीत तरंगत राहतो.

ऋत्विज अधूनमधून तळ्याबाहेरची चाहूल घेतो. कुणीच येत-जात नसतं. रोमा मात्र दोघांच्या हालचालींकडे टक लावून पाहत असते. (ती उघड्या अंगाच्या 'सीके'कडे अधिक लक्ष देऊन पाहतेय् का? ...डर्टी बिच! जाऊ दे म्हणा. आता थोड्याच वेळात निकाल...!)

'सीके' डाव्या कोपऱ्याशी पोहोचतो. तो कसलंतरी गाणं मोठमोठ्यानं भसाड्या आवाजात म्हणतोय् आणि एकाएकी त्याचं डोकं पाण्याखाली जातं. एक हात उंचावलेला दिसतो. दुसऱ्याच क्षणी तोही दिसेनासा होतो. पाण्यात तरंग उठतात. क्षणात विलीन होतात.

'सीके' गडप होतो.

'सीके'ऽऽ... 'सीके'ऽ... असं ओरडत ऋत्विज त्याच्या दिशेनं पुढं होतो; पण थोडासाच! डाव्या कोपऱ्याकडे जाण्याचा धीर अर्थातच त्याला होत नाही.

''पुढं व्हा ना! ...वाचवा त्याला! वाचवा!'' असं काठावरून ओरडत ओरडत रोमा 'सीके' नाहीसा झाला त्या जागेजवळ येते.

ऋत्विज पाण्याबाहेर येतो. डोकं धरून काठावर बसून राहतो... सुन्नपणे! आपण आखलेली योजना यशस्वी झाली, हा अनुभव इतका भयंकर असेल याची त्याला कल्पनाच नसते!

रोमा रडत, ओरडत त्याच्याजवळ येते... ''आता काय करायचं? त्याला कसं वाचवायचं? ...बोला ना! गप्प राहू नका!... 'सीके' बाहेर कसा येणार!''

'एकूण ते खरंच होतं...' ऋत्विज मनाशी म्हणतो. हिला खरंच त्याच्याविषयी वाटत होतं; नाहीतर ही अशी छातीत बाण घुसलेल्या पक्षिणीसारखी किंचाळली-विव्हळली नसती!

''काहीतरी करा ना! 'सीके'ला वाचवा!...'' ती आक्रोश करतेय.

''गप्प बस!'' तो एकदम तिचे खांदे पकडतो. त्याच्या त्या हिसक्यानं आणि तारवटलेल्या डोळ्यांतल्या नजरेनं ती एकदम गप्प होते. ''आता काही करता येणार नाही!'' ऋत्विज म्हणतो... ''सीके' गेला! कायमचा! उद्या त्याची बॉडी फुगून वर येईल!''

''तुम्ही मारलंत त्याला!'' ...वाणी परत सापडल्यासारखी ती किंचाळते. ''तुम्ही त्याच्या मदतीला गेला नाहीत! तुम्ही...''

''मला शक्य नव्हतं डार्लिंग! कुणालाच शक्य नव्हतं... जो त्याला वाचवायला गेला असता, तो त्याच्यासारखाच....'' पुढं काहीच बोलू नये हे उत्तम, अशा विचारानं तो गप्प राहतो.

''पण तुम्ही अचानक हे पोहण्याचं काढलंतच कशाला? तो बिचारा चांगला मजेत पीत बसला होता!''

तो मजेत होता–? का तुम्ही दोघंही मजा करीत होता? चांडाळणी – कुठलं पाप तुम्ही करीत होता...? असं ओरडून तिला गदगदा हलवावंसं त्याला वाटतं. पण आता ते करण्याची काहीच गरज नसते. सीके आता गेलेला असतो. आता त्याचा संशय कधीच घ्यावा लागणार नसतो. उलट, पूर्वी कधी त्या दोघांविषयी

काही शंका आलीच नव्हती, असं दाखवणं आता फायद्याचं ठरणार असतं!

तुम्ही मारलंत त्याला! ओक्साबोक्शी रडत रोमा म्हणते – तुम्ही मारलंत त्याला – माझ्यासाठी! आपल्याला हे पचणार नाही! काहीतरी शिक्षा होईल याची! हे पचणार नाही!

मूर्खासारखं बोलू नको. कपडे बदलायला जात ऋत्विज म्हणतो – आता डोकं शांत ठेवण्याची फार गरज आहे. आपण पोलीसस्टेशनवर जाऊन हा अपघात रिपोर्ट करायला हवा!

अपघात?

हो – तू जे बघितलंस, ते जसंच्या तसं रिपोर्ट करायला हवंस. त्यात तुझे तर्कवितर्क न मिसळता. समजलं? ...आम्ही दोघं पोहण्यासाठी पाण्यात उतरलो होतो. पण प्रत्यक्षात सीके बुडाला, तेव्हा मी त्याच्यापासून फार लांब होतो. तो आपला आपणच बुडाला. अचानक!... मला, त्याला वाचवणं अशक्य होतं. हे खरं आहे ना? मग हेच सांगायचं! उगाच भलतं सलतं काही बोललीस, तर तूच गोत्यात येशील – समजलं?

पण तुम्ही त्याला मारलंत... आपल्याला हे पचायचं नाही! –ती दबल्या आवाजात हेच पुन:पुन्हा म्हणत राहते.

आता शांत हो. पोलिसात, जे खरोखर दिसलं, तेच सांगायचं – लक्षात ठेव!

तरीही तिचं रडणं थांबतच नाही.

तिचं रडणं... घायाळ पक्षिणीचा आक्रोश... जसा वातावरणातच मिसळलाय्.

पोलीस इन्स्पेक्टर समोर उभे आहेत. त्यांच्या मागं दोन कॉन्स्टेबल्स.

आय् ॲम व्हेरी सॉरी – त्यांच्यासमोर खुर्चीवर बसलेल्या ऋत्विजला पोलीस इन्स्पेक्टर म्हणतात.

अपघात...अपघात आहे नुसता तो! ऋत्विज जडपणे म्हणतो – काही समजायच्या आत पाण्यात ओढला जावा तसा तो खाली गेला म्हंजे...

आय् नो. त्या तळ्याची तशी प्रसिद्धीच आहे. नवखा माणूस त्याच्यात उतरला की तो वाचत नाही...

लांबवरून यावा तसा रोमाच्या विलापाचा स्वर–

रोमाभाभींनी अपघाताचा रिपोर्ट दिलाय. पोलीस इन्स्पेक्टर म्हणाले, "बरं तर बरं, अपघाताच्या वेळी त्या समोरच काठावर बसल्या होत्या. बट इट्स प्रिटी हार्ड ऑन हर! तुमचंही दु:ख कल्पनेच्या पलीकडे आहे!"

डोळे पुन:पुन्हा जडावताहेत... काही समजत नाहीये... सगळं अंधुक अंधुक जाणवतंय. काय बोलतोय हा इन्स्पेक्टर? रिपोर्ट झाला... मग आपण अजून इथंच

का बसलो आहोत... 'सीके' गेला... आता जेवढ्या लवकर हे संपेल तेवढं...

सावल्यांमधून रोहित पुढं येतो. तो काहीच बोलत नाही. नुसता रडत राहतो... ''ये बाळ... असा जवळ ये..'' ऋत्विज त्याला जवळ घेतो. त्याच्या डोक्यावरून मायेनं हात फिरवत राहतो... बिचारं पोरगं! अनाथ झालं!

ऋत्विजच्या खांद्यावर कुणाचा तरी हात पडतो. कानाशी कुणाचा तरी श्वास जाणवतो.

''कोण आहे...?''

''मी आहे ऋत्विजभाई... 'सीके'!''

'सीके'? कसं शक्य आहे? 'सीके' तर....' ऋत्विज वळून पाहतो. काय आश्चर्य! तो 'सीके'च असतो.

रोहितला नुसतं पाहत राहावं लागलं... जवळ गेला असता, तर तोही...

कुणाविषयी बोलताहेत हे सगळं?

''त्यांच्या काही लक्षात येत नाहीये....'' महाराज म्हणतो. ''आज कधी नाही इतकी प्यालेत ते. आल्यापासून आत्तापर्यंत पीतच बसलेत. अर्धी बाटली खलास केली एकट्यानं. कुठं बाहेर गेले नाहीत की काही नाही... ऑफिसातनं आल्यापासून नुसते पीत बसलेत.''

रोहित काहीतरी सांगतोय– म्हणतोय... ''भाभींना घेऊन चंपक हॉटेलवर आला... मग आम्ही तिघं भटकायला म्हणून गेलो... चंपक म्हणाला, 'काल मला एक जागा डॅडींनी सांगितलीये. तिथं जाऊ या!...' आम्ही दोघं आणि भाभी गाडीनं कालिमातेच्या देवळाजवळ गेलो... तळं बघितल्यावर पाण्यात उतरलो... पोहायला लागलो आणि चंपक हसता हसता एकदम पाण्यात गडप...''

ऋत्विजला काही कळत नाहीये. रोमानं न बोललेले शब्द त्याच्या कानांत घुमताहेत.... 'तुम्ही पाप केलंत!... ते पचायचं नाही! ...पचायचं नाही...'

चंपक... चंपक हसता हसता एकदम...

असं का? पापाचा नुसता विचारदेखील माणसाला पचत नसतो का? –अं?

दीपावली : १९९२

◆

꧁ गॉसिप गर्ल ꧂

सारा फ्लॅट काळोखात. आधुनिक सोयींनी संपन्न असं किचन, दोन प्रशस्त बेडरूम्स आणि ऐसपैस हॉल! सारं या क्षणी काळोखानं झाकलेलं. नाही म्हणायला दारावर जिना उजळण्यापुरता जळणारा चिमुकला दिवा. त्याची तिरीप हॉलबाहेरच्या पॅसेजवर पडलीये. पॅसेजची सिरॅमिक फरशी त्या तिरिपीत मंद तकाकतेय... बाकी सारा काळोख. शांतता.

एकाएकी टेलिफोनची घंटी वाजते. काळोखाच्या पांघरुणात गुरफटलेला फ्लॅट खडबडून जागा होतो. रात्रीच्या शांततेत केवढा प्रचंड घुमतोय हा घंटानाद! फोन वाजतोय... न थांबता... तीनदा...चारदा. सहा वेळा वाजून तो आपोआप थांबतो.

पुन्हा शांतता... पण विस्कटलेली. पुन्हा तर तो घंटानाद सुरू होणार नाही, या भीतीनं विस्कटलेली.

खाली रस्त्यात कारचं दार बंद केल्याचा आवाज. मग एक मजला घाईघाईनं– जवळजवळ पळतच चढणाऱ्या पावलांमधल्या सँडल्सच्या उंच टोकदार टाचांचा फरशीवर आवाज.... अधिकाधिक जवळ येणारा.

मग किल्ली तातडीनं लॅचमध्ये अडकवल्याचा आवाज. लॅच सराईतपणे फिरतं. दरवाजा धाड्दिशी उघडला जातो. ती पॅसेज ओलांडून हॉलमध्ये येते. हॉलचा दरवाजा ढकलते. उजव्या भिंतीवरच्या स्विचबोर्डचा स्विच ऑन करते. तत्क्षणी हॉल- छताकडे तोंड केलेल्या चिमुकल्या स्पॉट्सच्या- सुखद अप्रत्यक्ष प्रकाशानं उजळून निघतो.

शोभना शिरोळे खांद्यावरची पर्स काढून ती पलीकडच्या मोठ्या लेदर सोफ्यावर फेकून देते आणि छोट्या सोफ्यावर अंग टाकते.... शांतपणे. तिला खरं तर या क्षणी आपोआप ग्लासभर थंड पाणी मिळालं तर हवंय. पण घरातला नोकर सात वाजताच घरी जातो. आता रात्री दहा वाजता पाणी आपणहूनच उठून घ्यायला हवं!

शोभना फ्रिजशी जाते. थंड पाण्याची बाटलीच तोंडाला लावते. थोडं बरं वाटतं. ती तशीच बेसिनशी जाते. तोंडावर पाणी मारते. नॅपकिननं तोंड पुसते. मग आरशात पाहते. कपाळ आणि गाल आता सुजू लागलेत. मुक्या मारानं तेवढा भाग काळानिळा झालाय. मग तिच्या लक्षात येतं- ब्लाऊज दंडाकडे फाटलाय. आत खरचटलंय. रक्त फुटू लागलंय. ती फ्रिजमधून बर्फ काढते. बर्फ काढताना लक्षात येतं की, डावा हात चांगलाच दुखतोय. ती तिकडे दुर्लक्ष करण्याचा प्रयत्न करून बर्फ काढते. तो आईसबकेटमध्ये ठेवते. एका फडक्यात बर्फाचे खडे ठेवून ते जखमांवरून फिरवू लागते...

एवढ्यात फोन घणघणतो.

शोभना विलक्षण दचकते. इतकी की, बर्फाचा एक खडा फडक्यातून सटकून खाली पडतो.

फोन वाजतच राहतो. शोभना जवळच्या बेडरूममध्ये जाते. फोन अजूनही वाजत आहे. काही क्षण तो उचलण्याचं धाडसच शोभनाला होत नाही. शेवटी धीर करून ती तो उचलते.

"हॅलो बेबी...." टर उडवल्यासारखा छद्मी आवाज. शब्द तोंडात पान घोळवल्यासारखे फिरवत फिरवत... "हॅलो बेबी– सुन रही हो ना?"

ती एक शब्दही बोलत नाही. तरी तिचा धाप लागल्यासारखा वेगाचा श्वास फोनमधून ऐकू जातोच.

"मै जानता हूँ बेबी– तुम सुन रही हो! हो ना?"

"हू इज स्पीकिंग?"

"दोस्त तुम्हारा! मेसेज देना चाहता हूँ! हाथोंसे छूट गयी इसका मतलब ये नहीं समझना की हम लोग तुम्हे जिंदा छोडेंगे! तुम्हारे दिन भर गये है! अब तुम्हारे धंदे के कितने भी गिऱ्हाईक हो, वे तुम्हें हमारे हातसे छुड़ा नहीं सकते!"

"शट्प!–" शोभना ओरडते.

दुसऱ्या बाजूनं नुसता हसण्याचा आवाज. घाणेरडं.. अश्लील हास्य!

"आज रात गिऱ्हाईक नहीं लेना बेबी डार्लिंग!.. "दोस्ताचा आवाज. "अकेली ही सो जाओ.... हम जो आनेवाले हैं!"

पुन्हा हसण्याचा आवाज... आणि फोन डिस्कनेक्टेड.

शोभना खिळल्यासारखी जागच्या जागी थरथरत उभी. फोनकडे भीतीनं पाहत. मग पायांतली शक्ती गेल्यासारखी ती बेडवर कोसळते.

क्षणभरानं सावरते. उठते. चार पावलांवर कॅबिनेट असतं. त्यातून बँडएड, आयोडेक्स वगैरे काढते. जखमांवर लावू लागते. पण नुकतीच ऐकलेली धमकी मनातून जात नाही. ती खिडक्या बंद करून घेते. दिवाही मालवणार...

एवढ्यात पुन्हा फोन घणघणतो. तो उचलावा की नाही...? क्षणभर संभ्रम पडतो. मग ती उचलते.

"हॅलो..."

"हॅलो डिअर– हाऊ आर यू?" फोनवर मध्यमवयीन प्रेमळ आवाज. तिचा जीव भांड्यात पडतो.

"शोभनाच बोलते ना?" तिच्या मौनानं गोंधळून जाऊन तो आवाज परत विचारतो.

"हां, रायसाहेब."

"थँक गॉड. आय वॉज सो वरीड! मी ऐकला का आज अरोराच्या ख्रिसमस पार्टीमधी खूप गडबड झाला!"

"कुणी सांगितलं तुम्हाला?"

"व्हॉट डु यू मीन बाय कोणी सांगितला? हाफ द इंडस्ट्री नोज इट! उद्या न्यूज येतो का नाय बघ पेपरला– द फेमस गॉसिप गर्ल ॲसॉल्टेड!"

"गुड! तेवढीच आपल्या सिल्व्हर स्टारला पब्लिसिटी!"

"नो नो डार्लिंग! आय डोन्ट वॉन्ट पब्लिसिटी ॲट युअर कॉस्ट! यू आर वन ऑफ माय फेव्हरिट्स! अ व्हेरी प्रेशिअस जर्नालिस्ट! आय ॲम टेरिबली कन्सर्न्ड अबाउट यू! कसा झाला, काय झाला, सगळा सांग बघू..."

"सांगते- बट डोन्ट मेक इट अ न्यूज. कोणाला बोलू नका. उद्या सकाळी द्यायचा कॉलम आज रात्री लिहायचा, म्हणून मी पार्टीत शेवटपर्यंत थांबले नाही. सव्वानऊच्या सुमाराला निघाले. माझ्यासाठी टॅक्सी आणायला अरोरांनी माणूस पाठवला होता..."

"डिअर, आय टेल यू, यू मस्ट हॅव युवर ओन कार!"

"ड्रायव्हिंग इज आऊट ऑफ क्वेश्चन रायसाहेब. माय माइंड इज ऑलवेज टू क्राउडेड टु कॉन्सन्ट्रेट ऑन ड्रायव्हिंग. अँड यू नो, आय डोन्ट ट्रस्ट शोफर्स! एनी वे, मी ड्राइव्हवे क्रॉस करून फाटकाशी आले, तेवढ्यात टॅक्सी आली. मी पुढं झाले, तर टॅक्सीतनं चार गुंड उतरले. त्यांनी मला बाजूच्या झुडपात खेचलं. खाली पाडलं. एक जण गुद्दे मारायला लागला, दुसरा साडी खेचायला लागला. टॅक्सी आधीच निघून गेली होती. मी किंचाळले, जोर करून उठले आणि एकदम धावत सुटले. ते गुंड थोडेच मला पळून जाऊ देतात? पण एवढ्यात समोरून एक कार आली; तिच्या हेडलाइट्सनं सगळ्यांचेच डोळे दिपले. ड्रायव्हरनं कार स्लो करून दार उघडलं– ओरडला, 'जम्प!' मी गाडीत उडी टाकल्याबरोबर त्यानं गाडी चालू केली! लगेच गाडीला स्पीड दिला!"

"कोण होता कारवाला?"

"आय नेव्हर फाउन्ड आऊट; पण त्या क्षणी आला तो मात्र एखाद्या देवदूतासारखा. त्यानं मला ओळखलं; पण स्वत:चं नावही सांगितलं नाही. म्हणाला, 'मी माझं कर्तव्य केलं. पण मला यात गुंतायचं नाही. मी तुम्हाला तुमच्या घराजवळ ड्रॉप करीन. नंतर थांबणार नाही. पोलिसांचं लफडंबिफडं आपल्याला नको.' मी म्हटलं, 'ओके. आय वोन्ट डिस्क्राइब यू टु एनी वन!"

"कुणी घातले असतील गुंड असं वाटतं?"

"मला काय माहीत, कुणीही असतील! गॉसिप रायटरशी सगळ्यांचं वैर! एव्हरीबडी हेट्स हर!"

– एक्सेप्ट हर एडिटर हू सिम्पली अडोअर्स हर!

– सिन्स ही इज द ओनली पर्सन हू इज प्रॉफिटेड बाय हर कॉलम!

"नाउ-नाऊ डोन्ट बी नॉटी! यू आर नॉट जस्ट अ कॉलमिस्ट; यू आर अ क्रिएटिव्ह आर्टिस्ट! तू गॉसिप क्रिएट करतेस. म्हणजे, स्टार्स म्हणतात त्याप्रमाणे, खोट्या कंड्या पिकवते!

"नेव्हर! गॉसिप इज स्मोक! इट कॅनॉट बी जनरेटेड विदाऊट फायर! स्टार मंडळींनी लफडी करायची सोडून दिली, तर गॉसिप कोणाला खरा वाटेल? बाय द वे, तुझ्यावरच्या अटॅकमध्ये तुला कोणाचा संशय येता, सुधीरबाबू?

"संशय नाही- हंड्रेड पर्सेंट खातरी आहे माझी! सुधीरनं प्रतिज्ञा केलीये मला खलास करण्याची!

"कम ऑन– कायतरीच काय?"

"कायतरीच नाही; आत्ताच त्याच्या एका चमच्याचा फोन आला होता! मला ठार मारण्याची धमकी दिलीये त्यांनी. बहुधा आज रात्रीच!"

"डोन्ट वरी! आय शाल इन्फॉर्म द पुलीस. ते तुला प्रोटेक्शन पाठवून देतील!"

"फॉर गॉड्स सेक, तसं काही करू नका. आय डोन्ट वॉन्ट पब्लिसिटी- इव्हन इफ सिल्व्हर स्टार नीड्स इट!"

"बाय स्वेअर– मी सिल्व्हर स्टारसाठी सांगत नव्हतो! वेल; तुला पोलीस केस नको असेल, तर राहिला.... आणि दोन दिवस चांगली विश्रांती घे! उद्याचा कॉलम राहू दे!"

"नाही, नाही! उद्याचा कॉलम तर लिहायलाच हवा! अरोराकडच्या ख्रिसमस पार्टीच्या रिपोर्टकडे सगळ्यांचे डोळे लागून राहणार! तुम्हाला काय म्हणायचंय- सुधीरच्या भीतीनं मी रिपोर्टिंग सोडू? मी लिहिणारच आहे याही वेळी– दॅट गाय वॉज डेड ड्रंक टुनाइट! तिथं सर्वांसमोर चाळे करीत होता सुधीर त्या सतरा वर्षांच्या नव्या हिरॉईनसमोर! कोण ती– हां, सक्सेनाची पोरगी- प्रमुदिता! मी लिहिल्याशिवाय राहणार नाही!"

"दॅट्स द स्पिरिट! ओके, स्लीप वेल! गुड नाइट!"

"गुड नाइट!"

सिल्व्हर स्टारच्या एडिटरच्या फोननं शोभनाला कितीतरी बरं वाटलेलं आहे. ती उठते. उठताना कंबरेत चमक मारते. तिचा वेदनेनं आक्रसलेला चेहरा तिला समोरच्या फुल साइज आरशात दिसतो. आत कुठं कुठं मार बसलाय कोण जाणे! ती कंबर धरून तशीच प्रतिबिंबाकडे पाहत उभी राहते. तिच्या मनात येतं- अजूनही तरुण पोरं मागं लागावीत इतकी काळजी घेतो आपण फिगरची. पण नुकतीच चाळिशी झाली– यापुढं आय ॲम नॉट गेटिंग एनी यंगर! तारुण्य हळूहळू मागं पडणार, हे तर खरंच! काय मिळवलं आजवर?- काय मिळवायचंय यापुढं? आज– आजच सुधीरच्या माणसांनी आपला खून केला तर.... बरं होईल ते एका परीनं! तारुण्य उताराला न लागताच आपण मरून जाऊ. आय शाल मेक अ यंग अँड ब्यूटिफुल कॉर्प्स!

शोभना फडताळाशी जाते. त्यातून कोनॅकची बाटली काढते. कटग्लासच्या ग्लासमध्ये एक पेग ओतते. आइस बकेटमधले दोन खडे त्यात टाकते आणि ते ग्लासमध्ये खेळवत खेळवत बाहेर येते. मग दरवाजाची आणखी एक कडी लावून घेते. हॉलमधला एका बाजूचा स्पॉट लावते. त्याचा प्रकाश वाढवते. रेकॉर्डरमध्ये कॅसेट टाकते आणि रेकॉर्डचं बटण दाबून बोलू लागते–

'हाय रीडर्स! तुम्हाला माहीतच आहे की, दर ख्रिसमस ईव्हला मेलविन अरोरा ख्रिसमस पार्टी देतो. तो स्वत: ख्रिश्चन नाही; पण इंडस्ट्रीतल्या ख्रिश्चन कम्युनिटीची कदर करण्यासाठी त्यानं ही पार्टी सुरू केली...'

शोभनाच्या डोळ्यांसमोर पुन्हा मघाचा प्रसंग दिसायला लागतो. धाडकन टॅक्सीची दारं उघडतात... गाडीतून चार गुंड तिच्यावर झेप घेतात... आई गं!

तिच्या मनात भीती दाटून येते. ती खिडकीकडे पाहते. तिचं एक तावदान वाऱ्यानं एकसारखं आपटतंय. ती उठते. पुन्हा कंबरेत चमक मारते. बरं तर बरं, त्या चांडाळांशी झटापटीवरच निभावलं! पण खरंच निभावलंय का? शोभना हॉलच्या दोन्ही खिडक्या गच्च लावून घेते. त्या लावताना तिच्या डाव्या हातातून कळ उठते. पण आता थंड वारं आत यायचं थांबतं. ती खाली ठेवलेला ग्लास तोंडाला लावते. अगदी लहानसा घुटका घेते. तरी कोनॅक घशाला जाळतंच. अंगभर ऊब पसरते. बरं वाटतं.

खरंच का आजच्या पार्टीविषयी उद्याच्या कॉलममध्ये लिहायचंय? आणि नंतरच्या प्रकाराविषयी... सुधीरविषयी- माझ्याविषयी? ...हे का घडलं? माझ्याच आयुष्यात का? आजचा प्रसंग हा आजवरच्या सगळ्या आयुष्याचीच जमा आहे का? वाचकांना तो समजायला हवा असेल, तर सगळं आयुष्यच समजावून द्यावं लागेल का?

काय हरकत आहे? कायम इतरांच्या आयुष्यातली गुपितं आपण चव्हाट्यावर मांडत आलो... आपलं आयुष्य समजून घ्यायचा वाचकांना अधिकार नाही का? यापुढं- यापुढं कदाचित आपल्याला आयुष्यच नसेल, तर आपण जी शेवटची गॉसिप स्टोरी लिहू ती आपली स्वत:चीच का असू नये?

म्हणजे? आपलं खरंखुरं आयुष्य लोकांपुढं उघडं करायचं? त्यांना आपल्याविषयी काय वाटेल? डॅम् इट! आपण हा विचार करायचा... आपण? जन्मभर आपण सांगत आलो की, गॉसिप्स आर आफ्टरऑल गॉसिप्स! नोबडी टेक्स देम सिरियसली. गॉसिप्स तात्पुरती वाचायला लोकांना बरी वाटतात. म्हणून तर लोक स्टार मॅगझिन्स विकत घेतात. ती वाचल्याबरोबर विसरूनही जातात. हेच आर्ग्युमेंट आपण कोर्टात केलं होतं– फिल्मस्टार सुमित्रानं आपल्या संशयी नवऱ्याला विष देऊन मारलं, असं सिल्व्हर स्टारनं गेल्या वर्षी छापलं म्हणून मासिकावर बदनामीचा खटला झाला तेव्हा!

गॉसिप म्हणजे नुसता चटकदार वाचनीय मजकूरच असेल, तर आपली गोष्ट का ठेवू नये वाचकांपुढे? ते ती वाचतील आणि विसरतील...

पलीकडच्या चर्चमध्ये घंटा वाजताहेत... वाऱ्यावरून त्यांचा गंभीर नाद येतोय... खिडक्या उघडल्या तर अधिक चांगला ऐकू येईल! पण त्यासाठी खिडक्या उघडायच्या? पहिल्या मजल्यावरच्या खिडकीतून कुणीही चढून येऊ शकेल... आणि मग– बाई गं, नकोच ते!

शोभना टेप रिवाइन्ड करते. नवा मजकूर सांगू लागते. आधी लिहिलेला मजकूर आपोआप पुसला जाऊ लागतो...

हाय रीडर्स! मेलविन अरोरांकडच्या ख्रिसमस पार्टीच्या बाहेर जो प्रकार घडला, त्याची सुरुवात खरं म्हणजे वीस वर्षांपूर्वी झाली... आता तुम्हाला माहीत असलेली शोभना शिरोळे ही सेलिब्रेटेड गॉसिप गर्ल, तेव्हा कॉलेजच्या शेवटच्या वर्षाला होती... नचिकेत सारंग तिला एक वर्ष ज्युनियर होता. तो कविता लिहायचा. शोभनाला कवितेमध्ये इंटरेस्ट नव्हता; पण सारंगमध्ये होता. त्यामुळे ती कविता आवडतात, असं दाखवायची. शिवाय त्या दोघांच्या इतरही गोष्टी जमायच्या. दोघांनाही बेंद्र्यांची चित्रं आवडायची. दोघांनाही गुरुदत्त आवडायचा. दोघांनाही सैगलचं 'सो जा राजकुमारी' आवडायचं आणि कोऱ्या पुस्तकांचा वास तर दोघांनाही अतिशयच आवडायचा. पुढं कधीतरी दोघांची मैत्री अगदीच घनदाट झाली, तेव्हा तिला नचिकेतला सांगून टाकणं भाग पडलं की, 'राजा, दुखावू नकोस; पण मला कविता म्हणजे खुळेपणा वाटतो. सरळ-साधं, रोखठोक सांगता येईल, ते कवितेत आडवळणानं कशाला सांगायचं? माणसं माणसांसारखी आणि पक्षी पक्ष्यांसारखे– असं असताना उगाच कशाला माणसाला पंख लावत बसायचं?'

शोभनाचं हे बोलणं ऐकून नचिकेत खूप दुखावला. पण शोभना जशी बुद्धिमान होती, तशीच ती प्रामाणिकही होती. नचिकेतला वाईट वाटेल म्हणून गप्प बसायचं, हे तिला पटण्यासारखं नव्हतं. तिनं नचिकेतला सांगून टाकलं- 'कवी म्हणून तुला जगता येणार नाही. मागासलेल्या देशामध्ये कधी लेखनाचा व्यवसाय होऊ शकत नाही. माझं तुझ्यावर प्रेम आहे; पण आयुष्यात माझं नुसत्याच प्रेमानं भागणार नाही. मला करिअर करायचंय. माझ्या नवऱ्यानंही करिअरिस्ट असावं, पैसा मिळवावा, तो वाढवावा, विलक्षण महत्त्वाकांक्षी असावं, मोठं व्हावं, असं मला वाटणारच!'

तिनं असं सांगितलं, त्या दिवसानंतर तिला नचिकेत पुन्हा भेटला नाही. आपण भावनांच्या आहारी गेलो नाही, याबद्दल तिला समाधान वाटलं. स्वत:च्या प्रगल्भतेचं कौतुक वाटलं!

अचानक फोन वाजतो. अपरात्रीची वेळ, हातातला ग्लास, आपलं रिपोर्टिंग आणि मध्येच हा फोन कसा आला?– तिला काही समजेनासं होतं. मग भान परत येतं. ती फोन उचलते.

''हॅलो–''

''हाय स्वीटहार्ट!'' अतिशय घोगरा, नशेतला आवाज. ''हाऊ आर यू?''

''कोण बोलतंय– सुधीर?''

''तुझा मृत्यू बोलतोय!... अजूनपर्यंत तू जिवंत कशी? साल्ये, मला बदनाम केलंस... तू... तू जगात कशी राहतेस तेच... मी... मी प्रमुदिताला वाईट मार्गाला लावतो काय! भेंचोद– एके काळी तुला... तुला...''

फोन डिसकनेक्ट होतो. शोभना भयचकित होऊन फोनकडे पाहत राहते. तो परत केव्हाही वाजू लागेल, म्हणून! ...पण तो वाजत नाही.

मग तीच एक नंबर फिरवते.

''हॅलो, सुलेमान–''

''बाहर गया है!''

''कब आयेगा?''

''पता नही, आउट ऑफ बॉम्बे गया है- शूटिंग के लिये!''

''साल्या सुलेमान! मी आहे–शोभना! मला शेंडी लावतोस?''

सुलेमान खळखळून हसतो. ''काय करणार शोभाजी, माणूस ॲक्टर झाला की, लोक त्याला वाट्टेल तेव्हा फोन करून हैराण करतात!''

''सुलेमान, आत्ताच्या आत्ता इकडे निघून ये- माझ्या घरी.''

''काय झालं? फार घाबरलेल्या दिसताय तुम्ही! –कशानं?''

''मला एकसारखे धमक्यांचे फोन येताहेत सुलेमान- माझा जीव घेण्याचे. आत्ता सुधीरचा स्वत:चाच फोन आला होता!''

''सुधीरचा? पण सुधीर तर अरोराच्या पार्टीत तर्रर्र झालाय! मी आत्ताच तिकडून आलो!''

''तू निघून ये सुलेमान– आज रात्री माझ्याचकडे राहा. मला सोबतीची फार गरज आहे!''

सुलेमान चावटपणानं हसतो. ''येतोच मी! पण आज रात्रीच्या सोबतीच्या बदल्यात पुढच्या आठवड्यात माझ्या नावानं एक हार्मलेस गॉसिप तयार व्हायला हवं! ओके?''

''तू म्हणशील तसं! पण लगेच ये!''

शोभना फोन खाली ठेवते. सुलेमान आल्याशिवाय नाही राहायचा! त्याला आपली संगत आवडते. शिवाय फायदाही असतो त्याचा. आत्तापर्यंत दोनच पिक्चर्स झाली त्याची. त्यातलं एकही हिट नाही. तो फार मोठी स्वप्नं बघतोय. सुपर स्टारडमची! पण अजून त्याची अवस्था डगमगतीच आहे. त्याला माझ्या मदतीची गरज आहे– आणि मला त्याच्या तारुण्याची! त्याच्या संगतीत आजची रात्र कशी गेली, ते कळणारही नाही. सगळी भीती पार नाहीशी होईल! –आणि उद्या सकाळी नेहमीच्याच आत्मविश्वासानं जगाला तोंड देता येईल!

शोभना कोनॅकचे दोन घोट घेते. पुन्हा रेकॉर्डर चालू करते!

–नचिकेतशी संबंध सुटला, यात समाधान एवढंच होतं की, पुढं होणारी ओढाताण टळली! रघुनंदन भेटला तेव्हा वाटलं की, महत्त्वाकांक्षा कशी वाढवायची आणि जगात पुढं कसं जायचं, हे आपल्याला त्याच्याकडून शिकता येईल! रघुनंदनच्या वडलांचं मोटरच्या स्पेअर पार्ट्सचं दुकान होतं, काही मेक्सची एजन्सीही त्यांच्याकडे होती. वस्तूवर सोन्याचा वर्ख चढवावा तशी घरावर श्रीमंती चढलेली होती. तरीही रघुनंदनला आणखी मोठं व्हायचं होतं. त्याला पैसा हवा होता, पैशाबरोबर येणारी सत्ता हवी होती!

रघुनंदनला सिनेमावाल्यांविषयी आकर्षण! त्यांना त्याच्या श्रीमंतीचं अप्रूप! म्हणून अनेक निर्मात्यांशी, नटांशी त्याची दोस्ती! सतत स्टुडिओच्या वाऱ्या आणि त्यातून तयार झालेले एक्स्ट्रा नट्यांशी संबंध! जाताजाता त्यांच्या गळ्यात, कमरेत हात घालणं आणि पाहिजे तेव्हा त्यांना घेऊन होटेल्समध्ये राहणं!

शोभनाला समजून चुकलं की, हा माणूस आपला एकटीचा होणं शक्यच नाही. तिच्यासारखी तल्लख आणि आपल्या तत्त्वांना चिकटून राहणारी मुलगी आपल्यासाठी नाही, हे रघुनंदननंही केव्हाच ओळखलं होतं. कसल्याही रुसव्याफुगव्याशिवाय, भांडणतंट्याशिवाय दोघं दूर झाली. माणसांच्या गर्दीत दोघं एकमेकांना हरवून गेली.

आयुष्य एका कडूगोड अनुभवानं अधिक संपन्न झालं. मग विचारू लागलं... साधासुधा नचिकेत नको आणि पाताळयंत्री रघुनंदनही नको, मग तुला हवंय तरी

कोण? शिवाय रघुनंदन आयुष्यातून गेला, तरी त्यानं जी सिनेमाच्या जगाची चटक लावली होती, ती कशी जाणार? त्यानं ज्या ओळखी करून दिल्या होत्या त्या एकदम कशा विसरणार? रघुनंदनला सोडलं, तरी शोभना शिराळे स्वत: स्टुडिओच्या फेऱ्या मारीतच राहिली...

शोभना रेकॉर्डिंग थांबवते. ती मार्थाला फोन लावते.

मार्थाच्या फोनवर पार्टीची गडबड ऐकू येत असते. ख्रिसमस साँग लावून माणसं नाचत असावीत.

शोभनाचं नाव ऐकून मार्था लगबगीनं फोनवर येते.

"मेरी ख्रिसमस, मार्था!"

"ओ! थँक्यू. यू आर ग्रेट हां, शोभना! तू इतकी बिझी माणस; पण हर ख्रिसमसला माझी आठवण ठेवते! थँक्यू व्हेरी मच! व्हाय डोन्ट्यू कम ओव्हर फॉर द पार्टी?"

आता घराच्या बाहेर पडायचं? ...शोभनाच्या अंगावर विचारानंदेखील शहारा येतो. बाहेरच्या काळोखात कोण कोण आपली वाट पाहत उभं असेल...!

"नको मार्था; पुन्हा कधी तरी. आय ॲम व्हेरी टायर्ड टुडे. हाऊ इज पीटर?"

"पीटर पुन्हा जॉबला लागला, शोभना." मार्था अभिमानानं म्हणते. "अँड द चिल्ड्रन आर ऑल इन गुड हेल्थ, टचवुड!"

"बाय, मार्था! गुडनाइट!"

एकदा वाटत होतं, तिला म्हणावं- 'मार्था, माझ्या जिवाला धोका आहे!' पण नको- आज तुझा ख्रिसमस कशाला खराब करू? तुझं माझ्यासारखं नाही! तुला स्वत:चा संसार आहे! तू त्यात रंगून गेलीयेस. मार्था, कॉलेजमध्ये आपण एकाच वर्गात होतो. पण तू रीतसर लग्न केलंस. पुढे पीटरला दारूचं व्यसन लागलं, त्याचा जॉब गेला. पण दोघांच्या वाटची मेहनत करून तू संसार सावरलास. मुलांना चांगल्या शाळेत घातलंस. सनीच्या बरोबरीचा वैशाख, पण सनी रात्रंदिवस तुझी पाठ सोडत नाही. मला मात्र वैशाखला शेवटचं पाहून पाच वर्षं झाली...

नो सेंटिमेंटॅलिटी प्लीज, शोभना! लोक तुला एक ताठ कण्याची बाई म्हणून ओळखतात. इंडस्ट्रीमध्ये तुझा काय दरारा आहे! आजवर तू कधीही डोळ्यांतून पाणी काढलं नाहीस! मग आजच–

ग्लासात राहिलेली कोनॅक एका घोटात संपवून शोभना परत ग्लास भरते आणि रेकॉर्डरशी येऊन बसते. रेकॉर्डिंगचं बटण दाबते...

आज इंडस्ट्रीमध्ये शोभनाचं नाव ज्याच्या त्याच्या तोंडी आहे- पण तेव्हा मात्र तिला सगळ्या प्रकारच्या अनुभवांमधून जावं लागलं. प्रथम तिला ॲक्ट्रेस व्हायचं होतं. पण का कोण जाणे, तिला सगळ्या दिग्दर्शकांनी दूर ठेवलं. कदाचित तिचा

चेहरा त्यांना नको इतका बुद्धिमान वाटला असेल! बाहुलीसारख्या सुंदर नायिकांच्या तुलनेत तो फारसा आकर्षक वाटला नसेल! काहीही असो- शोभनाला कामं मिळाली नाहीत. उलट दोघातिघा बुजुर्गांनी सल्ला दिला- 'तू संवाद का नाही लिहीत? नटीचे दिवस थोडे असतात! लेखिका आपल्या व्यवसायात टिकून राहते.' ते आपल्याला काम द्यायचं टाळण्यासाठी हे म्हणतात, याची खातरी असूनही तिनं स्वत:ला विचारलं– व्हाय नॉट? नेहमीच्या, कचरापट्टी संवाद लिहिणाऱ्यांपेक्षा मी नक्कीच अधिक हुशार आहे!– त्या वेळी तिला नचिकेतची आठवण झाली! त्याला लेखक न होण्याचा सल्ला देता देता आपण मात्र...

तिनं लिहिलेली पहिली पटकथा कधीच पडद्यावर आली नाही, पण त्या चित्रपटाचा नायक सुधीर मात्र तिच्या प्रेमात पडला. नटांपासून लांब राहायचं, असं ठरवता ठरवताच ती आंधळेपणानं त्याच्या शय्यागृहात शिरली.

एक वर्षं ती सुधीरबरोबर राहत होती. आज करू, उद्या करू म्हणून त्यांचं लग्न लांबणीवर पडत होतं. इंडस्ट्रीमध्ये दिवसेंदिवस अधिकाधिक अल्पवयीन मुली येत होत्या आणि त्यातल्या प्रत्येकीशी संधान बांधून सुधीर अधिकाधिक तरुण होत होता. स्वत:च्या निम्म्या वयाच्या सागरिकेला तो मधूनमधून घरी आणायला लागला, तेव्हा शोभनानं सुधीरला सोडलं. त्याच्यापासून आपल्याला पाच महिने गेलेत, या सत्याची बेडी पायात पडू न देता.

फोन वाजतो. शोभनाला धस्स् होतं. पण ही भीती सुधीरची नसते. सुलेमान काहीतरी कारण सांगून टाळाटाळ करतो की काय, याची असते. भीतभीतच ती फोन उचलते.

"हॅलो-" स्त्रीचा आवाज! शोभनाला हायसं वाटलं.

"हॅलो, शोभना हिअर–"

"मला सुलेमानशी बोलायचंय."

"सुलेमान इथं नाहीये. एनी वे– हू इज स्पीकिंग?"

"माझं नाव कळून काय करायचंय तुला," एकदम विषारी फूत्कार होतो. मला माहितेय. सुलेमान तिकडं आलाय! आजकाल रात्रीचा तो तुझ्याकडे असतो, हे काय मला माहीत नाही? गिळून टाकणारेस तू त्याला! बदमाश! तुझ्याहून सतरा वर्षांनी लहान आहे तो! तुझ्या निम्म्या वयाचा! शरम कशी नाही वाटत तुला त्याचा घास घ्यायला?"

शोभनाच्यानं अधिक ऐकवत नाही. ती फोन खाली ठेवते. कोण असेल ही? बहुधा रागिणी असावी!– सुलेमानची गेल्या वर्षातली स्टेडी गर्ल फ्रेंड! काय गट्स या मुलीचे, फोन करून आपल्याला हे असं सुनावण्याचे? पण तिचंदेखील तसं बरोबरच आहे! ती सुलेमानच्या बरोबरीची आहे; आणि आपण मात्र त्याच्याहून सतरा

वर्षांनी.... खरंच का आपण निर्लज्ज आहोत? उगाच काहीतरी! प्रेम असं कुणी वयाचा हिशेब मांडून थोडंच करतं?

पुन्हा चर्चच्या घंटा वाजू लागतात. शोभना कोनॅकचा ग्लास तोंडाला लावते. रेकॉर्डिंगचं बटण दाबते.

वैशाखनं आपले वडील कधीच पाहिले नाहीत. पडद्यावर क्वचित पाहिले असतील; पण हे आपले वडील, हे त्याला माहीत नाही. वैशाखच्या जन्माच्या वेळी मार्था तिच्याबरोबर होती. वैशाख जन्मत:च देखणा होता... सुधीरचा वारसा? असेलही! त्याला काही कमी पडू नये, म्हणून शोभनाची धडपड चालू असायची! पण अजूनही पटकथा-संवादलेखिका म्हणून तिचा जम बसत नव्हता. कदाचित निर्मात्यांना हवं तसं बाळबोध लिखाण तिला करता येत नसेल, कदाचित् दिग्दर्शकांची सहवासाची अपेक्षा तिला पुरी करता येत नसेल, कदाचित आणखी काही.... पण तिची ओढाताण होत होती, एवढं मात्र खरं!

याच दिवसांत तिला रायसाहेब भेटले. एका चित्रपटाच्या निर्मितीमध्ये हात पोळून घेतल्यानंतर आता ते एक चित्रपट पाक्षिक काढण्याच्या विचारात होते. शोभनाची धडपड ते अंतरावरून पाहत होते. एके दिवशी तिला म्हणाले– 'शोभाजी, आज इतकी वर्षं इंडस्ट्री जवळून ओळखता; व्हाय नॉट जॉइन मी ॲज अ कॉलमिस्ट?'

—आणि त्या क्षणी, रसिक वाचकहो, त्या ऐतिहासिक क्षणी तुमच्या गॉसिप गर्लचा जन्म झाला! सिल्व्हर स्टारसाठी लिहायला पेन हातात घेतलं, त्या क्षणी सुधीरची मूर्ती डोळ्यांसमोर दिसली. वाटलं, यानं माझ्या असहायतेचा फायदा घेऊन मला फसवलं. पण आज माझ्यात नवीन शक्ती आलीये. मी या नटाचा सुंदर मुखवटा फाडून टाकू शकते! यानं मला फसवलं, आणखी चार जणींना फसवलं, हे सागरिकेला कळू दे. तिला वेळीच सावध होऊन त्याच्यापासून दूर जाऊ दे. तिच्यानंतर इंडस्ट्रीत ज्या मुली येणार असतील, त्यांना कळू दे! सगळ्या जगाला कळू दे!

मग सिल्व्हर स्टारनं सुधीरविरुद्ध आघाडीच उघडली. त्याची सगळी कुलंगडी चव्हाट्यावर आणायला सुरुवात केली. अंक जोरात खपू लागला. एकटा सुधीरच नाही, तर इतर नट-नटींच्या, निर्मात्या-दिग्दर्शकांच्या, गायक-गायिकांच्या, खऱ्या-खोट्या शेकडो चमचमीत बातम्या मसालेदार, चटपटीत, नर्मविनोदी, औपरोधिक शैलीत वाचकांना वाचायला मिळू लागल्या. शोभनेमधल्या लेखिकेला आपला सूर सापडला आणि रायसाहेबांच्या पाक्षिकाचा (आता ते साप्ताहिक झालं होतं) खप दहा लाखांवर गेला... त्यांनी शोभनेला लिहिण्याचं पूर्ण स्वातंत्र्य आणि कायद्याचं संरक्षण दिलं. मुख्य म्हणजे बापाची माया दिली.

टेलिफोन पुन्हा वाजू लागतो. आज रात्रभर तो असाच वाजत राहणार का? हाऊ स्ट्रेंज! असं मनाशी म्हणत शोभना तो उचलते.

"हॅलो,"

"नमस्कार! मी, ब्रिजनाथ संघवी!"

"इतक्या रात्रीचा फोन केलात? वैशाख बरा आहे ना?"

"मध्ये थोडा ब्रोंकायटीसचा त्रास होता. मेडिकल ट्रीटमेंट खूप केली... खूप खर्च झाला! नेहमीच होतो, पैसा थोडा वाढवायचा बघा. जास्ती नाय, एक पाचसो रुपयांनी!"

"पाचशे?..." आकडा शोभनाच्या घशातच अडकतो.

"तुम्हाला जादा नाहीत. मिनिस्टरसाहेबांना सांगा की, लगेच सोय होणार! माफ करजो हां, भलत्या टायमाला फोन केला–"

"कुठून बोलताय तुम्ही?"

"बॉम्बेतूनच. दिवसभर ट्राय केला; पण तुमी घरी नव्हते. आता रात्री साडेबाराची गाडी हाय. उटीला परत चालला! तेवडा ते ध्येनात ठेवा– पाचसो रुपया! नाय तर तुमचे बेटेचा हाल होणार– म्हणून पयलेच सांगितला!"

"मी विचार करून कळवते. गुड नाइट!"

शोभना फोन खाली ठेवते. तिच्या कपाळाची जखम चुरचुरू लागते. गळ्याशी हुंदका दाटून येतो. पैसे दिले नाहीत तर वैशाखचे हाल होणार? किती हलकट माणूस आहे हा! वैशाखसाठी दरमहा पाठवायची रक्कम गेल्याच वर्षी दोनशे रुपयांनी वाढवली होती. या माणसाची हाव वाढतच चाललीये! आता फार काळ वैशाखला याच्याकडे ठेवून चालणार नाही!

शोभना रेकॉर्डिंगचं बटण दाबून बोलायला सुरुवात करते.

आठ वर्षांपूर्वी रायसाहेबांनीच सुचवलं की, वैशाखला जवळ ठेवलं, तर त्याची आणि तुझी, दोघांचीही ओढाताण होईल! उटीला त्यांच्या नात्यातलं हे संघवी जोडपं! त्यांना मूल नव्हतं. त्यांच्याकडे वैशाखला ठेवावं आणि तिथल्याच शाळेत त्याला घालावं, असं ठरलं. पाच वर्षं त्यांनी वैशाखला कसलीही तक्रार न करता वाढवलं. पण त्याचा टिंबरवुडचा धंदा जसजसा वाढत चालला, तशी त्याची पैशांची हावही वाढत गेली. तीन वर्षांपूर्वी त्यानं एकदा दहा हजार रुपयांची मागणी केली. शोभना घाबरून गेली. पण रायसाहेबांनी वेगळाच मार्ग काढला. ते म्हणाले– 'एकदा पैसा दिले की, संघवी नेहमीच मागत राहील. त्यापेक्षा त्याला एकदा धडा शिकवू या. मिनिस्टर आर. एन. चौधरींशी माझी चांगली मैत्री आहे! संघवीचं टिंबर फॅक्टरीचं लायसन्स गोत्यात आणता येईल. ते सोडवायला तो मिनिस्टरपर्यंत गेला की, त्यांच्याचकडून त्याला कानपिचक्या देता येतील!'

रायसाहेबांबरोबर शोभना मिनिस्टर आर. एन. चौधरींकडे गेली... आणि केबिनमध्ये प्रवेश करताक्षणी मंत्र्यांच्या खुर्चीवर रघुनंदनला पाहून चकित झाली.

रघुनंदनही तिला पाहून भारावून गेला. म्हणाला, "पुष्कळदा वाचतो तुझं नाव! तू आता मोठी बाई झालीस!"

"तू काय कमी मोठा झालायस," शोभना म्हणाली. "तुला सत्ता हवी होती. पैसा हवा होता! ते सगळं मिळवलंस तू शेवटी!"

"नाही तर दुकानाच्या गल्ल्यावर बसवलं असतं अप्पाजींनी!" खदखदून हसत रघुनंदन म्हणाला– "तू थांब थोडा वेळ! पुष्कळ वर्षांनी भेटलीयेस. मी अशी सोडणार नाही. माझ्याबरोबर बंगल्यावर चल! आपण तुझ्या प्रॉब्लेमचा सविस्तर विचार करू!"

रघुनंदननं नुसताच विचार केला नाही– प्रॉब्लेम पुष्कळच सोपा केला. त्यानं संघवीला कानपिचक्या तर दिल्याच, पण वैशाखचा सगळा खर्च स्वत:वर घेतला. फॉर द ओल्ड टाइम्स सेक! एवढंच नाही, तर त्यानं हा राहता प्रशस्त फ्लॅटसुद्धा तिला घेऊन दिला. या सगळ्याच्या बदल्यात तिनं फक्त एकच करायचं होतं, कधीकधी- तो मागेल तेव्हा, मुंबईत किंवा मुंबईबाहेर, त्याला रात्री-दोन रात्रीची सोबत करायची होती! अगेन, फॉर ओल्ड टाइम्स सेक!

शोभनानं हे नाकारलं नाही. रघुनंदनची पत्नी, तिची स्वत:ची तत्त्वं, वगैरे अनेक गोष्टींशी ही तडजोड होती! पण इंडस्ट्रीतल्या सगळ्या बऱ्या-वाईट अनुभवांनंतर आता शोभनेचं मन खूपच निबर झालं होतं! तिला वाटू लागलं होतं, आयुष्य घडवण्याचा काळ खूपच मागं पडलाय. त्याचा आकार आपल्या नकळतच ठरून गेलाय. आता ते आहे तसं, शक्य तेवढ्या सुखात घालवणं, एवढंच आपल्या हातात राहिलं आहे!

शोभना थोड्या वेळासाठी रेकॉर्डिंग बंद करते. कोनॅकची सुस्त धुंदी तिच्या शरीरभर पसरू लागलेली. झोपावंसं वाटतं; पण नको. झोपायचीही भीती वाटते. आज रात्री काहीही होईल! सुलेमान– अजून कसा आला नाही हा?

शोभना परत सुलेमानकडे फोन करते.

"हॅलो, सुलेमान आहे?"

"नाही शोभाजी. मघाच बाहेर गेला!"

–सुलेमान नाही ना हे बोलत?

फोनवर हसू. डिट्टो सुलेमानसारखं. "नही शोभाजी– मैं उसका भाई बोल रहा हूँ। हमारे आवाज एक जैसे है!"

शोभना फोन खाली ठेवते. स्पष्टीकरणानंतरही तिची खातरी पटलेली नाही की, तो नक्की सुलेमान नव्हता. सुलेमान– एव्हर इल्युजिव्ह सुलेमान! त्याची कधीच

खातरी देता येत नाही. एका क्षणी तो आपल्या कुशीत असतो आणि आपणच त्याचं सारं जग असतो. दुसऱ्याच क्षणी तो इतका दूर दूर पोहोचलेला असतो की, आपण जवळ आहोत, याची त्याला आठवण करून द्यावी लागते. पण कुणी सांगावं, त्याच्या याच गुणावर आपण प्रेम करीत असू! आपल्याला खटकते ती फक्त त्याची महत्त्वाकांक्षा! त्याला सुपरस्टार व्हायचंय! शक्य तितक्या लवकर!– आणि त्यासाठी काहीही करायची त्याची तयारी आहे! अगदी काहीही!

—घरातून बाहेर गेलाय- मघाच! इकडेच यायला निघालेला असो, म्हणजे झालं! कदाचित आता फार वेळ उरलेला नसेल. सुलेमान इथं येऊन पोहोचायच्या आधीच आपलं काही बरंवाईट झालं, मग–

मग वैशाखचं काय होईल? त्याच्याकडे कोण पाहील?

विमनस्कपणे ती 'रघुवंश' बंगल्याचा फोन लावते.

"हॅलो, रघुजी आहेत का?''

"झोपलेत. आत्ताच टूरवरून आले! कोण बोलतंय?''

"मी शोभना शिरोळे बोलतेय''

"मी बायको त्यांची. हे बघा शोभनाताई, तुम्ही अशा रात्री-अपरात्री फोन करू नका. खराब दिसतं ते. लोक बोलतात पाठीमागं. मंत्र्यांना फार काळजी घ्यावी लागते पब्लिक इमेजची!''

"सॉरी! मी फार काळजीत होते, म्हणून भलत्या वेळी फोन केला. रघुजींना सांगा, पुन्हा प्रॉब्लेम झालाय संघवीच्या टेंडर्सचा. मी कदाचित उद्या नसेन इथं. मग म्हणावं, तुम्हीच संघवीचा कन्सर्न ताब्यात घ्या, आणि वाढवा त्याला! नक्की सांगा एवढं.''

"सांगेन! मंत्र्यांना बहुतेक सगळेच फोन असे तातडीचे येतात. बरोबर आहे! अडचणीत सापडल्यावरच लोक मंत्र्यांकडे धाव घेणार!– आणि निरोप पण असे आडवळणानं देतात! पण तुम्हीच सांगा, कुठं काही लपून राहतं का? आता तुमचंच बघा ना, मला चांगली माहिती आहे तुमची! फक्त हे संघवीचं लफडं नव्हतं माझ्या कानावर! यांनाच विचारीन उद्या!''

"विचारा. मी उद्या करीन फोन. इथं असले तर!''

फोन खाली ठेवता ठेवतानाच शोभनाला कमालीचं थकल्यासारखं वाटतं. वाटतं, आयुष्याला काही आकारच राहिला नाही. लेखिका व्हायची महत्त्वाकांक्षा ठेवली न् झालो गॉसिप कॉलमिस्ट! पैसा मिळवायचं ठरवलं; पण मंत्र्यांच्या दयेवर जगावं लागलं! जन्म दिला; पण मूल अंतरलं! प्रेमाच्या शोधात चार ठिकाणी फिरले; शेवटी मिळालं फक्त शरीराचं सुख! तेही त्या त्या पुरुषांच्या मनात असेल तेव्हा! आपण काय मिळवलं? देवाच्या आळंदीला निघून चोरांच्या आळंदीला

पोहोचावं, तसं झालं आपलं! त्यापेक्षा या पुरुषांचं बरं! ज्यांनी देव व्हायचं ठरवलं ते देव झाले! चोर व्हायचं ठरवलं ते चोर झाले! नचिकेत कवी झाला की नाही ते माहीत नाही; पण रघुनंदनला सत्ता मिळाली! सुधीर मोठा नट झाला– त्याचा एक मोठा कंपूच तयार झाला! आणि सुलेमान– त्याची महत्त्वाकांक्षा दुसरा सुधीरच होण्याची आहे! या पुरुषांच्या जवळ आपण आलो– कधीतरी दूर गेलो! आपण त्यांना सोडलं की तेच आपल्याला सोडून गेले? यातलं कुणीच आपल्या आयुष्याला अर्थ देऊ शकलं नाही! आता वैशाख तरी- गेली पाच वर्षं आपल्याला न दिसलेला तो पुरुष- आता त्याची तरी काय आशा ठेवायची?

शोभना शिरोळे टेलिफोनकडे पाहत राहते. जसं काही त्या लहानशा यांत्रिक साधनामध्ये या सगळ्या पुरुषांचं जग सामावलेलं आहे! प्रेमाचं, आश्वासनांचं, द्वेषाचं, धमक्यांचं, महत्त्वाकांक्षेचं, सत्तेचं, असूयेचं! त्या जगाच्या बाहेर उभी राहून मी वाट बघतेय- कधी घंटा घणघणते आणि कधी ते जग आपल्याला बोलावतं, धमकी देण्यासाठी, फसवण्यासाठी, ब्लॅकमेल करण्यासाठी- त्यांची गरज म्हणून! मी जिवाच्या आकांतानं डायल फिरवते, हाका मारते आणि माझी गरज सांगते, तेव्हा काय उत्तर येतं? –काही नाही! आणखी एखादं पोकळ आश्वासन! एखादं छद्मी हास्य! एखादा कुजकट शेरा– 'मला तुमची सगळी माहिती आहे! देईन बरं तुमचा निरोप!'

शोभना फोनकडे बघत असतानाच घंटी वाजते.

ती फोन उचलायला जाणार, एवढ्यात तिच्या लक्षात येतं की, वाजतेय ती घंटी फोनची नाही. दरवाजाची आहे.

आला! सुलेमान आला! आता कसली धास्ती नाही! तिचं खचलेलं मन एकदम नवी उभारी घेतं.

तरी पण ती सावधपणे दाराजवळ जाते. दारावरचा दिवा लावते... आणि विचारते– "कोण आहे?"

"शोभाजी– मै सुलेमान हूँ!" बाहेरून हसरा आवाज.

तरीही ती चेन लावलेली ठेवूनच दरवाजा उघडते.

बाहेर खरोखरच सुलेमान उभा आहे! थंडीसाठी घातलेल्या ब्लेझरच्या खिशात हात घालून– हसत!

आला! अखेर सुलेमान सोबतीला आला आहे. या फसलेल्या आयुष्यातही आशेला जागा आहे. माझं नवं स्वप्न, माझं तारुण्य, माझं अखेरचं प्रेम– मी हाक मारल्याबरोबर धावत आलं! टेलिफोनमागच्या त्या पुरुषी जगातून माझ्या प्रीतीला एक तरी खराखुरा प्रतिसाद मिळाला. माझा सुलेमान माझ्या संकटाच्या क्षणी धावत आला. मला जीवदान द्यायला आला!

शोभना दारावरची चेन काढते. दार उघडते. चर्चबाहेर फटाके उडतात. ख्रिस्तजन्म झाला असावा. संघगीताचे सूर ऐकू येऊ लागतात... सुलेमान आत येतो. शोभना दार लावून घेते. दारातच तो शोभनाला मिठी मारतो. थकलेली शोभना त्याच्या मिठीत विश्रब्ध होते.

तत्क्षणी सुलेमानचे ग्लोव्हज घातलेले पंजे चपळपणे तिच्या गळ्याशी जातात... पूर्ण ताकदीनिशी आवळू लागतात... त्या गळ्यातून बाहेर पडणारी किंकाळी आतल्या आतच घुसमटून जाते. शोभनाची निष्प्राण मान त्याच्या खांद्यावर पडते.

सुलेमान तिला तिथंच सावकाश खाली ठेवतो. सिरॅमिकच्या फरशीवर.

हॉलमध्ये फोन घणघणू लागतो. सुलेमान तो उचलतो.

"हॅलो, वहां सुलेमान है?"

"स्पीकिंग... सुधीरबाबूंना सांग, कामगिरी पार पडली! आता आपल्या कॅम्पमधल्या पुढल्या तिन्ही पिक्चर्सना ज्युनिअर हीरो मीच असणार हं– अॅज पर सुधीरबाबूज् प्रॉमिस!"

"शुअर किड. गुड वर्क. गुडनाइट!"

शीळ घालीत सुलेमान फोन खाली ठेवतो.

चर्चमध्ये म्हटल्या जात असलेल्या सामचे सूर वाऱ्यावरून अस्पष्ट वाहत येतात... शांत, स्वर्गीय...

दीपावली : १९९१

◆

꧁ इच्छामरण ꧂

ही गोष्ट प्रत्यक्ष घडली, त्याच्या बरीच आधी सुरू झाली होती. आधी म्हणजे, 'ती' कल्पना बावडेकरांच्या डोक्यात आली तेव्हा.

ती कल्पना पहिल्यांदा त्यांच्या डोक्यात आली, त्या क्षणी ते एकदम थरारून गेले. मग त्यांनी तिच्यावर विचार केला. खूप विचार केला, दिवसरात्र विचार केला; पण जितका विचार करावा, तितकी ती त्यांना अधिकाधिक पटू लागली. काही दिवसांनी तर ते त्या कल्पनेच्या प्रेमातच पडले. त्यांना फार थोडे लोक भेटत; पण जे भेटले त्यांना त्यांना त्यांनी ती सांगितली. प्रत्येकाला ती प्रथम धक्कादायक वाटायची. विचाराअंती किंवा बरंच सविस्तर बोलल्यानंतर ते म्हणायचे– ' हंऽ तुम्ही म्हणता त्यात तथ्य आहे!' –पण हे बहुधा त्या विषयावरची चर्चा थांबविण्यासाठी असायचं. निदान, ऐकता क्षणी तरी ती कल्पना कुणाला पटत नसे, एवढं नक्की!

पण इकडे मात्र ती बावडेकरांच्या तनमनात भिनत चालली होती. जाता-येता ते त्या एकाच गोष्टीचा विचार करायचे. केवळ स्वत:साठी नाही; आपल्या बरोबरीच्या आणि आपल्या नंतरच्याही वृद्धांसाठी. शेवटी त्यांनी ठरवून टाकलं की, आपल्याला पटलेल्या या कल्पनेचा प्रचार करायचा. त्यासाठी त्यांनी एक लांबलचक, लेखवजा पत्र लिहिलं आणि ते एका लोकप्रिय दैनिकाकडे प्रकाशनासाठी पाठवलं.

पत्र वाचून त्या लोकप्रिय दैनिकाचे संपादकसुद्धा नक्कीच हादरले असणार! कारण त्यांनी लगेच रविवारच्या अंकात जाड मथळ्यासकट ते पत्र सबंधच्या सबंध छापलं. वाचक ते वाचल्याशिवाय राहणारच नाहीत, असा लक्षवेधी मथळा त्याला दिला : मला मरण हवंय!

मथळ्याखालच्या लेखवजा पत्रामध्ये थोडक्यात असं म्हटलं होतं की, 'माझं आयुष्य बऱ्यापैकी गेलं. सामान्यच, परंतु ज्यात खंतखेद काही नाही असं गेलं.

जगण्यासारखं होतं, ते जगून झालं. आता नवीन काही घडणार नाही; मग त्याच त्या दिवसाची रोज पुनरावृत्ती करण्यात काय अर्थ?

'माझे दोन्ही मुलगे परदेशी असतात. आपापल्या व्यवसायात आणि आपापल्या संसारात ते गढून गेलेले आहेत. त्यांना मायदेशाची फारशी ओढ नाही; पण माझ्याविषयीचं कर्तव्य पाळण्यासाठी त्यांना अधूनमधून उगाच इथं यावं लागतं. पत्र पाठवून माझी खुशाली विचारावी लागते. हे सगळं विनाकारण! केवळ मी मुदतीपलीकडे जगलो आहे, म्हणून! ते टाळता आलं, तर बरं होईल.

'माझी परिस्थिती सर्वसामान्यपणे चांगली आहे. स्वत:ची छोटीशी बंगली आहे! मी श्रीमंत नसलो तरी रोजचा खर्च चालेल इतपत पुंजी माझ्याजवळ आहे. वयाची पंचाहत्तरी नुकतीच उलटली; तरीही अजून माझी तब्येत चांगली आहे. माझी कामं मी स्वत: करू शकतो आणि एका नोकराच्या मदतीनं घर सुरळीत चालवू शकतो. तरीदेखील हे सगळं केवळ जगावं लागत असल्यामुळेच भाग पडतं. नाही तर हेही विनाकारणच! मी अपंग किंवा असाहाय्य नसलो तरीही माझा या निर्हेतुक जगण्याला विरोध आहे. प्रथम स्वत:चं समाजातलं स्थान उंचावणं, नंतर पत्नीला सुखी ठेवणं, त्यानंतर मुलांना मोठं करणं, असे एकापाठोपाठ एक हेतू माझ्या आयुष्याला लाभले, म्हणून मी जगत गेलो. आता असा कुठलाही हेतू नसताना का जगावं, हा प्रश्न माझ्यापुढे पडलेला आहे.

'तरी मला आता मरण आल्यास माझा आणि देशाचा माझ्यावर जो खर्च होत आहे, तो वाचेल. इतर कुणा अधिक तरुण व्यक्तीसाठी तो वापरला जाऊ शकेल. यासाठी मला मरण्याची उत्कट इच्छा आहे; परंतु ती नैसर्गिकरीत्या पूर्ण होऊ शकत नाही. आजवर नियमित आणि निर्व्यसनी राहिल्यामुळे माझ्या शरीराचे विविध अवयव चांगल्या अवस्थेत आहेत. त्यामुळे नैसर्गिक मृत्यूसाठी मला बरीच वाट पाहावी लागेल. आत्महत्या करण्याचे धाडस माझ्यात आहे; परंतु आजवरच्या आयुष्यात मी कुठलीही बेकायदा गोष्ट केलेली नसल्यामुळे आयुष्य संपविताना मला बेकायदेशीर मार्गाचा अवलंब करावासा वाटत नाही. तरी सरकारने मला आत्महत्या करण्याची कायदेशीर परवानगी द्यावी. माझा मरणाचा हक्क मला नाकारू नये.'

रविवारच्या वृत्तपत्रात बावडेकरांचा हा मजकूर प्रसिद्ध होताच बाहेर बरीच खळबळ उडाली असावी. कारण बावडेकरांच्या शेजारच्या बंगलीमध्ये एकटेच राहणारे दामले रविवारी सकाळीच मफलर बांधून खोकत खोकत बावडेकरांकडे आले. त्यांच्या हातात पेपर होता. त्यांना रोज पहाटे चारनंतर झोपच येत नसे. तीन तास ते पेपरची वाट पाहत खोकत बसत. सात वाजता पेपर आला की, त्यावर झडप घालीत. जाड चष्म्यातून अंधुक दिसत असतानाही बराच वेळ लावून का

होईना, पण ते तो वाचीत. त्यांच्या रिकाम्या एकाकी आयुष्यातल्या मोजक्या विरंगुळ्यांपैकी, पेपर वाचणं, हा एक होता.

वर्तमानपत्रातल्या बातम्यांवर ते नेहमीचेच शेरे मारीत. म्हणजे स्वत:शी पुटपुटत! आय थिंक द वर्ल्ड इज गोईंग टू डॉग्ज्स! कोणाला कशाची चाड राहिलेली नाही! भ्रष्टाचार फार वाढत चाललाय.... इत्यादी. असं असलं तरी, आता ऐंशीच्या जवळपास आल्यानंतर, त्यांना त्या दिवसेंदिवस बिघडत चाललेल्या जगाविषयी फारसा राग-लोभ राहिलेला नव्हता. मात्र आज छापून आलेलं बावडेकरांचं पत्र वाचून त्यांच्या तळपायाची आग मस्तकात गेली होती.

दारातूनच पेपर नाचवीत ते बावडेकरांना म्हणाले, ''काय रे, समजतोस काय तू स्वत:ला? इकडे आम्ही आयुष्य वाढावं म्हणून रोज औषधं न् गोळ्या घेतो, न् ते न जमणारे व्यायाम करण्याचा प्रयत्न करतो आणि तू- तुला मरायची अवदसा आठवलीये?''

खरं म्हणजे बावडेकरांनी जेव्हा बरोबरीच्या सर्वच वृद्धांसाठी ऐच्छिक मरणाची मागणी केली होती, तेव्हा त्यांच्या मनात शेजारच्या बंगल्यातले दामलेच होते. दामलेंना सतरापगड आजार होते. त्यांचा एकुलता एक मुलगा वाया गेलेला होता. तो बाहेरच असायचा. पण कधीतरी येऊन दामलेंशी प्रचंड बोलाचाली करून पुन्हा गायब व्हायचा. एवढं असूनही दामलेंना जगण्याचा दुर्दम्य उत्साह होता. रोज संध्याकाळी ते आपली फियाट गाडी घेऊन एक लहानशी फेरी मारून येत. रोज पेग दोन पेग ब्रँडी पीत. कशाहीविषयी अत्यंत उमाळ्यानं बोलत.

''माझ्याकडे कितीदा तरी हे असं आचरटपणाचं बोललायस तू,'' दामले बावडेकरांना पुढं सुनावत राहिले. ''आणि तुझ्या बोलण्यात काही अर्थ नाहीये, हेदेखील मी कितीदा तरी तुला सांगितलंय! पण ते तुला पटायला तयार नाही! न का पटेना, तो तुझा प्रश्न आहे. पण आता तू ते असं पेपरात छापून जगजाहीर करायला निघालास! खुळचटपणाच नव्हे का हा?''

बावडेकरांनी दामल्यांच्या या भडिमाराकडे हसून दुर्लक्ष केलं आणि त्यांना स्वत: तयार केलेली कॉफी पिण्याचा आग्रह करून लगेच विषयांतरही केलं.

बावडेकरांनी दामल्यांना जरी गप्प बसवलं, तरी दोन-तीन दिवसांनी त्यांच्या पत्रावर वाचकांच्या प्रतिक्रिया यायला सुरुवात झालीच! बावडेकरांनी एक नवीनच नैतिक मुद्दा काढलेला आहे, हे सर्वांनी मान्य केलं होतं. पण तो काहींना समर्थनीय वाटत होता, तर काहींना ती नुसती स्टंटबाजी वाटत होती. रोजच्या रोज पत्रांचा पाऊस पडत होता, एवढं मात्र खरं! काही पत्रं वृत्तपत्रांकडे पाठवली गेली होती, तर काही प्रत्यक्ष बावडेकरांकडेच आली होती. काही पत्रं गांजलेल्या म्हाताऱ्यांनी

करवादून लिहिलेली होती, तर काही तरुण-तरुणींनी आपल्या त्रासदायक माता-पित्यांच्या संबंधात लिहिलेली होती. बहुतेकांनी त्यांच्या मूळ कल्पनेचा विपर्यास केलेला होता. जगता येत नाही किंवा जगणं त्रासदायक आहे म्हणून मरावं, असं बावडेकरांना म्हणायचं नव्हतं. प्रत्येकाला जगण्याचा हक्क असतो; तसा मरण्याचाही हक्क असावा, एवढाच त्यांचा आग्रह होता! पण हे फार थोड्यांच्या लक्षात आलेलं दिसत होतं.

बावडेकरांना आलेल्या पत्रांमधलं एक पत्र मात्र खास होतं. त्यात त्यांची कल्पना आवडल्याचं तर लिहिलं होतंच, पण पुढे एक योजनाही मांडली होती. सुवाच्य अक्षरांत लिहिलेल्या त्या पत्रात म्हटलं होतं—

'मी एक बेकार तरुण आहे. तुम्हाला मरण्याचा प्रश्न पडला आहे, तर मला जगण्याची विवंचना पडली आहे. माझ्यात धाडस आहे, विचारशक्ती आहे, शारीरिक सामर्थ्य आहे. गरज आहे ती फक्त पैशांची. पन्नास हजार रुपयांच्या मोबदल्यात मी आपली इच्छा पूर्ण करायला तयार आहे. त्यामुळे आपल्या दोघांच्याही गरजा भागाव्यात.'

दोन दिवस या पत्रावर विचार केल्यानंतर बावडेकरांनी त्याला उत्तर लिहिलं–

'माझ्या तरुण दोस्ता, तू केलेल्या ऑफरविषयी मी अत्यंत आभारी आहे. तू माझ्या मरणाची काही सोय केलीस, तर ते मला आवडेल. मात्र मी मध्यम परिस्थितीचा माणूस आहे. पन्नास हजार ही मरणाची किंमत मला परवडणारी नाही. साधारण पाच हजारांपर्यंत मरता आलं, तर ते मला चालेल.'

त्यानंतर उभयपक्षी थोडी पत्रापत्री झाली आणि शेवटी दहा हजारांवर सौदा पक्का झाला. राजन (हे नाव खोटं असावं, अशी बावडेकरांची खातरी होती.) साठी एका पाकिटात घालून दहा हजार रुपयांची कॅश बाहेरच्याच खोलीतल्या टेबलावर ठेवायची आणि घरातल्या इतर कशालाही हात न लावता राजननं बावडेकरांचं मरण शक्य तेवढ्या शांतीपूर्ण रीतीनं घडवून आणायचं, असं ठरलं. त्या वेळी घरात दुसरं कोणी असणं अपेक्षित नव्हतं. राजन घरातलं दुसरं काही पळवणार नाही, आणि बावडेकर त्याचा पत्ता व एकंदर पत्रव्यवहार नष्ट करून टाकतील, या दोन बाबतींत दोघांनी एकमेकांवर विश्वास टाकायचा होता.

रविवारनंतरच्या दोन-तीन दिवसांपैकी कुठल्या तरी एका रात्री राजन आपल्या कामगिरीवर येणार होता. दिवस नेमका कुठला ते त्यानं मुद्दामच सांगितलेलं नव्हतं. त्यामुळे त्याच्यावर आणि बावडेकरांवरही वेळाचं दडपण येणार नव्हतं.

एवढं सगळं ठरल्यानंतर बावडेकर शांत झाले. आपण जे मनात घेतलं, त्याविषयी नुसतंच झुरत न राहता आपण काहीतरी हालचाल करू शकलो, याचा त्यांना आनंद वाटला. वृत्तपत्रात पत्र लिहिण्याचा उपयोग चांगला झाला होता. आता हा राजन मनुष्य कसा निघेल हे पाहायचं होतं. पण त्याच्या पत्रांवरून तरी तो

शब्दाचा पक्का आणि व्यवस्थित माणूस वाटत होता. तो ठरल्याप्रमाणे आपल्याला निजधामाला पाठविल्याशिवाय राहणार नाही, अशी खातरी वाटत होती.

अर्थातच, ते दामल्यांकडे याविषयी काही बोलले नाहीत. आपल्या विचारांचा हीनपणा आणि योजनेमधला बाष्कळपणा, याविषयी दामलेंकडून एक लेक्चर त्यांना ऐकून घ्यायचं नव्हतं.

मरण या कल्पनेविषयी गेल्या काही दिवसांत खूप विचार केल्यामुळे बावडेकरांना मरणाची भीती उरलेलीच नव्हती. रेंगाळू पाहणाऱ्या आयुष्याची नीटनेटकी अखेर, याच दृष्टीनं ते मरणाकडे पाहू लागले होते. रोजची जगण्याची कटकट संपून आता सारं सारं शांत होणार होतं. मृत्युपत्र आधीच करून टाकल्यामुळे आता कसलेही धागेदोरे मागे राहिले नव्हते. एखादं शुभकार्य पार पाडताना जसं होतं, तसं त्यांना आयुष्याविषयी वाटत होतं. आता ते मरणाची वाटही पाहत नव्हते. दोन-चार दिवसांत कधीतरी ते येणारच होतं. त्याची घाई नव्हती. फुकटचा ताण नव्हता. ते येईल तेव्हा येऊ दे, अशा भावनेनं बावडेकर आरामात होते. नाही म्हणायला, ते कसं येईल याचं एक लहानसं कुतूहल त्यांच्या मनात जागं झालं होतं. पण त्या बाबतीत राजनवर विश्वास टाकायचा, असं त्यांनी ठरवलं होतं. स्वत:ची खटपट वाचावी, एवढ्यासाठी तरी तो कमीत कमी त्रासात आपल्याला मरण देईल, याची त्यांना खातरी होती.

ऐच्छिक मरणाची आपली कल्पना प्रत्यक्षात कशी आणायची या विचारांची टोचणी बावडेकरांना इतके दिवस लागली होती. आता ती राहिली नाही आणि ते अगदी शांत झाले.

सोमवारी संध्याकाळी बावडेकरांना एकाएकी आठवण झाली की, दहा हजारांची कॅश बँकेतून काढायला आपण साफ विसरून गेलो आहोत. आता बँक बंद झाली होती आणि राजन आज रात्री येण्याचा संभव होता. 'रविवारनंतर कधीही येईन,' असं त्यानं कळवलं नव्हतं का!

बावडेकरांनी दहा हजारांचा चेक दामल्यांच्या नावानं लिहिला, त्याच्यासोबत एक चिठ्ठी लिहिली– आज रात्री मला दहा हजार रुपये रोख हवेयत. चेक पाठवीत आहे. उद्या सकाळी रघुनाथ तो तुमच्या खात्यावर भरून येईल. कृपया पैसे रघुनाथकडे द्यावेत.

चिठ्ठी आणि चेक रघुनाथकडे देऊन बावडेकरांनी त्याला दामल्यांकडे पाठवलं. त्यांना दामल्यांनी सांगूनच ठेवलं होतं. ऊठसूट बँकेत जाणं आपल्यासारख्या वृद्धांना कठीण– म्हणून मी पंधराएक हजार रुपये नेहमी तिजोरीत ठेवतो. कधी गरज पडली तर मागितल्याशिवाय राहू नकोस.

इतक्या दिवसांत आज पहिल्यांदाच गरज पडली. बहुधा अखेरचीच! रघुनाथ दामल्यांकडून परत आला. म्हणाला, ''चेक दिला; पण दामलेसाहेबांनी पैसे माझ्या हातात दिले नाहीत. नंतर मी स्वत: घेऊन येईन, म्हणाले!''

बावडेकर हसले. 'म्हातारा भलता जागरूक आहे! गडीमाणसावर वाजवीपेक्षा अधिक विश्वास टाकणार नाही-' ते मनाशी म्हणाले. रघुनाथला मोठ्यानं म्हणाले, 'ठीक आहे. तू जा आता घरी.'

रघुनाथनं बावडेकरांच्या रात्रीच्या जेवणाची व्यवस्था केली. झाकपाक केली आणि तो घरी निघून गेला.

झगमगता सोनेरी संधिप्रकाश हळूहळू मंद होऊ लागला. सावल्या एकमेकीत मिसळून गेल्या. अंधारू लागलं.

दामल्यांनी बावडेकरांचा चेक बंदोबस्तानं टेबलाच्या ड्रॉवरमध्ये ठेवला. मग त्यांनी तिजोरी उघडली. तिच्यातून पन्नासच्या नोटांची दोन बंडलं काढली आणि तिजोरी बंद केली.

बंडलं घेऊन ते बाहेर आले. समोरच्या तीन कप्प्यांच्या लाकडी खोक्यातून त्यांनी एक लिफाफा काढला. त्यात ती बंडलं भरली आणि बावडेकरांकडे नेऊन देण्यासाठी पाकीट तयार केलं.

बाहेर चांगलीच थंडी होती. दामले पोशाखाच्या बाबतीत अतिशय दक्ष असत. बंगल्याच्या भोवताली चक्कर मारून यायची तरी ते कधी गबाळ्यासारखे बाहेर पडत नसत. आज तर काय, थंडीचा जामानिमा करणं भागच होतं. दामल्यांनी वुलन सूट घातला आणि मफलर कानावरून बांधून घेतला.

पायात बूट चढवले आणि आता टेबलावरचं नोटांचं पाकीट उचलून ते बाहेर पडणार, इतक्यात त्यांना रोज संध्याकाळी यायची, तशी ब्रँडीची तल्लफ आली. तो बावडेकर आहे नको तितका सज्जन! ते स्वत:शी पुटपुटले. साल्याला कसलं म्हणून व्यसन नाही! त्याच्याकडे पैसे घेऊन गेलो म्हणून एखादा पेग ऑफर करील अशी काही आशा नाही! वर आणखी विचारेल- 'मस्त कॉफी बनवतोय, पिणार ना?' आता ही काय कॉफीची हवा आहे! असल्या कडाक्याच्या थंडीत कोनॅकचे दोन-तीन कडक पेग....

दामल्यांनी पाकीट तिथंच ठेवलं आणि ते आतल्या बारशी गेले. कोनॅकची बाटली, आईस बॉक्स आणि ग्लास असं सगळं घेऊन ते पाठीमागच्या बागेत गेले आणि तिथल्या वेताच्या खुर्चीत त्यांनी ठाण मांडलं.

कोनॅकचा एक घुटका घशाखाली उतरताच बाहेरची थंडी पळून गेली आणि दामल्यांच्या अधू नजरेवर उबदार गुलाबी वाफ धरू लागली.

राजननं मित्राकडून थोड्या वेळापुरती उसनी मागून घेतलेली फियाट गाडी सावकाश आणून दामल्यांच्या बंगल्यासमोर उभी केली. तिथं आधीच उभ्या असलेल्या त्यांच्या फियाटच्या शेजारीच.

गेले दोन दिवस संध्याकाळी, रात्री येऊन, त्यानं हा बंगला पाहून ठेवला होता. त्याचा वृद्ध मालक आपल्या फियाटमध्ये बसून संध्याकाळी एक चक्कर मारून येतो, हे पाहून ठेवलं होतं. पत्रं वाचून त्याची कल्पना झाली होती, त्या तुलनेत हा माणूस खूपच फाटका वाटत होता. हा थोड्याच दिवसांत आपणहून मरेल; याला मारण्यासाठी खास प्रयत्नांची गरजच काय, असाही विचार त्याच्या मनात येऊन गेला होता. पण आपल्याला काय करायचंय? पैसे मिळणार असतील, तर आपण आपलं काम चोख करावं, अशा विचारानं त्यानं पुढली योजना ठरवली होती.

गाडीचा जो काय थोडाफार आवाज झाला. तो ऐकून काही हालचाल होतेय का, ते राजननं पाहून घेतलं. सगळीकडे सामसूम होती. काळोख पडू लागला होता. तो गाडीतून उतरला. वेळप्रसंगी पटकन शिरता यावं म्हणून त्यानं गाडीचं दार किलकिलं ठेवलं. खाली उतरल्यावर त्यानं पुन्हा एकदा मागची-पुढची चाहूल घेतली. अजूनही सारं शांत होतं. तो तिथं आल्याचं कुणाला कळलं नव्हतं.

दबकत दबकत तो शेजारी ठेवलेल्या दामल्यांच्या फियाटपाशी गेला. फियाटचा दरवाजा दामल्यांनी लॉक न करता नुसता लोटूनच ठेवलेला होता. राजननं पुन्हा आजूबाजूला पाहिलं. जवळपास चिटपाखरूदेखील नव्हतं. तो सर्र्रकन गाडीखाली गेला आणि त्यानं गाडीचे ब्रेक्स निकामी करून ठेवले.

तो बाहेर आला. त्यानं खिशातून रुमाल काढला. काळे झालेले हात पुसले. काळोखातून तो दामल्यांच्या बंगल्याच्या दिशेनं चालू लागला. गडद निळ्या रंगाची जीन आणि काळा पोलो कॉलरचा टी-शर्ट अशा पोशाखामुळे राजन त्या काळोखात बिलकूल दिसत नव्हता. अर्थात दिसला असता तरी त्याला बघायला तिथं कुणी नव्हतं, हेही तितकंच खरं!

बंगल्यात कुत्र्यांची चाहूल लागली नाही, म्हणून राजनचा जीव भांड्यात पडला. दबकत दबकत तो दरवाजातून आत शिरला. छोटासा पॅसेज ओलांडताच त्याला दिवाणखाना लागला. त्यानं आत डोकावून पाहिलं. दिवाणखाना रिकामाच होता. त्याची नजर सर्वत्र भिरभिरली. दाराजवळच एक नक्षीदार टेबल होतं आणि त्यावर चक्क तो ज्याची अपेक्षा करीत होता, तेच होतं! एक लिफाफा– बहुधा...

राजन पुढं झाला आणि त्यानं तो लिफाफा उघडून पाहिला. आत नोटांची दोन बंडलं दिसली. समाधानाचा नि:श्वास सोडून राजननं तो लिफाफा खिशात टाकला! इथवर तर सारं नीट पार पडलं होतं. त्याला ज्याला मारायचं तो माणूस इमानदार निघाला होता! सांगितलेल्या सूचना पाळण्याइतका नीटनेटका दिसत होता! टेबलावर

लिफाफा. घरात आणखी कुणी नाही.

राजन आणखी पुढं झाला. दिवाणखान्याला लागून एक खोली होती, त्या खोलीत शिरला. खोली छोटीशी, पण नीटनेटकी ठेवलेली होती. तिथल्या शोभिवंत लिकर बारमध्ये हारीनं बाटल्या ठेवलेल्या होत्या. त्यातल्या तीन-चार तर कोनॅकच्या होत्या. राजनला क्षणभर आश्चर्य वाटलं. खाण्यापिण्याची इतकी चंगळ असताना हा माणूस मरायची इच्छा धरतो? कशासाठी?

मागं माणसाची चाहूल लागली, म्हणून राजन वळला.

खोलीचं एक दार पाठीमागच्या बागेत उघडत होतं. तिथं तो म्हातारा उभा होता. त्याच्या हातात ग्लास होता.

चला! प्रत्यक्ष प्रसंग आला तर! आपली आणि आपल्या गिऱ्हाइकाची आमनेसामने गाठ पडली! त्याचे पैसे आपल्या खिशात सुरक्षित आहेत. आता त्या पैशाच्या बदल्यात, त्याला जे हवंय, ते पुरवण्याचं काम करणं भाग आहे!

"कोण आहेस तू?" –म्हाताऱ्यानं थरथरत विचारलं.

"मी...राजन!"

"राजन...राजन कोण?"

"प्लीज– आपली ही भेट जेवढी थोडक्यात आटपेल तेवढं चांगलं." राजन म्हणाला.

"तू आधी चालता हो माझ्या घरातून!"

"बस्स! घाबरलात?"

"मी घाबरलो नाहीये– तू गेला नाहीस तर मी पोलिसला फोन करणारेय!"

राजनला मनातल्या मनात हसू आलं. मरणाची इच्छा वर्तमानपत्रातून जाहीर करणं वेगळं, आणि प्रत्यक्ष मरणाला तोंड देणं वेगळं! ...पण आता फार उशीर झालाय. मोबदला आगाऊ घेतला गेलाय. मरणाची डिलिव्हरी करायलाच हवी.

राजननं शांतपणे दामल्यांच्या लटलटत्या हातांतून रिकामा ग्लास काढून घेतला आणि तो बारच्या कडेवर ठेवला. शक्य तेवढ्या नम्र आवाजात तो दामल्यांना म्हणाला- "मी निघालोच, पण तुम्ही रोजच्यासारखी आज एक चक्कर मारून नाही येणार गाडीतून?"

"नाही. आता काळोख पडला. आता कशाला जाऊ मी गाडी घेऊन? ...आणि तुला कशाला नसत्या चौकशा? तू जातोस की नाही इथून?"

आता मात्र राजनला त्या म्हाताऱ्याच्या हटवादीपणाचा थोडाफार राग येऊ लागला होता. "हे बघा," तो स्वर खालीच ठेवण्याचा प्रयत्न करीत म्हणाला– "मी आलोय ठरल्याप्रमाणे, तुम्हाला हवं ते द्यायला. शांतपणानं- अगदी त्रास होणार नाही बघा- नुसतं गाडीत बसायचं आणि मुक्कामाला पोहोचायचं."

बोलता बोलता त्यानं बारच्या बाजूला लावलेल्या 'कीज' अशा लाकडी अक्षरांवर टांगलेला चार चाव्यांचा जुडगा घेतला आणि तो दामल्यांच्या पुढं धरून तो म्हणाला– "घ्या; याच तुमच्या गाडीच्या चाव्या ना?"

दामल्यांनी त्या चाव्या घेतल्या नाहीत. उलट ते त्या माणसाकडे भीतीनं आणि आश्चर्यानं पाहत राहिले. काय बोलतोय हा? आणि हा आहे कोण? आपल्याला काय करणार आहे? आपला प्राण तर...

राजननं त्यांचा दंड पकडला आणि तो त्यांना जवळजवळ फरफटत दाराशी घेऊन गेला. 'लवकर-लवकर बसा गाडीत!' तो त्यांना दबल्या आवाजात सांगू लागला.

त्या बलिष्ठ पंजानं त्यांचा वाळकुडा दंड धरल्याबरोबर दामलेंच्या काळजानं ठाव सोडला. त्याचे शब्द त्यांना जसे ऐकूच येईनासे झाले. जणू काळाचा दूतच आपल्याला कुठंतरी घेऊन चाललाय, असं काहीसं मनात येऊन त्यांचा थरकाप झाला. त्यांच्या तोंडून शब्द फुटेनासा झाला. तरीही दारात पोहोचेपर्यंत त्यांनी कशीबशी सगळी शक्ती एकवटली आणि जमेल तेवढ्या मोठ्या आवाजात एकच किंकाळी फोडली!

बावडेकर दामल्यांची वाट पाहत बसले होते. शेवटी त्यांनी दामले पैसे घेऊन येईपर्यंत रात्रीचं जेवण उरकून घ्यायचं ठरवलं. रघुनाथनं तयार करून ठेवलेली एक चपाती, त्यांनी केळ्याच्या शिकरणीबरोबर खाल्ली आणि नेहमीच्या सवयीनं त्यांनी कॉफी करायला घेतली. त्यासाठी भांड्यात पाणी घेतलं. ते गॅसच्या शेगडीवर ठेवलं, गॅस सुरू केला आणि आता ते त्याला लाइटर लावणार–

एवढ्यात दामल्यांची किंकाळी त्यांच्या कानावर पडली. त्यांनी लाइटर तिथंच टाकला. किचनचं दार हाताबरोबर ढकललं आणि ते भराभरा चालत बाहेर आले. तिथं सोयीसाठी हाताशी ठेवलेला टॉर्च त्यांनी उचलला आणि ते दारात आले.

राजनला शेजारच्या बंगल्याच्या दारात हालचाल दिसली. टॉर्चचा प्रकाश दिसला आणि त्यानं दामल्यांचा दंड सोडला.

आता तिथं क्षणभरही थांबणं धोक्याचं होतं. माणसं गोळा होण्याच्या आत तिथनं पोबारा करणं भाग होतं.

तो धूम पळत फियाटशी आला. त्यानं दार उघडलं आणि तो गाडीत बसला. दार बंद करून त्यानं हातातली चावी इग्निशनला लावली.

त्याच वेळी त्याच्या कानांवर बावडेकरांचे शब्द आले– "दामलेऽ किंचाळलात कशाला?"

दामले? म्हणजे आपण चुकीच्या म्हाताऱ्याला तर–

गोंधळलेल्या मन:स्थितीतच राजननं गाडी स्टार्ट केली आणि तिचं तोंड फाटकासमोर आणण्यासाठी तो ती उलटी मागं नेऊ लागला.

पाठीमागच्या भिंतीशी जाऊन ती पुन्हा सुलट दिशेला नेण्याचा त्याचा विचार होता; पण भिंतीशी पोहोचलेली गाडी थांबायलाच तयार होईना. राजन जोरजोरात ब्रेकवर पाय दाबू लागल; पण ब्रेक लागेचना. त्याच क्षणी त्याच्या लक्षात आलं की, आपण चुकीच्या गाडीत बसलो आहोत. ही गाडी आपली नाही. आपली गाडी हिच्या शेजारीच आहे. ही गाडी त्या म्हाताऱ्याची आहे– जिचे ब्रेक्स आपणच निकामी केले आहेत.

एका क्षणात हे सारं राजनच्या जाणिवेत शिरलं, पण आता फार उशीर झाला होता. करण्यासारखं काहीच त्याच्या हातात राहिलेलं नव्हतं.

भयचकित होऊन काळोखात पाहणाऱ्या बावडेकर आणि दामले यांना दिसलं की, दामल्यांची फियाट सुरू झाली. वेगानं उलटी पाठीमागं गेली आणि पाठीमागची भिंत फोडून दिसेनाशी झाली.

दामले जागच्या जागी मट्दिशी खाली बसले. त्यांच्या पायातली शक्तीच गेली होती.

बावडेकर लटलटत्या पायांनी भिंतीशी गेले. तिथं पडलेल्या भोकशातून त्यांनी वाकून पाहिलं. शेजारच्या रिकाम्या प्लॉटवर बांधल्या जाणार असलेल्या बंगल्यासाठी जो मोठा खड्डा खणलेला होता. त्यात दामल्यांची गाडी संपूर्ण उलटी होऊन पडली होती. तिच्या एकाच शाबूत दिव्याचा उजेड जागच्या जागी गुदमरल्यासारखा खड्ड्याच्या कडेत उलटा अडकला होता.

बावडेकर तुटक्या भिंतीवरून खाली उतरले. ही गाडी चालवत तरी कोण होतं, अशा विचारात! एवढ्यात त्यांना पलीकडे एक फियाट दिसली. काळोखात ती त्यांच्या लक्षात आली नव्हती. कोणाची असेल ती गाडी? त्या गाडीमधून आलेली व्यक्ती तर तिथं त्या खड्ड्यात पडली नाही? कोण असावी ती?

पण आता विचाराला वेळ नव्हता. घाईघाईनंच ते हबकून जमिनीवर बसलेल्या दामल्यांकडे गेले. त्यांनी दामल्यांना उठवलं. बिछान्यावर बसवलं. प्यायला पाणी दिलं आणि फोनकडे धाव घेतली.

सुदैवानं त्यांचा पोलीस इन्स्पेक्टर मित्र घरीच होता. त्यानं सगळा प्रकार ऐकून घेतला. ''डोन्ट वरी'' तो म्हणाला. ''मी ॲम्ब्युलन्स, डॉक्टर घेऊन तिथं येतो. क्रेनवाल्यालाही झोपेतून उठवतो. गाडी खड्ड्यातून बाहेर निघेपर्यंत तिचा ड्रायव्हर जिवंत असला तर आपण त्याच्यावर उपचार करू! वुइ शाल इमिजिएटली रिमूव्ह हिम टु द हॉस्पिटल!''

फोन खाली ठेवून ते वळले, तर दामले टेबलाशी काहीतरी खालीवर करताहेत.

"तू इथं काय करतोयस?" बावडेकर रागावून म्हणाले. "तुला स्वस्थ पडून राहा म्हटलं ना? नाहीतर चक्कर यायची! यू मस्ट टेक केअर ऑफ युवर नर्व्हज!"

"ते झालं रे!" अडखळत्या शब्दांत दामले म्हणाले. पण मला एकदम आठवण झाली म्हणून उठलो. तुला देण्यासाठी दहा हजार रुपये काढून ठेवले होते इकडेच! आता कुठं दिसत नाहीये ते पाकीट! नक्की उचललं असणार त्या लफंग्यानं!"

पाकीट... दहा हजारांचं... कुठं तरी अस्पष्ट संदर्भ लागत असल्यासारखं वाटलं बावडेकरांना!

तू काही काळजी करू नकोस. डोक्याला अधिक ताण न देता बावडेकर म्हणाले. मी सांगून ठेवतो इन्स्पेक्टर कामतना, त्याच्या खिशात पाकीट सापडलं, तर तुला नक्की परत मिळेल ते!

आणखी दहाच मिनिटांत पोलिसांची जीप बावडेकरांच्या बंगल्याशी आली. त्याच वेळी क्रेन आणि ॲम्ब्युलन्स शेजारच्या प्लॉटमध्ये शिरली होती.

आणखी तासाभरात गाडी खड्ड्याबाहेर निघाली.

तिचा ड्रायव्हर बेशुद्ध होता. त्याची मान मोडली होती. तो जगेलच याची गॅरंटी डॉक्टर देऊ शकत नव्हते.

"कसंही करून त्याला वाचवा डॉक्टर!" बावडेकरांनी विनवलं. "इतक्या तरुण वयात त्यानं मरता कामा नये. हिज लाइफ इज प्रेशस. जगलाच पाहिजे तो!"

इन्स्पेक्टर कामतांनी त्या बेशुद्ध तरुणाच्या खिशातून दहा हजारांचा लिफाफा काढला आणि तो दामलेंच्या स्वाधीन केला. ते बावडेकरांना म्हणाले, "बघ, तू आधी सांगून ठेवलं होतंस म्हणून मी या लिफाफ्याची नोंद करीत नाहीये. पण मनात मात्र मी नोंद ठेवणारेय. पुढं-मागं हा माणूस जगला, वाचला आणि त्यानं तक्रार केली–"

"तो जगेल; माझी खातरी आहे." बावडेकर म्हणाले, "पण तो तक्रार नाही करायचा!"

"ओके! मिस्टर दामले, तुम्ही या माणसाला आधी ओळखत होता?" इन्स्पेक्टर कामतांनी विचारलं.

"छे! मी आज पहिल्यांदाच पाहिलं त्याला. बागेतून मी आत आलो तर लिकर बारशी उभा होता तो! मी भलताच घाबरलो! वर तिथल्या गाडीच्या चाव्या काढून मला म्हणतो कसा– 'जरा गाडीनं फेरफटका मारून या.' म्हणजे चक्क मला मारायचा बेत होता त्याचा. उघडच आहे! माझ्या वयाला का असला धक्का झेपणारेय!"

"पण कुणी झालं तरी तुम्हाला मारायचा प्रयत्न का करावा?" इन्स्पेक्टर कामतांनी विचारलं. "त्या दहा हजारांसाठी? पण ते उचलून बाहेरच्या बाहेर निघून जाता आलं असतं की त्याला!"

“तेही खरंच!” दामले आपल्याच विचारात उद्गारले. “हं, आता आणखी एक आठवलं मला. त्यानं आपलं नाव राजन सांगितलं!”

“राजन?” बावडेकरांनी चमकून विचारलं.

“का? तुम्हाला माहितेय हा माणूस?” इन्स्पेक्टर.

“नाही,” बावडेकर स्वत:ला सावरून म्हणाले. “मला तर वाटतं की, हे नावसुद्धा त्यानं खोटंच घेतलं असावं!”

बावडेकर इन्स्पेक्टरांच्या बरोबरच हॉस्पिटलमध्ये गेले. का कोण जाणे, त्यांना राजनबद्दल फारच आपुलकी वाटत होती. आपल्या वाट्याचं मरण त्यानं स्वत:वर ओढवून घेतलं, असं काहीतरी त्यांच्या मनात येत होतं. मात्र बंगला चुकून, आपल्याऐवजी शेजारच्या दामल्यांच्या मरणाचा घाट त्यानं घालावा, ही चूक अक्षम्य होती. तरीही त्यासाठी त्याचे प्राण जावेत, हे काही बरोबर नव्हतं.

बावडेकर रात्रभर हॉस्पिटलमध्ये बसून राहिले. या पेशंटचा सगळा खर्च करण्याची तयारी त्यांनी दाखवली होती. तेव्हा डॉक्टर्स त्यांनाच राजनचे पालक समजू लागले होते.

मानेजवळच्या भागाचं एक मायनर ऑपरेशन रातोरात करावं लागलं. पण पहाटे तीनच्या सुमाराला राजन शुद्धीवर आला. डॉक्टरांनी बाहेर ताटकळत बसलेल्या बावडेकरांना मुद्दाम येऊन सांगितलं– “बाबा, तुम्ही आता घरी गेलात तरी चालेल. राजनच्या जिवावरचा धोका टळला. ही इज आऊट ऑफ डेंजर नाव्! तो वाचला.”

बावडेकरांना विलक्षण आनंद झाला. त्यांनी तसाच ऑपरेशन थिएटरचा पडदा बाजूला करून आत डोकावून पाहिलं. राजन स्वस्थ झोपला होता. ते उत्साहानं घरी निघाले.

मात्र घरी न जाताच ते प्रथम दामलेंना ही बातमी सांगायला गेले. रोज पहाटे चार वाजल्यापासून उठून बसणारे दामले आज पाच वाजले तरी झोपूनच राहिले होते; पण बावडेकरांनी जोरजोरात हाका मारून आणि ठणाठणा बेल वाजवून त्यांना उठवलंच!

“काय झालं?” दार उघडल्याबरोबर कानटोपी सारखी करीत दामलेंनी विचारलं, “वाचला तो?”

“हो तर!” बावडेकर अभिमानानं म्हणाले. “आता काही भीती नाही म्हणाले डॉक्टर!”

“तू धावपळ केली नसतीस तर नक्की मेला असता तो!” दामलेंचे डोळे कौतुकानं चमकत होते. “माझे तर हात-पायच गारठले होते. तू पोलिसांना बोलावलंस– त्याला हॉस्पिटलमध्ये ॲडमिट केलंस आणि रात्रभर त्याच्या उशाशी...”

“उशाशी नाही– दाराशी!”

"तेच ते– दाराशी बसलास! आता मला सांग, तू जिवंत नसतास, तर कोणी केली असती ही सगळी उठाठेव?"

"म्हणजे? मला नाही कळलं!" दामले एवढं सरळपणे आपलं कौतुक करणार नाहीत, अशी खातरीच होती बावडेकरांना.

"म्हणजे बघ– तू एवढं, मला मरायचंय, मरायचंय् म्हणतोस. खरोखरीच मेल्यानंतर कोणाला वाचवू शकणारेयस तू? म्हणून सांगतो, तुझे ते भिक्कारडे मरणाचे डोहाळे सोड न् आनंदानं जग! कधी दुसऱ्यासाठी काय करावं लागेल, ते सांगता येत नाही!"

दामल्यांचं लेक्चर सुरू झालेलं पाहून बावडेकरांनी तिथून काढता पाय घेतला. मात्र त्यांना कुठंतरी दामल्यांचं म्हणणं पटू लागलेलं होतं. खरंच– या वयातही आपण कुणासाठी धावपळ करण्याइतके धडधाकट आहोत! मग काय घाई आहे मरणाची! ते यायचं तेव्हा येईलच. तोवर स्वत:साठी जगायचं नसेल, तर दुसऱ्याच्या उपयोगी पडण्यासाठी का जगू नये?

बस्स! यापुढं आपण मरण हवंय असा आग्रह धरायचा नाही! समोर पडलेल्या आयुष्याचं काय करायचं ते आपल्याला चांगलं कळलंय! पहिली गोष्ट- त्या बेकार राजनला एक चांगलीशी नोकरी बघून द्यायची! म्हणजे कायमचा चांगल्या मार्गाला लागेल बेटा!

बावडेकरांना जणू आपल्यापुढचं एक कोडं उलगडल्यासारखं वाटत होतं. आनंदाच्या लहरीवर जणू तरंगतच ते किचनशी गेले. आता या थंडीत एक कप मस्त कॉफी प्यायची आणि मग दुलई ओढून गाढ झोपी जायचं.

त्यांना एकदम आठवण झाली आणि गंमत वाटली. अरे, रात्री कॉफी तयार करतानाच तर ती अर्धवट सोडून आपण बाहेर पडलो होतो. दामल्यांची किंकाळी ऐकू आली, तेव्हा आपण लाइटर हातात घेतला होता आणि गॅस चालू केला होता.

स्वत:शीच हसत बावडेकरांनी किचनचं दार उघडलं आणि दाराजवळचा स्विच ऑन केला.

दुसऱ्याच क्षणी त्या गॅसनं भरलेल्या छोट्याशा किचनभर एक प्रचंड आगीचा लोळ उठला आणि बावडेकर ज्वाळांमध्ये दिसेनासे झाले.

सामना : १९९१

◆

ते सुखानं मेले!

केबिनचं दार किलकिलं होताच डिस्ट्रिक्ट सुपरिन्टेडंट ऑफ पोलीस व्रजभूषण चौधरी, कामातून मान वर उचलतो आणि भरदार पण खालच्या पट्टीतल्या आवाजात म्हणतो– "येस, कम इन-"

केबिनचं दार पूर्ण लोटून पोलीस इन्स्पेक्टर श्रीनिवास शर्मा आत येतो आणि कडक सॅल्यूट ठोकून म्हणतो– "सर!"

अनावश्यक वाक्यं उच्चारायचीच नाहीत, ही डीएसपीसाहेबांची सवय गेल्या दोन महिन्यांत इन्स्पेक्टर शर्माच्या परिचयाची झाली आहे. उदाहरणार्थ, आतासुद्धा चौधरीसाहेब नुसतं मान वर करून शर्माच्या चेहऱ्याकडे रोखून पाहतो, त्याचा अर्थ 'येस, काय काम आहे?'

व्रजभूषण चौधरींच्या रोखलेल्या नजरेची शर्माला नेहमीच जरब वाटते. जाडसर काळ्या भुवयांखालच्या कवडीइतक्या मोठ्या डोळ्यांमधली ती पिंगट बुबुळं समोरच्या माणसावर स्थिर होतात, तेव्हा माणूस अर्धा घायाळ होतो. एरवी लालसर गोऱ्या कातडीच्या, तुकतुकीत गालांच्या त्या हसतमुख चेहऱ्याला या वाघाच्या नजरेनं असा भारदस्तपणा दिलाय. म्हणूनच केवळ पस्तिशीच्या आत व्रजभूषण चौधरी डीएसपीच्या पदाला पोहोचला, असा निष्कर्ष शर्मानं कधीच काढलाय.

शर्मा काही क्षण काहीच न बोलता उभा, म्हणून व्रजभूषण अनिच्छेनं दोनच शब्दांचं एक वाक्य उच्चारता– "व्हॉट्स इट?"

"शेठ चंद्रमोहन बाजपेयी वारले," शर्मा सांगतो.

"वारले? –कधी?"

"दुपारी दोनच्या सुमाराला फोन आला होता."

"हार्ट ॲटॅक?" व्रजभूषण एवढंच विचारतो. त्याचा अर्थ असा असतो की,

परवाच तर इथल्या ग्रँड टायगर्सच्या वर्धापनदिनाला मी अध्यक्ष असताना ते प्रमुख पाहुणे म्हणून माझ्या शेजारी बसले होते, चांगले हसतखेळत होते. पासष्टीचं वय असतानाही तब्येतीनं धडधाकट दिसत होते, आणि असे अचानक गेले, म्हणजे हार्ट अॅटॅकशिवाय दुसरं काय असणार?

त्याचे हे विचार सवयीनंच वाचून शर्मा म्हणतो, ''आधी एकदा सीरियस आणि एकदा माइल्ड, असे दोन अॅटॅक्स येऊन गेले होते, वर्षावर्षाच्या अंतरानं.''

''ओ, आय सी!- फ्युनरल कधी आहे?''

एकदम मुद्द्याला गाठ! शर्मा मनातल्या मनात दाद देतो. मधलं सगळं कटाप! बाजपेयी माणूस भला होता! एवढा मोठा इंडस्ट्रिअल फायनान्सर, या भागातला सर्वांत श्रीमंत माणूस- त्याच्या अंत्ययात्रेला जायलाच हवं! सगळ्या क्षेत्रांतली बडी मंडळी तिथं येणार. पोलीसप्रमुख नसून कसं चालेल... वगैरे वगैरे सगळं गृहीतच धरून डीएसपीसाहेब एकदम शेवटचाच प्रश्न विचारतोय – फ्युनरल कधी?

''फ्युनरल ना? रात्री नऊ-साडेनऊपर्यंत तरी होत नाही. एवढं बडं प्रस्थ! त्याच्यासाठी लांबलांबून माणसं येणार- अगदी पार दिल्लीपासून! दिल्लीचं प्लेनच मुळी साडेसातला येतं. तिथनं मोकलगडला बस, नाहीतर टॅक्सी. चिक्कार वेळ लागणार! आपण सावकाश निघू या आठच्या सुमाराला. फक्त अर्ध्या तासाचा ड्राइव्ह आहे.''

शर्माला आपल्या समोरच्या खुर्चीत बसायची खूण करीत, व्रजभूषण शांतपणे विचारतो– ''बाजपेयीसाहेबांचे रिश्तेदार कोण आहेत?''

शर्मा खुर्चीवर बसत उत्साहानं म्हणतो– ''जवळचा रिश्तेदार म्हणजे फक्त बायको. मूलबाळ काही नाही. तीन लग्नं केली. शिवाय लोक म्हणतात, बाहेरचे संबंधही बरेच होते; पण माणूस निपुत्रिकच राहिला! दोन बायका मेल्यानंतर एक बाई ठेवली होती दहा वर्षं! पण अडीच वर्षांपूर्वी या आत्ताच्या बायकोबरोबर लग्न केलं. हे साठीच्या पुढचे आणि ती जेमतेम तिशीची. लावण्यवती आहे बघा–''

शर्माला इतकं बोलायचं स्वातंत्र्य कुठून दिलं, असं व्रजभूषणला होऊन जातं. त्याच्या त्या पिंगट नजरेतील नाराजी टिपून शर्मा आवरतं घेत म्हणतो– ''तसा एक लांबचा पुतण्या आहे. इथनं जवळच रामसराईला असतो. शेठसाहेबांनी हे अलीकडचं तिसरं लग्न केलं नसतं, तर सगळी जायदाद त्यालाच गेली असती, पाहा!''

व्रजभूषणच्या नजरेतली नाराजी जाऊन तिथं एक उत्सुकतेची चमक येते, हे पाहून शर्माला हायसं वाटतं. साहेब नव्यानंच या भागात डीएसपी म्हणून आलेले– आपल्याशिवाय त्यांना पाहिजे ती माहिती देणारं दुसरं आहेच कोण, या विचारानं त्याला एकदम जबाबदार वाटतं.

''ओके!'' त्याला निरोप देत व्रजभूषण म्हणतो, ''मी बंगल्यावर आहे. आठ वाजता जीप घेऊन या.''

"येस सर! एक हार पोलीस खात्यातर्फे. दोन आपल्या दोघांचे वैयक्तिक."

व्रजभूषण वर पाहतो. त्या नजरेतली वाक्यं असतात- 'ते सगळं तुम्ही पाहायचं; उगाच मला फालतू तपशील सांगत बसू नका. या आता.'

अर्थ लक्षात घेऊन शर्मा केबिनबाहेर पडतो.

व्रजभूषण काही वेळ शर्माच्या पाठमोऱ्या आकृतीकडे आणि ती बाहेर पडल्यानंतर झुलणाऱ्या दाराकडे पाहत राहतो. शर्मानं दिलेल्या सगळ्या अघळपघळ तपशिलाची तो मनातल्या मनात जुळणी करीत असतो. पासष्टीचं वय... प्रचंड जायदाद... निपुत्रिक... तीन लग्नं... ठेवलेली बाई... पुतण्या... हे अलीकडचं लग्न... केलं नसतं तर पुतण्याला जायदाद... लावण्यवती...

तो पुन्हा एकदा मान खाली घालून टेबलवरचं स्वत: काढलेलं सर्क्युलर वाचून पाहू लागतो. त्यात दुरुस्त्या करू लागतो. त्यातल्या शब्दांचा अर्थ आपल्याला हवा असलेलाच होतोय ना, त्यात शोधणाऱ्याला कुठं पळवाटा सापडणार नाहीत ना, याची खातरी करून घेऊ लागतो.

खिडकीतून केबिनमध्ये आलेला उन्हाचा पट्टा सावकाश तोकडा होत जातो. आता व्रजभूषणचं सगळं लक्ष सर्क्युलर निर्दोष करण्यात गढलेलं. तेवढ्यात इंटरकॉमची घंटी वाजते.

"स्पीकिंग–" तो म्हणतो.

"आपला फोन आहे साहेब.... विमलचंद्र बाजपेयी नावाच्या गृहस्थाचा!"

"थँक्यू," म्हणत व्रजभूषण फोन उचलतो. मनातल्या मनात बाजपेयी हे नाव घोळवत.

"येस, चौधरी हिअर–"

"जय रामजी की डीएसपीसाहेब! मी विमलचंद्र बोलतोय- शेठ चंद्रमोहन बाजपेयींचा पुतण्या–"

"येऽस–"

"साहेब, माझे काका आज दुपारी अचानक वारले–"

"त्यांना हार्ट अ‍ॅटॅक आला, असं मी ऐकलं–"

"खोटं आहे साहेब ते. त्यांचा खून झालाय!"

"खून–?"

"आय अ‍ॅम शुअर साहेब. हार्ट अ‍ॅटॅकचं नुसतं नाटक! त्यांना नक्की विष दिलं गेलंय. प्लीज साहेब– मला त्यांचं पोस्टमॉर्टेम व्हायला हवंय!"

"हूं–" व्रजभूषण विचारात पडतो.

"हॅलो, हॅलो- साहेब, ऐकताय ना? प्लीज, हे मॅटर साधंसुधं नाही; माझे काका बडी असामी होते. त्यांची इस्टेटही तशीच भरमसाट आहे. म्हणून अध्येमध्ये

कुणाकडे न जाता सरळ आपल्याकडेच धाव घेतली. माझा लेखी अर्ज घेऊन माणूस येईलच आपल्या ऑफिसात. मी आपल्याला डायरेक्ट मोकलगडमध्येच भेटतो, काकांच्या हवेलीवर.''

फोन डिसकनेक्ट होतो. हिरवळीवर एकाएकी साप सळसळून जावा, आणि ते खरंदेखील वाटू नये, अशा अविश्वासानं फोनकडे पाहत, व्रजभूषण रिसीव्हर खाली ठेवतो... लगेच इंटरकॉमवर सांगतो– ''इन्स्पेक्टर शर्मांना ताबडतोब बोलावलंय म्हणून सांगा– जीप घेऊन!''

डीएसपीसाहेबांकडून पोलीसस्टेशनवर येऊन पोहोचल्यापोहोचल्याच त्यांचं परत बोलावणं आलेलं पाहून इन्स्पेक्टर शर्मा बुचकळ्यात पडतो. बोलावलंय तेही जीप घेऊन- म्हणजे परस्परच मोकलगडला जायचंय की काय? कशासाठी? त्याला काही समजेनासं होतं. बाजपेयीच्या तरुण बायकोला बघायची डीएसपीसाहेबांना घाई झाली असावी, असा एक चावट विचारसुद्धा त्याच्या मनात येऊन जातो. कसेबसे हार गोळा करून तो डीएसपींच्या ऑफिसात येऊन थडकतो.

पाहतो, तर डीएसपीसाहेब व्हरांड्यातच वाट पाहत उभे. हारांसाठी दहा मिनिटं नसती घालवली तरी चाललं असतं, अशी चुटपुट त्याला लागते.

चार मोजक्या वाक्यांत व्रजभूषण त्याला परिस्थिती समजावून सांगतो. मोकलगडपासून तीन किलोमीटरवर असलेल्या (शेठ बाजपेयींच्या देणगीतूनच बांधलेल्या) बाजपेयी हॉस्पिटलमध्ये, पोस्टमॉर्टेमची व्यवस्था करायचं ठरतं. त्याप्रमाणे हॉस्पिटलला फोन जातो. तोवर रामसराईहून विमलचंद्राचा माणूस त्याचा लेखी अर्ज घेऊन येतो. इन्स्पेक्टर शर्मा तो एन्टर करून घेतो.

निघता निघता व्रजभूषणला आठवण होते. तो ऑपरेटरला सांगतो, 'बंगल्यावर फोन करा- परस्पर मोकलगडला गेलोय. रात्री उशिरा येईन.'

हरकाम्या दयाळ फोन घेतो. साहेब परस्पर कामाला गेले. रात्री उशिरा येणार! म्हणजे त्यांचं जेवण काढून ठेवायचं. आपल्यासाठी नोकरांनी जागत बसलेलं त्यांना आवडत नाही! साहेबांचं घर जणू नोकरांनाच आंदण दिलंय. आता अर्ध्या रात्रीपर्यंत या बंगल्यात स्वत: दयाळ, त्याचा मुलगा हरी, म्हातारी आया आणि आऊटहाऊसमध्ये शंखू माळी एवढी चारच माणसं असतील. बाकी घरचं माणूस म्हटलं तर कुणी नाही. बंगला साहेबांशिवाय रिकामाच! दयाळ खिन्नपणे फोन खाली ठेवतो.

डीएसपी ऑफिसमधून जीप बाहेर पडेपर्यंत उन्हं पुरती कललेली असतात.

जीप भरधाव रस्ता काटत असते. वाटेत कुणीच बोलत नाही. साहेब जीपमध्ये कधीच फारसं बोलत नाहीत, पण आज ते विचारात जरा अधिकच गढल्यासारखे वाटतात. इन्स्पेक्टर शर्माला काहीतरी बोलावंसं वाटतं; पण काय बोलावं तेच सुचत नाही.

या पेचातून त्यांची सुटका करीत व्रजभूषणच त्याला विचारतो– "शर्मा, बाजपेयीशेठ हार्टअॅटॅकनं गेले असं तुम्हाला कुणी कळवलं?"

"त्यांच्या सेक्रेटरीनं, साहेब."

"त्यावर तुम्ही त्यांना काय विचारलंत?"

"फारसं विचारावं लागलंच नाही. त्यांनी आपणहून सगळे डिटेल्स दिले. किती वाजता झटका आला, त्याआधी काय काय केलं... सगळं सांगितलं."

"डॉक्टर?"

"डॉक्टर लोबो- त्यांचे फॅमिली डॉक्टर आहेत."

"ते यायच्या आधी प्राण गेला होता की नंतर?"

"नंतर. शेठ तळमळत होते. धाप लागली होती. ऑक्सिजन लावला एवढ्यात..."

"जवळ कोण कोण होतं?"

"अॅटॅक आला तेव्हा ती एकटीच होती. नंतर नोकरचाकर धावले."

"ती म्हणजे?

"घनराणी."

"घनराणी...?"

"मिसेस बाजपेयी. सगळे तिला तिच्या नावानंच ओळखतात. कदाचित शेठसाहेबांपेक्षा वयानं पुष्कळच लहान म्हणून..."

"अच्छा, ती बरोबर होती...?"

"ती नेहमीच बरोबर असायची शेठच्या. बाहेर चार लोकांच्यात नव्हे; पण बंगल्यावर सावलीसारखी त्यांच्यासोबत! चैनच पडत नसे शेठना तिच्याशिवाय." आपण थोडं अधिक तर बोललो नाही ना, अशी शंका येऊन शर्मा डीएसपीसाहेबांचा चेहरा निरखतो. तो निर्विकार.

काही क्षण शांततेत जातात. जीपचा रोंऽरों आवाज तेवढा येत राहतो.

'घनराणीशिवाय दुसरं कुणीच जर शेठसाहेबांच्या बरोबर नव्हतं- स्वत:शीच विचार केल्यासारखं व्रजभूषण म्हणतो- तर त्यांना बाहेरच्या कुणी विष घातलं असण्याची शक्यता कितपत आहे?'

"बाहेरच्या कुणी नाही..." न राहवून इन्स्पेक्टर शर्मा म्हणतो. "पण घनराणीनंच जर का त्यांच्यावर विषप्रयोग...."

व्रजभूषण त्याच्याकडे चमकून पाहतो. मध्येच एका खड्ड्यातून जीप उडते. "टेक केअर!" व्रजभूषण ड्रायव्हरला ओरडून सांगतो. मग मागे वळून इन्स्पेक्टर शर्माला म्हणतो- "तिनं विषप्रयोग केला असेल, असं म्हणायला कसला आधार आहे?"

"तिच्या-त्यांच्यात जवळजवळ तीस-बत्तीस वर्षांचं अंतर होतं. ती दिसायला सुंदर आहे."

"बस्स? एवढंच–?"

"बाजपेयींची प्रचंड श्रीमंती–"

"श्रीमंतीसाठी ती आपल्या नवऱ्याला विष कशाला देईल? तो जिवंत असतानाच तिला श्रीमंतीची सगळी सुखं मिळत होती!"

"श्रीमंतीची सुखं मिळत असतील; पण स्वातंत्र्य?" शर्मा डोक्यात येतं ते बोलत जातो- "माफ करा; पण शेठसाहेबांचा पैसा बळकावून, शिवाय तिला त्यांच्यापासून सुटका हवी असली तर...?"

व्रजभूषणला हे ऐकून धक्का बसत नाही. डीएसपीच्या हुद्द्यापर्यंत पोहोचलेल्या माणसाला सहसा कशानंही धक्का बसत नाही. तो फक्त तर्काचा आधार शोधीत असतो.

"तिला काय हवंय, हे नक्की कसं सांगणार?" व्रजभूषण विचारतो, "कशावरून तिला पैसे आणि सुटका ही दोन्ही हवी असतील?"

"यापूर्वी दोन वेळा तसं झालंय साहेब." शर्मा म्हणतो, "धनराणीचं हे तिसरं लग्न! यापूर्वी दोन वेळा तिनं कोट्यधीशांबरोबर लग्नं केली आणि ते दोघंही लग्नानंतर दोन-तीन वर्षांत मरून गेले!"

"काऽय?" व्रजभूषण ओरडतो. आता मात्र त्याला खराच धक्का बसलेला असतो.

जीप मोकलगडला बाजपेयींच्या हवेलीजवळ पोहोचते, तेव्हा चांगलाच अंधार पडलेला. हवेलीत झगझगीत उजेड. शिवाय हवेलीपासून बाहेरच्या फाटकापर्यंत कोसभराच्या अंतरात ठिकठिकाणी झाडांमध्ये टांगलेल्या गॅसबत्त्या.

बाजपेयी हॉस्पिटलची हर्स आधीच येऊन दारात उभी.

हवेलीमध्ये आणि हवेलीच्या अंगणात सभेला जमावी तशी माणसांची गर्दी. आपापसात कुजबुज. वरच्या मजल्यावरून रडण्याचे मंद स्वर.

पोलीस जीप येऊन अंगणाच्या कडेला थांबताच सगळे गप्प. एकदम एक विचित्र शांतता पसरते. असं वाटतं की, मंडळींनी आपले श्वासदेखील रोखून धरलेत.

व्रजभूषण आणि इन्स्पेक्टर शर्मा हवेलीच्या रोखानं जाऊ लागताच, लोक बाजूला होऊन त्यांना वाट करून देतात. कुणीतरी न विचारताच सांगतं की, अंत्यदर्शनासाठी देह वरच्या हॉलमध्ये ठेवलाय.

व्रजभूषण जिना चढून वर येतो, तर दारातच बाजपेयींचा सडपातळ, गोराभुरका तरुण सेक्रेटरी त्याला भेटतो. लवून नमस्कार करतो. म्हणतो- "मीच फोन केला होता. काही लोक यायचेत, म्हणून थांबलोय. आपण कृपा करून थांबावं. आपली सोय या शेजारच्या खोलीत...."

त्याची वाक्यं पुरी होण्याआधीच व्रजभूषणच्या पाठोपाठ वर आलेला इन्स्पेक्टर

शर्मा त्याला बाजूला खेचतो आणि कोपऱ्यात नेऊन पोस्टमॉर्टेमविषयी सांगतो. पोस्टमॉर्टेमचं नाव ऐकताच सेक्रेटरी एकदम गडबडून जातो. शर्माला म्हणतो- ''पण असं कसं करता येईल? इतके लोक अंत्यदर्शनासाठी येताहेत... बॉडी हॉस्पिटलमध्ये नेली, म्हटल्यावर त्यांना काय वाटेल? लोक एकाचे चार करतील... आमची चारचौघात अब्रू जाईल...''

व्रजभूषण एकीकडे त्याचा चेहरा निरखीत, त्याला बोलायचं तेवढं बोलू देतो. तो बोलायचा थांबल्यावर फक्त एवढंच म्हणतो– ''खाली हर्स उभी आहे, त्यात बॉडीबरोबर तुम्ही बसा आणि हॉस्पिटलमध्ये चला... आम्ही पाठापोठ येतो...

सेक्रेटरीला क्षणभर काही सुचत नाही. मग तो एक दीर्घ श्वास घेऊन म्हणतो- ''थांबा, बाईसाहेबांची परवानगी घ्यायला हवी... या माझ्याबरोबर.''

त्याच्यापाठोपाठ व्रजभूषण शेजारच्या दालनात जातो. तिथल्या थाटावरून, ती बुहधा बाजपेयींची बेडरूम असावी. भिंतीवर नग्न अप्सरांची दोन लाइफसाइज लक्षवेधी शिल्पं. त्यांच्याशी सर्वस्वी विसंगत असा, डोक्यावरून पदर घेतलेल्या वयस्कर स्त्रियांचा घोळका दालन व्यापून राहिलेला. मखमली पलंगपोसानं झाकलेल्या प्रशस्त बिछान्यावर शुभ्र वस्त्र नेसलेली एक तरुण स्त्री गुडघ्यात डोकं खुपसून बसलेली. तीच घनराणी असावी. दोघी-तिघी जणी तिला धीर देत, तिची सोबत करीत बसलेल्या. गालिच्यावरच्या तिघी-चौघी तोंडाला पदर लावून मुसमुसताहेत. एक-दोघी मोठ्यानं रडताहेत.

सेक्रेटरी दारातल्या एका स्त्रीकडे हळूच निरोप देतो. ती उठते आणि खाली बसलेल्या स्त्रियांच्या गर्दीतून वाट काढत, पलंगावर बसलेल्या घनराणीकडे जाते.

क्षणभरानं घनराणी गुडघ्यातून डोकं वर उचलते. पण तत्क्षणी आपल्या तलम शुभ्र वस्त्राचा पदर डोक्यावरून खाली ओढून चेहरा पुरता झाकून घेते. उठते आणि तशीच मान खाली घालून दरवाजाच्या दिशेनं सावकाश चालत येते. व्रजभूषण तिच्यावर नजर खिळवून पाहत राहतो. तिचं चालणं डौलदार तर आहेच, पण त्यात एक प्रकारचा निर्भयपणाही आहे. सबंध अंग झाकणाऱ्या आणि आता अस्ताव्यस्त झालेल्या साडीमधूनही तिची सडपातळ आकृती मन लोभावते. तिचा चेहरा कसा आहे, हे कळायला मार्ग नाही; पण ती फार वेळ रडत असावी, असं काही भासत नाही...

ती व्रजभूषणच्या समोर येऊन ठाम उभी राहते...

व्रजभूषणला संकटात सापडल्यासारखं होतं. पोस्टमॉर्टेमसाठी बॉडी हलवायला हवी, हे सेक्रेटरीला समजावून देणं वेगळं आणि प्रत्यक्ष मृत पुरुषाच्या धर्मपत्नीला सांगणं वेगळं. त्या दालनात जमलेल्या स्त्री वर्गानं विरोध केला, तर पोलिसांना सक्ती करता येणार नाही. स्त्री वर्गाचं सोडाच, या एकट्या स्त्रीनं जरी देह न्यायला नकार दिला, तरी तिच्या शब्दाला तत्काळ शेकडो प्रतिसाद मिळतील! खाली

चौकात, अंगणात थांबलेले लोकही खवळून उठतील. काय करावं? धर्मसंकटच हे!

याच वेळी इन्स्पेक्टर शर्मा एका मध्यमवयीन माणसाला पुढं करतो. त्याच्या मिशा उग्र आणि डोळे तांबारलेले.

''हे विमलचंद्र बाजपेयी-'' शर्मा ओळख करून देतो.

ते शब्द ऐकताच घनराणी अंगावर शहारा आल्यासारखं करून किंचित बाजूला सरकते.

''हे बघा, माझा नाइलाज आहे.'' शक्य तितक्या मृदू पण धीरगंभीर आवाजात व्रजभूषण तिला सांगतो- ''रिश्तेदारांपैकी काहींनी पोस्टमॉर्टेमची मागणी केली आहे. ती पुरी करणं, हे पोलिसांचं कर्तव्य आहे...''

घनराणी मान उंचावून, चेहऱ्यावरचा पदर वर करते आणि व्रजभूषणकडे पाहते; तत्क्षणी एकदम चमकून पदर पुन्हा पहिल्यासारखा ओढून घेते. वातावरणात वीज लखलखल्यासारखं होतं. घनराणी सेक्रेटरीच्या कानाशी पुटपुटते– ''हे म्हणतात तसं करा.'' झोकांड्या खात ती कशीबशी पलंगाशी जाते. बिछान्यावर अंग टाकून उरी फुटून रडू लागते.

घनराणीचं हे चपापणं व्रजभूषणच्या लक्षात येतं. क्षणापूर्वी निर्भयपणे आपल्याकडे चालत आलेली ही स्त्री आपल्याशी नजरानजर होताच चक्कर आल्यासारखी झोकांड्या खात परत जाते, हे किती विचित्र आहे! पण तसं म्हटलं, तर हा सगळाच प्रसंग लोकविलक्षण नाही का?

अचानकपणे शेठसाहेबांचा पार्थिव देह उचलला जातोय, याबद्दल जमलेल्या मंडळींमध्ये खळबळ माजते. पण तिकडे लक्ष द्यायला व्रजभूषणला सवड नसते. तो देह हर्समध्ये ठेवतो आणि हर्स हॉस्पिटलकडे पिटाळतो. विमलचंद्राला जीपमध्ये घेऊन तो आणि इन्स्पेक्टर शर्मा हॉस्पिटलकडे निघतात. मागे राहिलेली मंडळी आपली अर्धीमुर्धी माहिती सगळीकडे पसरवू लागतात. त्या आधारानं तर्क केले जातात, अंदाज बांधले जातात. कुजबुजीचं पर्यवसान मोकळ्या चर्चेत होतं. अंत्यदर्शनाला आलेली मंडळी मृतदेह जागेवर नाही, याविषयी नाराजी दाखवू लागतात.

बाजपेयी हॉस्पिटलच्या पोस्टमॉर्टेम रूमच्या बाहेर विमलचंद्राबरोबर डीएसपी व्रजभूषण आणि इन्स्पेक्टर शर्मा थांबलेले. एक एक मिनिट महिन्यासारखं वाटतं. घनराणीचं ते चमकून पदर खाली ओढणं व्रजभूषणला एकसारखं आठवत राहतं. त्या निमिषार्धात दिसलेलं तिचं झळझळीत रूप त्याच्या डोळ्यांसमोर पुन:पुन्हा येत राहतं. तो बेचैन होतो. जीपमध्ये इन्स्पेक्टर शर्मानं दिलेल्या माहितीची तो त्या रूपाबरोबर सांगड घालण्याचा प्रयत्न करतो. बांधा इतका देखणा टिकवलेल्या स्त्रीची तीन लग्नं झालेली असतील, हे त्याला खरंच वाटत नाही. त्या निरागस चेहऱ्याचा, खुनासारख्या राक्षसी कृत्याशी संबंध असेल, हे शक्यच वाटत नाही.

डॉक्टर बाहेर येतात... विमलचंद्र उत्सुकतेनं उठून उभा राहतो. डॉक्टर सांगतात की, पोस्टमॉर्टेममध्ये खटकण्यासारखं काहीही सापडलं नाही. शेठसाहेबांवर विषप्रयोग झालेला नाही. त्यांचा मृत्यू हृदयविकारानंच ओढवलेला आहे.

का कोण जाणे, व्रजभूषणला एकदम सुटल्यासारखं वाटतं. विमलचंद्र पुढे होऊन तसदीबद्दल त्याची माफी मागतो. गोरटेला तरुण सेक्रेटरी निर्धास्त होऊन पुढल्या तयारीला लागतो.

दुर्गाघाटावर शेठसाहेबांच्या देहाला विधीपूर्वक अग्निसंस्कार केला जातो. काही वेडंवाकडं उघडकीला न आल्यामुळे जमलेली मंडळीही मध्येच आलेला व्यत्यय विसरून जातात. मात्र, अग्नीच्या भडकलेल्या ज्वाळांकडे पाहतानाही, व्रजभूषणच्या मनाला एकच एक विचार पुन:पुन्हा टोचा मारीत राहता- घनराणी जर निर्दोष असेल, तर मला पाहताक्षणी ती दचकली का?

पुढच्या चार दिवसांत, समोर कामाचे डोंगर असतानासुद्धा हा विचार त्याच्या मनातून जात नाही. एकूण प्रकाराच्या मुळाशी गेलं पाहिजे- घनराणीची पहिल्यापासून रीतसर माहिती मिळविली पाहिजे, असं तो मनाशी ठरवतो.

इन्स्पेक्टर शर्माशी गाठ पडल्यानंतर तो पहिलाच प्रश्न विचारतो–

"शर्मा, मोकलगडची काय हालहवाल?"

"ठीक चाललंय. सध्या सगळी कामं, मॅनेजर आणि सेक्रेटरी दोघे मिळून पाहताहेत. विमलचंद्रानं उगीच संशय घेतला, म्हणून सगळे त्याच्यावर खार खाऊन आहेत."

"सगळे–?"

म्हणजे मॅनेजर, सेक्रेटरी वगैरे."

"घनराणी-?"

"ती आणखी दहा दिवस तरी कोणाशी बोलणार नाही. शोकात आहे. आपल्या खोलीबाहेरसुद्धा पडत नाही."

"शर्मा, तिचा आधीचा नवरा कोण होता?"

"प्रख्यात इंडस्ट्रिआलिस्ट होता साहेब. प्लॅस्टिक इंडस्ट्रीमध्ये फार मान होता त्याला. सुखदेव इंडस्ट्रीजचं नाव ऐकलं असेल तुम्ही. दिल्लीपासून थोडं पुढं सुखदेवनगर आहे त्याचं."

"सुखदेव कशानं वारले?"

"कोण जाणे! पण गेले तेव्हा घनराणीशी त्यांचं लग्न होऊन जेमतेम तीन वर्षं झाली होती."

"वय काय असेल?"

"साठीच्या आत; पण पंचावन्नच्या पुढं. मुलगाच तिशीचा आहे म्हणे त्यांचा.

वीरेंद्र सुखदेव.''

"त्याला भेटता येईल?"

"हो. सुखदेवनगरमध्ये असतो तो. हवं तर मी आगाऊ कळवतो त्याला.''

"नको, नको. कळवू नका. अचानक भेटणं बरं. पुढच्या आठवड्यात मी दिल्लीच्या बाजूला जाणारेय. तेव्हा स्वत:च जाईन सुखदेवनगरला.''

त्यानंतरच्या आठवड्यात, ठरल्याप्रमाणे व्रजभूषण सुखदेवनगरला जातो. तो पोलीसस्टेशनवर पाऊल टाकण्याच्या आत सुखदेव इंडस्ट्रीजची जीप तिथं हजर! 'कृपा करून आमचा पाहुणचार घ्या,' अशी विनंती करून त्याला सुखदेव इंडस्ट्रीजच्या खास गेस्ट बंगलीवर नेण्यात येतं. तिथं व्रजभूषण आंघोळ करून कपडे बदलतोय, इतक्यात बावर्चीला नाश्त्याचा मेनू सांगत तरुण रुबाबदार वीरेंद्र सुखदेव स्वत:च हजर होतो. व्रजभूषणचं काम एकदम सोपं होऊन जातं.

"सुखदेव इंडस्ट्रीजचं सगळं काम तुम्हीच सांभाळता?'' गप्पा मारता मारता तो वीरेंद्रला विचारतो.

"हो. ते फारसं कठीण नाहीये.'' वीरेंद्र नम्रपणे सांगतो. "दिल्लीपासून पंजाबपर्यंत इंडस्ट्रीजचा जम बसलाय आता. आमच्या पिताजींची पुण्याई आणि भरघोस कर्तृत्व! त्यांनीच ठिकठिकाणी मॅनेजर्स नेमलेत. नशिबानं हे मॅनेजर्स चांगले धडाडीचे आणि प्रामाणिक मिळालेत. आज आम्ही हातपाय हलवले नाहीत, तरी धंदा आपोआप चालू शकतो. हे सुख मात्र पिताजींच्या नशिबात नव्हतं. ते तसे अकालीच गेले.''

"अकाली?"

"साठीसुद्धा गाठली नव्हती त्यांनी. तीनच वर्षं आधी लग्न केलं होतं, म्हणजे बघा...''

"म्हणजे त्यांचा मृत्यू संशयास्पद रीतीनं....''

"छे छे! पर्फेक्टली नॅचरल डेथ आली त्यांना. लिव्हर सिरॉसिसनं गेले ते. डॉक्टरांनी, 'फार पीत जाऊ नका' म्हणून सांगितलं होतं; पण ऐकलं नाही.''

"उतारवयात त्यांनी लग्न केलं... तेही त्यांच्याहून खूप लहान, जवळजवळ तुमच्या वयाच्या मुलीशी!

"तुमच्या या तरुण सावत्र आईचं त्यांच्याशी नीट पटायचं?''

"ऑफकोर्स! फार प्रेम असावं घनराणीचं त्यांच्यावर! ते घरी आले की, क्षणभरसुद्धा ती त्यांना नजरेआड होऊ द्यायची नाही. कधी कशाला विरोध करायची नाही. 'मी हे लग्न केलं आणि सुख काय असतं ते मला समजलं,' असं ते नेहमी म्हणायचे...''

"उतारवयात त्यांनी हे लग्न केलं आणि इस्टेटीला वाटेकरी आणला, असं वाटून तुम्ही खट्टू नाही झालात?''

"नाही बुवा!" किंचित् मिस्कीलपणे व्रजभूषणकडे पाहत वीरेन्द्र म्हणतो- "लोक तसं सांगून मला खट्टू करण्याचा प्रयत्न करायचे; पण मला कधीच तसं वाटलं नाही. पिताजींना उतारवयात सुख मिळतंय, यातच मला आनंद होता. काहीच नाही तर माझी सुखदेव इंडस्ट्रीजची डिरेक्टरशिप तर कुठं जाणार नव्हती! अधिक पैशांचा लोभ मला पहिल्यापासूनच नाही. शिवाय घनराणीविषयी माझं मत सुरुवातीपासूनच चांगलं होतं. असं वाटायचं की, इतक्या तरुणपणी वयस्कर माणसाशी लग्न करून जर तिनं स्वार्थत्याग केलाय, तर त्याचं मोल तिला मिळायलाच हवं. पिताजींनी सबंध इस्टेट तिच्या नावानं ठेवली तरी मला त्याचं वाईट वाटायला नको. लोकांनी कान फुंकण्याचा खूप प्रयत्न केला– अगदी कोर्टात जायला भरीला घातलं; पण मी म्हटलं की, इस्टेट पिताजींची आहे, ती त्यांनी स्वत: श्रम करून मिळवलीय. त्यांनी ती पाहिजे त्या व्यक्तीला द्यावी!"

"म्हणजे खरंच त्यांनी सबंध इस्टेट तिच्या नावानं केली?"

"अर्थात्! कदाचित लग्न केलं, तेव्हाच त्यांच्यात हे ठरलं असेल."

"आय सी!"

पैसे हातात आल्यावर तिनं खूप दानधर्म केला. या भागात जितक्या म्हणून गोरगरिबांसाठी काम करणाऱ्या संस्था आहेत, तितक्यांना तिनं सुखदेव इंडस्ट्रीजच्या नावानं सढळ हातानं मदत केली. जवळ-जवळ पंचवीस टक्के इस्टेट तिनं अशी दान करून टाकली म्हणा ना!"

"...आणि तुम्ही काही बोलला नाहीत?"

"मी कशाला बोलू? इस्टेट तिला दिलेली होती. तिचं ती काय वाट्टेल ते करू शकत होती आणि दानधर्म म्हणजे काही वाईट गोष्ट नाही. त्यात पिताजींचंच नाव उजळ होत होतं. मग मी का विरोध करू?"

वीरेंद्रच्या समजूतदारपणानं व्रजभूषण थक्क होतो. हा मुखवटा नसेल ना, अशीही एक शंका त्याच्या मनाला चाटून जाते.

"नंतर मात्र घनराणीनं एक विचित्र गोष्ट केली..." वीरेंद्र पुढं सांगू लागतो. व्रजभूषण सरसावून बसतो. "तिनं एक दिवस मला बोलावलं आणि सांगितलं की, मी वाटण्या करायचं ठरवलंय. मी चकित होऊन विचारलं की, कसल्या वाटण्या? तर ती म्हणाली- इस्टेटीच्या. तुझ्या पिताजींची शिल्लक राहिलेली इस्टेट आपल्या दोघांमध्ये सारखी वाटायला हवी. मी विचारलं- कुठल्या शर्तीवर? ती म्हणाली, 'शर्तबिर्त कुछ नही! माझ्याइतकाच या इस्टेटीवर तुझा अधिकार आहे. ऐकलं, आणि मी तिचे पायच धरले. ती खरंच मनापासून बोलत होती. आठवडाभरात तिनं सॉलिसिटरला बोलावून वाटण्या करूनसुद्धा टाकल्या!"

सावत्र मुलाबरोबर आपणहून इस्टेट वाटणारी बाई पैशासाठी खून करील?

व्रजभूषणला घनराणीच्या स्वभावाचा पत्ताच लागेना. असं तर नसेल की, इस्टेट अर्धी अर्धी वाटण्याच्या बोलीवर यानंच तिला मदत केली असेल, वडिलांचा काटा काढण्यासाठी? तसं असेल, तर तो तिच्याविषयी चांगलंच सांगणार! इथं या तरुण सावत्र मुलाची मदत, तिथं त्या तरुण सेक्रेटरीची.

"वर्षभरात तिनं बाजपेयींशी लग्न केलं. पण तेही योग्यच होतं. ऐन तारुण्यात तिनं सुखदेवनगरात गंजत पडून आयुष्य वाया का घालवावं? बाजपेयी आमच्या पिताजींचे जवळचे मित्र होते– आमच्याकडे यायचे, राहून जायचे! सुखदेव इंडस्ट्रीजमध्ये त्यांचे शेअर्सही आहेत! घनराणीनं त्यांच्याशी लग्न केलं, यात आम्हाला कुणालाच काही वावगं वाटलं नाही!"

"पण आता बाजपेयीदेखील अडीच-तीन वर्षांच्या आतच...."

"ऐकलं मी ते. ते गेले तेव्हा मी जर्मनीला गेलो होतो. परवाच परत आलो. नाहीतर त्यांच्या अंत्ययात्रेला नक्कीच हजर राहिलो असतो..."

वीरेन्द्र अत्यंत खानदानी सद्गृहस्थ वाटतो. चांगुलपणा त्याच्या रोमारोमांत भिनल्यासारखा दिसतो. खुनासारख्या गोष्टीत तो कुणाला मदत करील, हे शक्यच वाटत नाही. आणि तरीही...

"एक मात्र आहे..." वीरेन्द्र स्वत:शीच बोलावं तसं बोलतो- "त्या घनराणीच्या नशिबात संसारसुख नाही. इतकी देखणी मुलगी; पण जाईल तिथं मृत्यू तिच्या पाठोपाठ जातो... तेव्हा जाणवलं नाही... पण आता लक्षात येतं. पिताजींशी लग्न करायच्या आधीदेखील हेच झालं होतं... ती आमच्या घरात आली, तेव्हाच सरदार कुलवीर श्रेष्ठ यांची प्रचंड जायदाद तिच्या मालकीची झाली होती... कारण सरदारदेखील तिच्याशी लग्न केल्यानंतर तीनेक वर्षातच कालवश झाले होते."

सरदार कुलवीर श्रेष्ठ! व्रजभूषणला आठवतं... आपल्या वडिलांचा परिचय होता सरदारांशी. आपल्या लग्नात येऊन ते घसघशीत अहेरदेखील देऊन गेले होते... पण आता ते पुसट पुसट आठवतात... फक्त त्यांच्या पांढऱ्या मिशा... स्थूल शरीर... डोक्याचं टक्कल आठवतं... अरेरे! त्या वृद्ध सरदाराशी हिचं लग्न झालं? ...जेमतेम विशीची असली पाहिजे ती त्या वेळी...

"लग्नानंतर तीन वर्षांत मरायचं काही कारण नव्हतं त्यांना..." वीरेंद्र बोलत असतो. "पण नाही तरी कसं म्हणायचं... स्थूल शरीर- त्यातून सतरापगड आजार. त्यातल्याच एखाद्यानं बळी घेतला असणार त्यांचा..."

"रिअली?" व्रजभूषण चक्रावून गेलेला. "खरंच, त्यांना मरायचं काही कारण नव्हतं. त्या तिघांनाही. तिघंही नैसर्गिक मृत्यू येऊन कालवश झाले, तरीही त्यामागे एकच नमुना... द सेम पॅटर्न... घनराणी... लग्नानंतर अडीच-तीन वर्षांत मृत्यू... जायदाद घनराणीच्या मालकीची..."

पोलीस खात्यात व्रजभूषणला शिकवण्यात आलं होतं की जिथं एकाच पद्धतीनं मृत्यू ओढवतात, तिथं एकच गुन्हेगार त्यामागं असतो. इथं मृत्यूंची पद्धत एकच आहे... त्यात गुंतलेली व्यक्ती एकच आहे– फक्त प्रश्न आहे तो एवढाच की, ती गुन्हेगार आहे की नाही?

या प्रश्नाचं उत्तर फक्त तीच देऊ शकणार आहे... ती लावण्यवती... घनराणी...

तेरा दिवस संपल्यावर, शेठ बाजपेयींचं श्राद्ध उरकलं असं पाहून व्रजभूषण मोकलगडला निरोप पाठवतो- 'घनराणीदेवींना भेटायची डीएसपींची इच्छा आहे... परवानगी असावी...'

इन्स्पेक्टर शर्मा निरोप घेऊन जातो. गेल्या पावली परत येतो. दुपारच्या जेवणालाही त्याला हवेलीत थांबवलेलं नसतं... रडकुंडीला येऊन तो व्रजभूषणला सांगतो- "बाई भेटणार नाहीत."

"म्हणजे?"

"बाईंचं नखदेखील मला दिसलं नाही. कोणीतरी एक जाडजूड बाई घागरा फलकारत, पान चघळत बाहेर आली आणि माझा निरोप घेऊन आत गेली. परत आली आणि म्हणाली, 'बाई सांगतात की, पुलीसवाल्यांना बाईमाणसांनी भेटायची चाल बाजपेयी खानदानात नाही. काय हवंय् ते सेक्रेटरीला सांगा. तो काम करून टाकील.' मी एवढ्या लांबून गेलेला- मला पाणी दिलं नाही, की 'बसा' म्हणाली नाही. दारातूनच घालवून दिलं..."

व्रजभूषण गप्प. पेपरवेट फिरवत बसलेला.

"मी सांगतो साहेब-" शर्मा धीर करून म्हणतो- "त्या सेक्रेटरीचा मला डाउट येतो. तो सामील आहे बाईला..."

व्रजभूषण काहीच बोलत नाही. खांदे उडवून शर्मा निघून जातो.

पेपरवेट फिरतच राहतो. त्याच्यातले लाल आणि काळा हे दोन रंग एकमेकात मिसळत राहतात. आकृती तयार होतेय असं वाटता वाटताच रंग पुन्हा इतस्ततः पसरतात.

दोन दिवसांनी, कुणाला काही न सांगताच व्रजभूषण एकटाच जीप घेऊन मोकलगडच्या वाटेला लागतो...

हवेलीच्या दारात तो उभा राहतो, तेव्हा समोरून तो सडपातळ गोरागोमटा तरुण सेक्रेटरी येताना दिसतो. घाईघाईनं पुढं येऊन तो व्रजभूषणला नमस्कार करतो.

व्रजभूषण 'बाईंना भेटायचंय' असं सांगतो. त्याला, 'बसा' सांगून सेक्रेटरी आत जातो. दोनेक मिनिटांत दुधाचा पेला हजर होतो. पाठोपाठ सेक्रेटरी बाहेर येतो आणि

काही न बोलताच पायऱ्या उतरून हवेलीच्या बाहेर निघून जातो.

व्रजभूषण दूध संपवतो आणि खाली अंथरलेल्या पर्शियन कार्पेटवरची नक्षी न्याहाळीत वाट पाहत बसतो. एवढ्यात एक जाडी बाई (बहुधा शर्माला भेटलेलीच) घागरा फलकारीत येते. घनराणीचा पत्ता नाही. व्रजभूषण निराश होतो. शर्माला दिलेलाच निरोप ही बाई आपल्याला देणार यात शंका नाही...

बाई माफक अंतरावर मर्यादशीलपणे थांबते. खाली वाकून व्रजभूषणला म्हणते- "मालकीणबाईंनी सांगितलं आहे की, त्या भेटतील, जरूर भेटतील. पण पुलीसवाल्यांना बाईमाणसानं भेटणं त्यांच्या खानदानात बसत नाही, म्हणून आपण हवेलीवर याल, ते वर्दी उतरवून या. आज संध्याकाळी भोजनासाठी आलात, तर आपलं काम होईल. आपल्या आतिथ्याची आम्हालाही एकदा संधी देऊन बघा. उपकार होतील."

मऊसूत आवाजात सांगितलेल्या या लांबलचक पण शालीन निरोपानं व्रजभूषण जागच्या जागी खिळल्यासारखा होतो. 'सात वाजता येतो,' एवढंच सांगून, मंत्रमुग्ध अवस्थेतच तो हवेलीतून बाहेर पडतो...

बरोबर सात वाजता व्रजभूषणची जीप हवेलीच्या अंगणात थांबते. तंग सुरवार, सैलसा रेशमी झब्बा आणि त्यावर एक पातळशी शाल घेतलेला व्रजभूषण जीपमधून खाली उतरतो.

बाहेर काळोख पडायला लागलेला असतो. हवेलीच्या आजूबाजूला सन्नाटा पसरलेला... हवेलीतल्या नोकराचाकरांचा आवाजसुद्धा बाहेर ऐकू येत नाही...

सकाळी भेटलेली स्त्रीच दाराशी येते. तिच्या हातात काचेचा उंच दिवा. ती व्रजभूषणला लवून मुजरा केल्यासारखं करते आणि एक अक्षरही न बोलता आपल्या मागून येण्याची खूण करते.

स्वप्नात चालावं, तसा तो तिच्या पाठोपाठ जाऊ लागतो... त्या बाईच्या हातातल्या दिव्याचा प्रकाश अंधारात हेलकावत राहतो... जणू त्याच तालात तिच्या पायातले पैंजण वाजतात...

दोन मोठे जिने त्या पैंजणाच्या नादामागून चढून गेल्यानंतर एक छोटं, पण कमानदार नक्षीचं दार लागतं. ते हलकेच लोटून ती स्त्री आत जाते. क्षणभरच काळोख. मग व्रजभूषणही त्या दारातून आत प्रवेश करतो...

त्याच्यासमोर प्रशस्त बैशाखी पसरलेली असते. तीन बाजूंनी फुलांच्या कुंड्या, एक ऐसपैस झोपाळा, एक दिवाण, त्यावर पांढरीशुभ्र बैठक घातलेली. झोपाळा आणि दिवाण यांच्यामधल्या जमिनीवर एक जाड रुजामा... एक छोटं नक्षीदार मेज, त्यावर सुरई, काचेची मद्यपात्रं– असा सगळा जामानिमा. बाजूला एक निळसर दिवा जळत असलेला...

व्रजभूषणला दिवाणावर बसवून पैंजणवाली निघून जाते.

व्रजभूषण उठून बैशाखीच्या कठड्याशी येतो. दूरवर नदीचा प्रवाह नुकत्याच उगवलेल्या चंद्राच्या प्रकाशात चमकतोय... खाली फुलांनी मढलेल्या चाफ्याचा धुंद सुवास वरपर्यंत येतोय! हे काय आहे? स्वप्न की सत्य! कालपर्यंत इथं कसं यायचं, या विचारात पडलेले आपण आज इथं– या रेशमी पोशाखात, नीरव शांततेत, फुलांच्या गंधात उभे आहोत- हे कसं काय?

एवढ्यात मागून शब्द येतो... ''चौधरीसाहेब...''

व्रजभूषण वळतो. हातात काचेचं मद्यपात्र घेऊन ती उभी असते- घनराणी. काळी सलवार, कमीज, काळेभोर केस मोकळे सोडलेले. त्यात उजळलेला पूर्णगौर चेहरा. काळ्या निरभ्र रात्री अचानक उगवलेल्या पूर्णचंद्राची आजवर कितीतरी कवींनी दिलेली उपमा इथं पहिल्यांदाच पूर्णार्थानं लागू पडतेय, असं व्रजभूषणच्या मनात येतं...

तिनं पुढे केलेलं मद्यपात्र तो भारल्यागत घेतो. ती आपल्या हातातलं दुसरं पात्र उंचावून त्याला अभिवादन करते.

''मी आधी अजिबात पीत नव्हते...'' ती म्हणते. ''पण सुखदेवांनी सवय लावली. त्यांना कंपनी देणं भाग पडायचं.''

मग ती त्याला दिवाणाशी घेऊन जाते. स्वत: झोपाळ्यावर बसते. म्हणते, ''माझ्या आमंत्रणाला मान देऊन आलात. केवढा गौरव आहे हा माझा!''

मग इकडच्या तिकडच्या खूप गप्पा होतात... तिच्या बोलण्याची, रूपाची, हालचालींबरोबर हलकेच झुलणाऱ्या झोपाळ्याची आणि तिनं वारंवार भरलेल्या मद्यपात्रातल्या द्रवाची गुंगी चढत राहते... ज्या चौकशीसाठी आपण आलो, ती फार फार दूर... अगदी त्या चमकत्या नदीच्या पलीकडच्या किनाऱ्यावर राहिलीये, असं त्याला वाटू लागतं. ही नशिली रात्र... समोर ही रूपाची खाण... प्याल्यातलं सोनेरी मद्य... वाऱ्याबरोबर येणाऱ्या पुष्पसुगंधाच्या लहरी... काळ थांबलाय असं वाटण्याजोगी शांतता... कामाच्या कटकटीपासून दूरदूर थाटलेला हा स्वर्ग. इथं चौकशा कसल्या करायच्या?– त्यातून त्या खुनासारख्या दुष्ट गोष्टींच्या? आणि त्या गोष्टींचा संबंध कुणाशी लावायचा, या नितळ सौंदर्याशी? या मधुर वाणीशी? या प्रेमळ आर्जवाशी?

शब्द... शब्दही डोक्यातल्या विचारांसारखेच तरल होऊन त्या वाऱ्याच्या झुळकीवर तरंगत राहतात... स्वर खाली येतो... कुजबुजल्यागत... अगदी एकाच खास माणसानं ऐकावा एवढा तलम...नाजूक होतो. त्यात अधिकार नसतो... आग्रह नसतो... असते ती जवळीक... अधिकाधिक जवळीक साधण्याची ओढ. त्या शब्दांना शब्द म्हणून अर्थ नसतो... महत्त्व नसतं... कारण त्यात कसली वार्ता नसते... आज्ञा नसते... एकमेकांना भेटण्याचा... एकमेकांच्या जवळ जाण्याचा तो केवळ एक मार्ग असतो...

केव्हातरी ती पैंजणवाली दासी भोजनाचे पदार्थ आणून ठेवते. ताटं मांडते. इतकं भरगच्च भोजन व्रजभूषणनं आजवर क्वचितच पाहिलेलं असतं. त्यात मटन पुलाव असतो- तुपानं खच्चून भरलेले गरमागरम पराठे असतात. ...तंदुरी चिकन शेजारच्या वेगळ्या डिशमध्ये मांडलेलं असतं... आणि निरनिराळ्या छोट्यामोठ्या ताटल्यांमध्ये, वाट्यांमध्ये गुलाबजाम असतात, रसमलाई असते, खीर असते! एकच माणूस हे मांसाहारी, शाकाहारी, तिखटगोड असं सरमिसळ अन्न खाणार तरी कसा? व्रजभूषण धुंद झालेल्या डोळ्यांत मावेल तेवढं आश्चर्य आणून नजरेनं विचारतो.

त्याच्या नजरेतला भाव जाणून ती म्हणते- ''सगळं सगळं खायला पाहिजे. काहीसुद्धा टाकायचं नाही. तुम्हाला भूक लागलीये कधीची.'' आणि पुढे स्वर अधिकच मधाळ करीत ती म्हणते- ''खा ना! तुमच्यासारख्या धडधाकट पुरुषानं हे एवढं खायलाच हवं. तुमच्यासारख्याला हे असं खाऊ घालावं, त्याला तृप्तपणे जेवताना पाहावं, यासाठी मी कधीची भुकेली आहे... तुमचा विश्वास बसायचा नाही... पण हे सगळं मी आपल्या हातानं तयार केलेलं आहे!''

व्रजभूषणच्या समोरचे पदार्थ भराभर संपताहेत. त्याच्या जेवण्याकडे ती कौतुकानं पाहतेय. तिच्या कौतुकानं अधिकच जोष येऊन तो त्या अन्नसंग्रामात तुटून पडतो आहे... कारण त्या अन्नाची चव विलक्षण रुचकर आहे. सोबतच्या मद्यानं ती रुचिसंपन्नता वाढली आहे. पण तेवढंच नाही- त्या चवीत एक प्रकारचं आव्हान आहे. बलदंड पुरुषानंदेखील पराकोटीच्या कामोत्सुक स्त्रीदेहाशी संग करताना, आपण अपुरे पडू नये म्हणून संपूर्ण शक्ती एकवटून प्रणयझुंज लढवावी, तशा आवेशानं व्रजभूषण अन्नाला तोंड देतोय!

''खरंच, हे सगळे पदार्थ मी केलेत.'' घनराणी सांगत असते. ''तुम्हाला माहीत नाही; पण हे पाककौशल्य माझ्यात लहानपणापासून आहे. घरची परिस्थिती विलक्षण गरिबीची आणि तरीही मी हे सारे पदार्थ नेहमी करायची. कुणाकडे, सांगू? दुसऱ्यांकडे. अमिरांकडे, धनिकांकडे. त्यातलं काही जिभेनं उष्टावणंदेखील माझ्या नशिबात नव्हतं, पण मी ते तयार करायची. कारण मी स्वैपाक्याची- आचाऱ्याची मुलगी होते...''

व्रजभूषणच्या डोक्यात एक टोला पडतो. जाग सोडत चाललेल्या त्याच्या मनाला सावध करणारा टोला. ऐक, ती स्वत:विषयी सांगतेय... हेच जाणून घ्यायचंय तुला. त्यासाठीच आलाहेस तू. तो ऐकू लागतो.

माझे बाबा खूप बुद्धिमान होते. व्यासंगी ब्राह्मण होते. संस्कृत पाठशाळेत शिक्षण झालेलं होतं, पण त्यांच्या विद्वत्तेला, संस्कृतच्या ज्ञानाला पैशांच्या जगात किंमत नव्हती. छोट्या-छोट्या शिकवण्या, त्याही हौसेखातर घेतलेल्या! कुणी चिमूटभर पैसे द्यायचं, नाहीतर कुणी नुसतंच विद्यादानाचं समाधान देऊन जायचं! या

अवस्थेला बाबा कंटाळले. श्रम करून, उपास काढून, औषधावाचून आजार अंगावर काढून आई वारली आणि बाबांनी नाइलाजानं आचार्याचा पेशा पत्करला. त्यांच्याबरोबर मी ठिकठिकाणी जायला लागले. लाडू वळायला लागले. मिठाई तयार करायला लागले.

मिश्रा म्हणून एक सुखवस्तू कुटुंब होतं. त्यांच्याकडे क्वचित काही समारंभ असला म्हणजे आम्ही जायचो. तिथं एकुलता एक मुलगा होता, सौमित्र! माझ्याहून दोन-चार वर्षांनी मोठा होता. देखणा होता; पण तो माझ्यासारखा लाडू वळत नव्हता. तो डॉक्टर होणार होता. कॉलेजात चांगल्या मार्कांनी शिकत होता. मला वाटायचं, आपलं त्याच्याशी लग्न व्हावं! आपण सर्वस्व त्याच्या पायावर वाहावं! पण तो माझ्याकडे बघायचासुद्धा नाही. एकसारखा डॉक्टरकीच्या अभ्यासात गढलेला असायचा. त्याला थोरामोठ्यांच्या मुली सांगून यायच्या. आचार्याच्या मुलीचा तिथं कुठं नंबर लागणार?

घनराणी हसते. म्हणते... ''मी माझंच पुराण सांगत बसले, पण सांगतेय यालाही कारण आहे, चौधरीसाहेब. इतका वेळ मी तुम्हाला विचारलंसुद्धा नाही की, तुमचं माझ्याकडे कसलं काम आहे, आणि तुम्हीही ते सांगितलं नाही. पण मला ठाऊक आहे, तुम्ही माझी नीट ओळख करून घ्यायला आलायत. तुम्हाला काहीतरी शंका आहे म्हणून- होय ना? म्हणून तर मी माझ्याविषयी सगळं सांगणार आहे!''

व्रजभूषण काहीच बोलत नाही. तो जेवणाचा पर्वत अर्धाअधिक ओलांडून आलेला असतो...

थोड्या दिवसांनी सौमित्र मिश्रा डॉक्टर झाला आणि त्याचं लग्नही झालं. नशीब कसं दुष्ट बघा, त्या लग्नात मिठाई तयार करायला, लोकांना वाढायला मलाच जावं लागलं. वर त्या दुष्ट नशिबानं आणखी एक फेरा घालून ठेवला. सौमित्रच्या लग्नात मला सरदार कुलवीरांनी पाहिलं. जेवण वाढताना पाहिलं आणि त्यांनी बाबांकडे मागणी घातली. बाबांनी हे मला येऊन सांगितलं, तेव्हा त्यांच्या डोळ्यांत पाणी होतं. मला म्हणाले, ''कुठल्या तोंडानं सांगू बेटी, हे घराणं सरदाराचं आहे. जमीन-जायदाद भरपूर आहे. अर्धा गाव मालकीचा आहे; पण तुला तिथं सुख नाही मिळणार! बेटी, तू विशीतली आणि सरदार साठीचा. त्याचं शरीर कसं अस्ताव्यस्त सुटलंय, पाहिलंस ना? किती वर्षं साथ देईल कोण जाणे!'' मी ते ऐकून घेतलं आणि बाबांना विचारलं, ''सरदार वारले तर मी अर्ध्या गावाची मालकीण होईन ना?'' माझा तो भयंकर प्रश्न ऐकून बाबांना धक्का बसला.

व्रजभूषणलाही धक्का बसलेला. त्याच्या हातातला घास हातातच राहतो. तो असा बेसावध असताना पैंजण त्याच्या आसनाशी छुमछुमत येतात आणि सगळे जिन्नस पुन्हा एकदा वाढले जातात. घनराणीही त्याचा मद्याचा प्याला परत भरते.

"विशीतल्या मुलीनं असा प्रश्न विचारावा, याचं तुम्हाला आश्चर्य वाटलं असेल. कुणालाही वाटेल! पण आमच्या घरातलं दारिद्र्य, दशग्रंथी ब्राह्मणाला लोकांकडून मिळणारी कुत्र्यासारखी वागणूक, हे पाहून माझं मन चुलीतल्या लाकडासारखं पेटून उठलं होतं. मला संसारसुख नकोच होतं. माझा डॉक्टर प्रियकर तर कधीच श्रीमंताच्या मुलीबरोबर लग्न करून, मला ओळखसुद्धा न देता, कुठंसा निघून गेला होता! माझं प्रेम जळून खाक झालं होतं. आता मी जगायचं ठरवलं होतं ते नुसतं श्रीमंत होण्यासाठी... अधिकाधिक श्रीमंत होण्यासाठी! त्यासाठी माझं तारुण्य, माझं सौंदर्य पणाला लावायला मी तयार झाले होते.''

एक तर्क बरोबर ठरला... व्रजभूषण पेंगुळत चाललेल्या मनाला सांगतो. तिनं हे लग्न केलं ते पैशासाठी! फक्त पैशासाठीच!

"फक्त पैशासाठीच मी सरदार कुलवीरांना होकार कळवला. मोठ्या थाटात माझं लग्न झालं. माझ्या लग्नात जेवण करायला आलेल्या स्वयंपाक्यांच्या मुलींना मी स्वतःच्या हातांनी वाढलं. लग्नानंतर मी बाबांना काम सोडायला सांगितलं आणि ते कायम आरामात बसून खाऊ शकतील, अशी व्यवस्था केली. पण आरामाची सवय नसल्यामुळं की काय, ते पटकन् मरूनच गेले!''

"सरदार कुलवीर वागायला कसे होते?''

"माझ्याशी चांगले वागत. फक्त मी गरिबांना मदत करते, हे त्यांना फारसं आवडत नसे! ते जगत फक्त स्वतःसाठी. एक नंबरचा खादाड आणि सुस्त माणूस होता तो. दोन-तीन वर्षांतच सुटले मी त्यांच्या विळख्यातून.''

"मग परत लग्न का केलं?''

"धुंदी! आणखी पैशाची धुंदी! दारू चढत जाते, तेव्हाच आणखी प्यावीशी का वाटते? सरदार गेल्यावर मी अर्धा पैसा त्यांच्या रयतेला वाटून टाकला. गरिबांना कर्ज माफ करून टाकली. गरजूंना जमिनीचे तुकडे दिले आणि नवीन श्रीमंत वृद्धाच्या शोधात राहिले. का राहू नये? नाहीतरी माझा प्रियकर निघून गेला होता. तारुण्य नुसती वाट बघत जळत होतं आणि सबंध आयुष्य रिकामं पडलं होतं!''

"—म्हणून सुखदेव आणि त्याच्यानंतर बाजपेयी! तुम्ही या तिघांनाही मारून टाकलंत घनराणीदेवी! त्यांचा पैसा तुम्ही गरिबांना वाटून टाकला असलात, तरी हे सत्य आहे की, तुम्ही त्यांना पैशासाठी मारून टाकलंत!'' व्रजभूषणमधला डी.एस.पी. आता जागा होतो.

घनराणी त्याच्या प्याल्यात मद्य ओतते आणि डोळे बारीक करून मिस्कीलपणे पाहत विचारते—

"एकूण यासाठी तुम्ही इथं आलात व्रजभूषण चौधरी! मी माझ्या तिन्ही नवऱ्यांचे खून केले, अशा संशयानं! त्या दारूड्या विमलचंद्रानं हा किडा तुमच्या

डोक्यात सोडला– इस्टेट हातची गेली त्याचा खुन्नस ठेवून! पण हे तर जगजाहीर आहे की, सरदार कुलवीर गेले ते मधुमेह आणि पोटाचे विकार बळावून! सुखदेव गेले ते लिव्हर सिरॉसिसनं! आणि ज्यांचं पोस्ट मॉर्टेम करायचं धारिष्ट्य त्या नादान पुतण्याच्या नादानं तुम्ही केलंत, ते बाजपेयीशेठ गेले– हृदयविकारानं! या साऱ्यांना मृत्यू आला तो आजारानं! ते आजार तर मी काही....'' ती एकदम थांबते.

समोर ठेवलेल्या पितळी पात्रात व्रजभूषण हात धुतो. घनराणीनं पुढं केलेल्या नॅपकिनला पुसतो. जेवणाची आणि मद्याची सुस्ती त्याच्या अंगभर पसरू लागली आहे आणि तरीही त्याचा मेंदू भराभर काम करू लागला आहे. कसली तरी संगती लागते आहे... एका शोधाच्या तो निकट येऊन पोहोचला आहे... एक आकार हळूहळू स्पष्ट होऊ लागला आहे... हे चविष्ट पदार्थ... हे तेलात, तुपात घोळलेलं, साखरेनं मढवलेलं, तिखटांत लोळवलेलं खाणं... हे उंची मद्य... ओ गॉड! दॅट्स इट्! सो सिम्पल... अँड सो हॉरिबली डिसेप्टिव्ह! आचाऱ्याची मुलगी! ओ गॉड!

''तुम्ही तुमच्या तीनही नवऱ्यांना मारलंत घनराणीदेवी!'' व्रजभूषण ठासून सांगतो. ''मी सांगतो ते कसे मेले ते! ते सुखानं मेले... अतिसुखानं मेले! तुम्ही त्यांना मारलंत. त्यांच्यापैकी प्रत्येकाला जे सुख हवं होतं, त्याच्या अतिरेकानं! आत्ता मी जेवलो तसलं, नको इतकं वजनदार खाणं तुम्ही सरदार कुलवीरसाठी तयार केलंत... रोज! आपल्या हातानं... वरवरच्या प्रेमानं ते त्यांना खायला लावलंत! आणि दोन-अडीच वर्षांत त्यांचे सगळे आजार बळावले. त्यांना मृत्यू आला. पिऊन आधीच लिव्हर खराब झालेल्या सुखदेवांना तुम्ही रात्र–दिवस दारूत बुडवून ठेवलंत! त्यांना पिण्यासाठी कंपनी देण्याच्या निमित्तानं ते प्रमाणाबाहेर पीत राहतील याची खातरी केलीत! तुमच्या बेताप्रमाणे ते तीन वर्षांत खलास झाले! आणि बाजपेयी...''

''हं, बोला- थांबलात का? बाजपेयींना मी हार्ट ॲटॅक कसा काय आणला?''

''त्यांची वासना कायम धगधगती ठेवून- त्यांना सतत उत्तेजित करून. त्यांच्या कुठल्याच बाहेरच्या संबंधाला आडकाठी न घालता. शिवाय स्वत: रात्री-दिवसा, वेळी-अवेळी त्यांच्या स्वाधीन होऊन! आधीच दोन ॲटॅक्स येऊन गेलेले. त्यांचं दुबळं शरीर किती काळ तग धरू शकणार होतं? बिचाऱ्यांना वाटलं असेल– हिचं किती प्रेम आहे आपल्यावर! माय गॉड! घनराणीदेवी, आजवर कुणीच असे खून केले नसतील- ज्याला जे हवं, ते सुख देऊन! त्याचा कमकुवतपणा जाणून, त्यावरच मारा करून! फार हुशार आहात तुम्ही देवी- फारच हुशार आहात!''

घनराणी मंद हसते. ''माझ्या हुशारीचा मला अभिमान आहे चौधरीसाहेब..'' ती म्हणते. ''गेल्या पंधरा दिवसांत, तुम्ही माझी माहिती काढत होता, तेव्हा मीही तुमची माहिती काढीत होते! तुमची पत्नी पहिल्याच बाळंतपणात वारली- एका परीनं तुम्हीच तिच्या मृत्यूला कारण झालात, कारण तुमच्यामुळंच तिच्यावर हा

प्रसंग आला! मग? तुम्हालाही खुनी ठरवायचं?''

''नाही- कारण मी तिच्या मरणाची योजना आखली नव्हती– ती मरावी असा प्रयत्न केला नव्हता! तुम्ही तो केलात... सूड म्हणून!''

''खरं आहे व्रजभूषण,'' घनराणी कबूल करते. ''मला सूड घ्यायचा होता! खाण्याच्या, पिण्याच्या, शरीरसंबंधाच्या वासनेत वखवखलेल्या आणि पैशाच्या जोरावर कोवळ्या पोरींना त्या वासनेत भाजून काढणाऱ्या सगळ्या श्रीमंतांचा मला सूड घ्यायचा होता!''

''मग? आता विझली ती सूडाची आग?''

''नाही व्रजभूषण. पुरती विझली नाही- पण थोडीशी शमली एवढं खरं. तीन श्रीमंतांना मी शासन दिलं आणि काही गरिबांना थोडंसं समाधान- आणखी किती करायचं मी? माझ्या पतिराजांच्या भुकांना मी इंधन घालत गेले; पण स्वत: उपाशी ती उपाशीच राहिले!'' स्वत:वरचा ताबा सुटल्यासारखी ती बोलते. ''मी तुम्हाला सारं सांगायचं ठरवलं होतं व्रजभूषण! कधी माहितेय? अंत्ययात्रेच्या दिवशी तुम्ही अचानक दिसलात, त्या क्षणी!''

''का?''

''तुम्ही कसले डीएसपी व्रजभूषण?'' आपला मद्याचा प्याला ओठांना लावून पूर्ण उलटा करीत घनराणी म्हणते-'' माझ्या हकिगतीत एक गोष्ट मी साफ खोटी सांगितली, हेही तुमच्या लक्षात आलं नाही...''

''खोटी गोष्ट?''

''मुद्दामच सांगितली. तुमच्या लक्षात येते का, हे पाहण्यासाठी. फार आशा होती, तुम्ही जाणून घ्याल, अशी. पण नाही. मी कधीच तुमच्या ध्यानीमनी नव्हते. तुम्ही मात्र नेहमीच माझं सर्वस्व होता. सौमित्र मिश्रा अशा नावाचा डॉक्टर मुलगा कुणीच नव्हता, व्रज! तो होता पिंगट डोळ्यांचा, पोलीस सर्व्हिसमधला व्रजभूषण चौधरी. ज्याच्या लग्नात मी जेवणं वाढली- आणि सरदारांनी मला मागणी घातली...''

व्रजभूषण गंभीर होतो. फार फार गंभीर. ''घन..'' तिला जवळ घेत तो विचारतो, ''घन, मी जर तुझा चौथा नवरा व्हायचं म्हटलं, तर त्या तिघांना दिलेलं सुख- त्याला ढेकर येते- ते सुख, तू मला अगदी माफक प्रमाणात देशील ना?''

सामना : १९८९

◆

꧁ सहजन्मा ꧂

‘‘गुड आफ्टरनून मिस्टर किरण चौधरी!’’

‘‘गुड आफ्टर... कोण, इन्स्पेक्टरसाहेब?’’

‘‘येस- इन्स्पेक्टर तिरोडकर! मला आपल्याशी काही बोलायचंय. या केबिनमध्ये कुणी मध्येच येऊन आपल्याला डिस्टर्ब नाही ना करणार?’’

‘‘बिलकूल नाही. हा मी दारावरचा रेड लाइट ऑन केला- आता आपण निवांतपणे बोलू शकतो!’’

‘‘तुमची ही आर्किटेक्चरल फर्म फक्त पाच वर्षांत भलतीच भरभराटीला आलेली दिसतेय!’’

‘‘एफिशिअन्सी! सध्याचं जग वेगाचं आहे. आम्ही कामं रखडत ठेवत नाही; म्हणून गिऱ्हाईक वाढत जातं. माझे एक पार्टनर आहेत, कदंब म्हणून! ते आर्थिक बाजू सांभाळतात. मी बांधकामांच्या क्रिएटिव्ह बाजूकडे लक्ष देतो. सौंदर्य, वेगळेपणा, टिकाऊपणा, या गोष्टींकडे!

‘‘रामनारायण रस्तोगींना तुम्ही ओळखता ना?’’

‘‘त्यांना कोण ओळखत नाही! आमच्यासारखे आर्किटेक्ट्स तर सोडाच, पण पोरंसोरंसुद्धा त्यांना एक मोठे बिल्डर म्हणून ओळखतात! अर्थात आमचा त्यांचा खूपच जवळचा संबंध आहे. कारण त्यांची जास्तीत जास्त कामं आम्हीच केलेली आहेत!’’

‘‘कुठल्या स्वरूपाची?’’

‘‘अर्थातच बांधकामाची- आणखी कुठल्या प्रकारची असणार!’’

‘‘कमलकांत पुरोहित हे नाव तुम्ही ऐकलंय?’’

‘‘.....हंऽऽ.....नाही बुवा! नाही ऐकलेलं, काय करतात ते?’’

“ते एका देवळाचे ट्रस्टी होते.”

“होते म्हणजे- आता ते ट्रस्टी नाहीत?”

“आता ते या जगातच नाहीत”

“ओऽ आय ॲम सॉरी!”

“त्यांचा खून झाला. झोपेतच गळा दाबून मारलं त्यांना.”

“बाप रे! कधीची ही गोष्ट?”

“सहा महिन्यांपूर्वीची!”

“पण का? व्हॉट वॉज द मोटिव्ह?”

“मोटिव्ह नेमकी कळायला मार्ग नाही. पण आमचा एक तर्क आह- लक्ष्मीनारायण देवस्थानाच्या मालकीची बरीच जमीन होती. देवळाच्या समोर ती मोकळीच पडली होती. तिथं पुष्करिणी व्हायची होती...”

“ओ, आय सी! लक्ष्मीनारायण देवस्थानासमोर ना? तिथं रस्तोगी वीस मजली बिल्डिंग्जची कॉलनी बांधताहेत! आमच्याकडेच आहे ते काम. पण ते कोण म्हणालात– पुरोहित! त्यांचा यात काय संबंध?”

“तुम्हाला रस्तोगींनी सांगितलं नाही? ही जागा रस्तोगींना स्वस्तात द्यायला देवस्थानची कमिटी तयार होती; पण फक्त कमलकांत पुरोहितांचा या गोष्टीला विरोध होता! त्यांना तिथं देवळासाठी पुष्करिणी आणि धर्मशाळा व्हायला हवी होती! रस्तोगी इतर सर्व संबंधितांना विकत घेऊ शकले; पण पुरोहितांना कसला मोह नव्हता! संसार नाही... मुलंबाळं नाहीत! एकटा माणूस तो. साठीच्या पुढचा! त्याला विकत घेता येण्यासारखं नव्हतं.”

“हे काही आम्हाला कळलं नाही! ती जागा रस्तोगींच्या हातात यायला बराच वेळ लागला, एवढं समजलं आम्हाला! कारण प्लॅन्स केल्याला, आता नाही म्हटलं तरी तीन-चार वर्षं होत आली!”

“-आणि आतासुद्धा ती जागा ताब्यात आली, ती पुरोहितांचा अडसर वाटेतून दूर झाल्यामुळेच!”

“बाप रे! तुम्हाला असं तर नाही ना सुचवायचं की, रस्तोगींनी–”

“प्रत्यक्षपणे नाही. कारण खून झाला त्याच्या एक महिना आधीच रस्तोगी जर्मनीला गेले होते. वुइ हॅव चेक्ड इट्! खुनानंतर तब्बल दीड महिन्यानं ते परत आले! पण अशा गोष्टी स्वत: करण्याइतकी ही माणसं मूर्ख नसतात- धडाडीचीही नसतात! त्या ती दुसऱ्यांकडून करून घेतात!”

“यू मीन, रस्तोगींनी पुरोहितांवर मारेकरी घातले?”

“नो! ही वॉज टू क्लेव्हर फॉर दॅट! त्याशिवाय इतकी वर्षं बिल्डिंग लाइनमध्ये त्यांची भरभराट झालेली नाही! रेग्युलर धंदा करणाऱ्या मारेकऱ्यांच्या टोळ्या

आमच्या रेकॉर्डवर आहेत. त्यांना बोलतं कसं करायचं आणि सुपारी देणाऱ्याचं नाव कसं काढून घ्यायचं, हे आम्हाला चांगलं माहीत आहे! म्हणून रस्तोगींसारखा माणूस हे काम धंदेवाइकाला सांगत नाही. नो सर- हे काम एखादद्दुसरा मर्डर करणाऱ्या हुशार माणसाचं आहे. धिस इज अॅन अॅमॅटर जॉब!''

''मग तुम्ही त्या खुनी माणसाचं नाव सांगायला रस्तोगींना भाग पाडा!''

''तसं दडपण आम्ही त्यांच्यावर नाही आणू शकत! त्यांच्याइतक्या, वरपर्यंत हात पोहोचलेल्या माणसाला आम्ही बोटसुद्धा लावू शकत नाही! अनलेस ऑफ कोर्स, वुई हॅव अ प्रूफ! आमच्या हातात पुरावा हवा. सरळ खुनी माणूसच पुढं करून आम्हाला रस्तोगींची बोलती बंद करता यायला हवी!''

''आय सी! मी या बाबतीत तुम्हाला काय मदत करू शकतो?''

''तिकडं येतोच आहे मी. गेल्या सहा महिन्यांत पोलीस खातं कमलकांत पुरोहितांचा खुनी शोधण्यासाठी आकाशपाताळ एक करतंय! खुनी भलताच हुशार आहे! त्यानं पुरोहितांच्या घरात कुठं बोटांचे ठसे ठेवलेले नाहीत, की त्यांच्या मानेवर वळ ठेवलेले नाहीत! त्यांच्या घरात काम करणाऱ्या रामप्रसादला तर प्रथम वाटलं की, पुरोहित आपोआपच श्वास अटकून मरण पावले! पोलिसांना कळवण्याऐवजी तो नुसताच रडत बसला! नंतर डॉक्टरांनी सर्टिफिकेट दिलं, त्यावरून पोलिसांना बोलावणं गेलं!''

''पण मग पोलिसांना तपासाला आधार....''

''काहीच नव्हता ना! पुरोहितांचं एकमजली घर. समोर बगिचा केलेला. फाटकाजवळ वॉचमनची टपरी- तिथं वॉचमन होता. जवळच कुत्रा बांधलेला होता. पण खुनी कसा आला, कुठून आला, कुणालाच पत्ता नाही! रात्री रामप्रसादनं पुरोहितांचे पाय चेपून दिले आणि त्यांना झोप लागल्याची खातरी करून तो मागच्या दारानं आपल्या चरसी अड्ड्यावर निघून गेला! पाठीमागच्या भिंतीच्या मधल्या विटा पडल्यात; तिथनं एक माणूस जाईल एवढी वाट तयार झालीय. रामप्रसाद नेहमी शॉर्टकट म्हणून हीच वाट वापरायचा. परत घरात येण्यासाठी मागचं दार उघडं ठेवायचा. त्याची ही सवय पाहून ठेवून खुनी माणसानं आत शिरायला हीच वाट वापरली असणार! परत जाताना तर नक्कीच त्यानं ती वापरली. कारण त्या रात्री अड्डा बसला नाही, म्हणून रामप्रसाद नेहमीपेक्षा लवकर परतला, तेव्हा त्यानं त्या माणसाला भोकशातून बाहेर पडताना पाहिलं.''

''असं-? मग हटकलं की नाही?''

''हटकलं; पण तो माणूस काहीही न बोलता झपाट्यानं निघून गेला. असेल कुणीतरी, म्हणून रामप्रसादनं त्याचा विचार डोक्यातून काढून टाकला! वर जाऊन पाहिलं, तर मालक गाढ झोपलेले. मग तोही झोपून गेला. सकाळी जेव्हा पुरोहित ठराविक वेळी जागे झाले नाहीत, तेव्हा कुठं ते गेल्याचं त्याच्या लक्षात आलं.

आणि पोलिसांनी खून झाल्याचं जाहीर केलं, तेव्हा त्याला त्या माणसाची आठवण झाली! त्यानं पोलिसांना त्या माणसाचं अगदी तपशीलवार वर्णन सांगितलं.''

''ते कसं काय? रात्रीच्या वेळी- अचानक दिसलेला माणूस त्याच्या काय लक्षात राहणार?''

''राहिला, म्हणतो. कारण त्यानं हातातल्या टॉर्चचा प्रकाश त्या माणसाच्या तोंडावर टाकला. त्या प्रकाशात त्याचं रूप स्पष्ट पाहिलं. त्यानं केलेल्या वर्णनावरून, आयडेंटिटी किटच्या मदतीनं, आम्ही त्या चेहऱ्याचं चित्र तयार केलं. सोबत त्याचा धबधबीत गोरा वर्ण, सहा फूट उंची आणि सडपातळ अंगयष्टी, यांचंही वर्णन दिलं. हे वर्णन आणि चेहऱ्याच्या चित्राच्या प्रती आम्ही सगळ्या पोलीस ठाण्यांवर पाठवल्या; पण खुनी धंदेवाईक नसल्यामुळे त्याचं काहीच रेकॉर्ड पोलीस ठाण्यावर नव्हतं! आम्ही हैराण झालो आणि मग, जी कितीतरी आधीच लक्षात यायला हवी होती- अशी एक गोष्ट आमच्या एकाएकी ध्यानात आली!''

''कुठली?''

''कमलकांत पुरोहितच्या मरणानं सर्वांत जास्त फायदा कुणाचा होणार होता? रामनारायण रस्तोगीचा! हे लक्षात येताच, आम्ही त्याच्या जवळच्या माणसांवर लक्ष ठेवायला सुरुवात केली आणि फायनली आम्हाला गेल्या आठवड्यात तो हुशार खुनी सापडला!''

''अरे वा! कमाल केलीत! मग ओळख परेडमध्ये रामप्रसादनं त्याला ओळखलं का?''

''येस! अचूक ओळखलं आणि त्यानं जी व्यक्ती दाखवली, तिच्याकडे पाहिल्यावर त्यानं केलेलं वर्णन किती अचूक होतं, हेही आमच्या लक्षात आलं. तो तर संतापानं त्या माणसावर हल्लाच करायला निघाला होता; पण आमच्या माणसांनी त्याला आवरलं!''

''आणि खुन्याला लगेच ताब्यात घेतलं... ॲम आय राइट?''

''नाही! कारण ती ओळख परेड रीतसर, पोलीसस्टेशनवर नव्हती. ती कालच तुमच्या फर्मनं पाचव्या वाढदिवसानिमित्त 'होटेल प्रेसिडेंट'मध्ये जी पार्टी दिली, तिथं होती.''

''–आमच्या पार्टीत? हाउ इज इट पॉसिबल?''

''वुइ मेड इट पॉसिबल. पार्टीत काल वेटर्स जरा जास्तच होते, असं नाही वाटलं तुम्हाला? त्यांच्यात एक रामप्रसाद होता आणि दोन आमची माणसं होती- वेटरच्या युनिफॉर्ममध्ये!''

''पण आमच्या पार्टीत- डु यू मीन- खुनी आमच्या क्लाएंट्सपैकी कुणी होता?''

"क्लायंट्सपैकी नव्हता. फर्मच्या मालकांपैकी होता! कम ऑन, युअर गेम इज अप मिस्टर चौधरी– तुम्हीच पुरोहितांचा खून केलात, याविषयी आमची आता खातरी झालीये!"

"काय, बोलताय काय? तुमचं डोकं ठिकाणावर आहे ना? माझ्यासारख्या एवढ्या प्रेस्टिजिअस आणि बिझी फर्मचा मालक- अहो, प्रत्यक्ष खून सोडाच, खुनाचा विचार करायला तरी सवड मिळेल का मला? आणि पुरोहितांचा खून? त्यांचं नाव मी आज पहिल्यांदाच ऐकलं! त्यांचा माझा यापूर्वी कधी संबंधच आलेला नाही!"

"म्हणूनच रस्तोगींनी हे काम तुमच्यावर सोपवलं! कसलाही धागादोरा मिळू नये, म्हणून!"

"रस्तोगी ढीग सोपवतील- मी एवढं भयंकर काम घेईनच कशाला अंगावर?"

"वीस मजली बिल्डिंगची कॉलनी- म्हणजे आर्किटेक्टची चांदी! आणि हे काम गेली तीन-चार वर्षं अडून राहिलंय! त्या हटवादी म्हाताऱ्याला वेळीच हटवलं नसतं, तर अजून दहा वर्षं सहज–"

"असे धाडसी आरोप माझ्यावर करून तुम्ही गोत्यात याल इन्स्पेक्टर! यापुढं जे बोलायचं, ते मी वकिलाच्या मार्फतच बोलेन."

"त्यापूर्वी तुम्हाला माझ्याबरोबर पोलीस स्टेशनवर यावं लागेल मिस्टर चौधरी. अर्थात सध्या आमच्या हातात फार मोठा पुरावा नाही; म्हणून आम्हाला बेलवर तुमची सुटका करणं भाग पडेल! बेल किती द्यायचा, ते तुम्हाला नंतरच कळेल. तत्पूर्वी या फॉर्मवर मला तुमची सगळी माहिती हवी आहे."

"माहिती कसली? पण पाहिजे तर घ्या. किरण शिवराज चौधरी, ओनर, चौधरी अँड कदंब, वय बत्तीस, अविवाहित, आई-वडील हयात नाहीत, एक जुळा भाऊ...."

"काय म्हणालात?"

"मी म्हटलं, एक जुळा भाऊ, मूळ गाव- लातूर."

"थांबा थांबा. तुम्हाला जुळा भाऊ आहे?"

"हो! मला जुळा भाऊ आहे. पण गेल्या पंधरा वर्षांत आमची एकदाही भेट झालेली नाही!"

"ते कसं काय?"

"सतराव्या वर्षीच तो घरातून पळून गेला. नववीच्या परीक्षेत नापास झाल्यामुळं बहुधा तो शरमिंदा झाला! मी त्या वर्षी दहावी पास झालो आणि कॉलेजसाठी मुंबईला आलो. वरुण पहिल्यापासूनच अभ्यास न करता दांडगाई करीत असे. माझ्या अंदाजानं, तो लातूर सोडल्यानंतर कुठल्यातरी टोळीबिळीत सापडून चिल्लर गुन्हे करून पोट भरायला लागला! म्हणूनच माझ्यासारख्या प्रतिष्ठित भावाला तोंड दाखवायचं धाडस त्याला झालं नसेल!"

"तुम्हाला काय म्हणायचंय? तुमच्या या जुळ्या भावानं पुरोहितांचा गळा दाबून खून केला?"

"असं कसं म्हणेन मी माझ्या सख्ख्या जुळ्या भावाविषयी? पण हा खून मी केलेला नाही, पुरोहित मला माहीतही नव्हते; अशा परिस्थितीत जर पुरोहितांचा नोकर, कोण तोऽ..."

"रामप्रसाद!"

"हं... रामप्रसाद! त्यानं हुबेहूब माझ्यासारखा एक माणूस खून करून बाहेर पडताना पाहिला, तर मग तो वरुण असण्याचा संभव आहे, एवढंच मी म्हणू शकतो; कारण वरुण माझ्यासारखाच उंचापुरा आणि पुरता गोरा आहे. अर्थात् आता त्याच्यात थोडासा फरक पडलाही असेल; पण मी तेव्हाचं सांगतोय! तेव्हा तरी आम्ही इतके एकसारखे दिसत असू, की पाहणारे हमखास गोंधळात पडायचे! माझा अंदाज आहे की, तो वाईट संगतीत सापडलाय आणि पैशासाठी हे करायला तयार झालाय! कदाचित् तो पुरोहितांना ओळखतही नसेल. पण इन्स्पेक्टरसाहेब- पुराव्याअभावी तो खुनाच्या आरोपातून सुटण्याची बरीच शक्यता आहे- नाही का?"

"त्याआधी त्याच्या अस्तित्वाचा पुरावा मिळायला हवा! तरच तुमच्यावरचा संशय दूर होईल."

"त्यात काय! तसा पुरावा तुम्हाला कुठंही मिळेल. लातूरला आमचं लहानसं घर होतं. तुम्हाला पोलीस कमिशनर अणावकर माहीतच असतील. रिटायरमेंटनंतर लातूरला राहायला आले. माझे वडील त्यांच्या वाड्याची देखरेख करायचे, म्हणून आम्हाला त्यांच्या आऊटहाऊसमध्ये जागा दिली होती त्यांनी! तिथल्याच हॉस्पिटलमध्ये बत्तीस वर्षांपूर्वी आम्ही दोघं जन्मलो. तिथल्याच शाळेत गेलो. मला वरुण नावाचा जुळा भाऊ होता, याचे वाट्टेल तेवढे पुरावे लातूरमध्ये मिळतील तुम्हाला!"

"ठीक आहे. आम्ही वरुणला शोधून काढल्याशिवाय तुम्हाला अटक करणार नाही! मात्र आम्हाला कळवल्याशिवाय तुम्हाला मुंबईबाहेर जाता येणार नाही- एक दिवसासाठीदेखील! ओके-?"

"ओके! इन्स्पेक्टरसाहेब, आपल्या हातून कसलाच गुन्हा घडला नसताना आपल्याला गुन्हेगारासारखं वागवलं जातंय, याचं सेन्सिटिव्ह माणसाला फार दुःख होतं. अर्थात्, माणसाच्या सेन्सिटिव्हिटीबद्दल पोलीस कितपत सेन्सिटिव्ह असतात, हा प्रश्नच आहे!"

"गुड मॉर्निंग सर!"

"गुड मॉर्निंग! परत ड्यूटीवर असताना डिटेक्टिव्ह नॉव्हेल वाचत होतास तू गुरुदास!"

''सॉरी सर! पण तुम्ही आल्याशिवाय काम सुरू करायला मजाच येत नाही!''

''गोड गोड बोलून दुसऱ्याला आपलंसं करणं, ही तुझी मोडस ऑपरेन्डी मला चांगली माहितेय! तेव्हा, वापरायचीच तर ती दुसऱ्या कुणावर वापर! बरं- लातूरचा काय रिपोर्ट? वरुण चौधरी खरोखरच अस्तित्वात आहे की नाही?''

मघाच लातूर पोलीस स्टेशनवरून मेसेज आला. रिटायर्ड पोलीस कमिशनर अणावकर पाच वर्षांपूर्वीच वारले. त्यांचा जुना वाडा आणि त्यांचं आऊटहाऊस, ही दोन्ही आता जमीनदोस्त झालीयेत. त्या जागी एक तीनमजली ब्लॉक सिस्टिमची बिल्डिंग उभी राहिलीये. सगळी नवीच माणसं राहायला आलीयत. त्यामुळे चौधरी कुटुंबाविषयी खातरीची काय, पण पुसटशी माहिती देणारंही तिथं कुणी नाहीये!''

''पण गावात त्यांना कुणी ओळखत असेलच की नाही?''

''तसे काही लोक चौधरी कुटुंबाला ओळखत होते; पण मुलांचे तपशील कुणाला आठवणार? त्यातनं गावातले पूर्वीचे लोकही आज गावात फारसे राहिलेले नाहीत. बरेचसे गावाबाहेर गेले. कित्येक जण बाहेरून गावात आले. गावातलं पूर्वीचं छोटं हॉस्पिटल पूर्वीपेक्षा कितीतरी मोठं झालंय. त्या छोट्या हॉस्पिटलमधली जन्म-मृत्यूची नोंद ठेवणारी रजिस्टर्स आता बत्तीस वर्षांनंतर कुठनं सापडणार?''

''आणि स्थानिक सरकारी कचेरीतही त्या काळी जन्म-मृत्यूची नोंद ठेवलेली असणं कठीणच आहे म्हणा! ती असती, तरी बत्तीस वर्षांपूर्वीचं रेकॉर्ड कधीच उंदीर-घुशींच्या भक्ष्यस्थानी पडलं असेल! वा, शाब्बास!''

''इंग्रजी रहस्यकथांमध्ये बरं का साहेब, वाट्टेल तितकं जुनं रेकॉर्ड पटापट सापडताना दाखवतात!''

''म्हणूनच वाचत जाऊ नकोस म्हणतो त्या. आपल्याकडे त्यातल्या कल्पनांचा काहीएक उपयोग नाही! बत्तीस वर्षांपूर्वी लातूरसारख्या ठिकाणी एक मूल जन्मलं– ते एकटं की दुकटं, एवढी साधी गोष्ट आपण पडताळून पाहू शकत नाही!''

''त्याचाच फायदा घेतला असणार साहेब किरण चौधरीनं!''

''व्हॉट डु यू मीन?''

''मला वाटतं, किरणला जुळा भाऊ नसेलच. खून त्यानंच केला आणि तो चक्क काल्पनिक जुळ्या भावाच्या खात्यावर टाकून तो मोकळा झाला! रामप्रसादनं त्याला पाहिलं, तेव्हाच कदाचित त्यानं ही जुळ्या भावाची थाप ठरवून ठेवली असेल... वेळ पडली तर वापरण्यासाठी! मी सांगतो साहेब तुम्हाला– ही जुळ्या भावाची आयडिया इतकी घिसीपिटी झालीय; प्रत्येक हिंदी सिनेमात ती वापरतात! किरण चौधरीला ती सुचली, यात त्याची मोठीशी चलाखी नाही! आपण इतक्या जुनाट आयडियेला फसलो, हा मात्र आपला....''

''म्हण म्हण- मूर्खपणा म्हण! कारण आतापर्यंत मलाही पटलेलं आहे की, किरण चौधरीला जुळा भाऊ नाही. मुळात त्याला भाऊच नाही! पण हे भावाचं पिल्लू सोडून तो स्वत:चं आजचं मरण उद्यावर ढकलतोय, एवढंच.''

''ते मात्र खरंय! आपली पर्फेक्ट वाटणारी केस या जुळ्या भावानं डळमळीत करून टाकलीये, यात शंका नाही!''

''असेल डळमळीत... पण फार थोडा वेळ! सत्य कधीच लपत नसतं, गुरुदास! ते येईलच आज ना उद्या बाहेर!''

''हॅलो, तिरोडकरसाहेब आहेत का?''

''स्पीकिंग!''

''किरण चौधरी हिअर! इन्स्पेक्टरसाहेब, मला एका प्रोजेक्टसाठी आठवडाभर दिल्लीला जावं लागणारेय. मी जाऊ शकतो का?''

''बिलकूल नाही. तुमच्यावरचा संशय अजून क्लिअर झालेला नाही मिस्टर चौधरी!''

''तो कसा काय? मला वाटत होतं की, एव्हाना तुम्ही मला जुळा भाऊ आहे, हे व्हेरीफाय करून घेतलं असेल! प्लीज-प्लीज कुणालातरी लातूरला पाठवून तेवढी खातरी करून घ्या ना. माझी मुंबईबाहेरची सगळी कामं अडकून पडलीयेत! आमच्या फर्मचा प्रचंड फायनान्शिअल लॉस...''

''फरगेट फायनान्शिअल लॉस, मिस्टर चौधरी. इथं तुमच्या जीवन-मरणाचा प्रश्न आहे, हे तुमच्या लक्षात कसं येत नाही? की येऊनही तुम्ही ते न आल्यासारखं दाखवताय? आमची खातरी पटत चाललीये की, वरुण चौधरी केवळ तुमच्या डोक्यातून निघालाय- स्वत:च्या बचावासाठी! आणि तुम्हाला अटक व्हायला नको असेल, तर तुम्हीच तो खरा आहे, याचा ठोस पुरावा द्यायला हवा!''

''गहजब आहे साहेब हा माझ्यावर! मी कुठनं पुरावा आणू, पंधरा वर्षांपूर्वी पळून गेलेल्या भावाचा? त्यानं कधी मला एक पत्रसुद्धा लिहिलं नाही. आमचा दोघांचा जत्रेत काढलेला एक फोटो होता- पण तोही लातूरच्या घरात! ते घर आता नाहीये साहेब! पण पुरावा नाही, म्हणजे मी खोटं बोलतो, असं प्लीज समजू नका! मला जुळा भाऊ आहे- आणि त्याचं नाव वरुण आहे. शपथेवर सांगतो मी! ईश्वराची शपथ घेतो! माझ्यावर विश्वास ठेवा इन्स्पेक्टर! कृपा करून माझ्यावर विश्वास ठेवा!''

''हॅलो साहेब, मी गुरुदास बोलतोय''

''काय रे, असा ऐन मध्यरात्रीसा फोन केलास? झालं काय एवढं?''

''साहेब, आता रात्री पडल्यापडल्या मी हे पुस्तक वाचत होतो-''

“डॅम इट! तुझ्या त्या डिटेक्टिव्ह पुस्तकातले उतारे वाचून दाखवायला तू मला झोपेतून जागं केलंस?”

“डिटेक्टिव्ह पुस्तक नाही हे साहेब. पण तुमचंही बरोबर आहे. मला डिटेक्टिव्ह पुस्तकांचा नाद, म्हणूनच लायब्ररियननं मला हे पुस्तक मुद्दामहून दिलं- कायद्याचे रक्षक! यात मुलाखती आहेत पोलीस अधिकाऱ्यांच्या. साहेब, काही वर्षांनी तुमचीसुद्धा मुलाखत येईल असल्या पुस्तकात!”

“स्टुपिड! हे भविष्य सांगायला मला मध्यरात्री अंथरुणातून...”

“ते नाही साहेब. दुसरी एक फार फार महत्त्वाची गोष्ट आहे, या पुस्तकात! रिटायर्ड पोलीस कमिशनर अणावकरांची मुलाखत आहे! त्यात अणावकर साहेब म्हणतात- ऐका हं; मी वाचून दाखवतो. ते म्हणतात- आम्ही ज्या कुप्रसिद्ध बँक लुटारूला पकडण्यासाठी जिवाचं रान केलं, त्या लुटारूला वर्षानुवर्षं चाललेल्या खटल्यानंतर एकदाची जन्मठेपेची शिक्षा झाली! तो दिवस मला चांगलाच आठवतोय. कारण त्याच दिवशी आमच्या चौधरी नामक कारभाऱ्याची बायको बाळंत होऊन तिला जुळे मुलगे झाले. या मस्तीखोर बाळांची नावं होती किरण आणि वरुण!”

“...बिनतोड पुरावा आहे!”

“होय साहेब! त्या चौधरीला कल्पनाही नसेल, अणावकरसाहेब असे अचानक आपल्या मदतीला धावून येतील, याची!”

“जस्ट वेट! एवढ्यानं काही झालेलं नाहीये. वरुण चौधरी अस्तित्वात आहे, एवढंच यावरून सिद्ध झालंय. प्रत्यक्ष खून त्यानं केला, हे अजून सिद्ध व्हायचंय. उद्यापासून मुंबईतले सगळे गुन्हेगारी अड्डे आपण पिंजून काढू. पाहू या वरुण चौधरी हातातून कसा निसटतो ते!”

“हे काय गौडबंगाल आहे, तेच कळत नाही साहेब. सबंध मुंबईभर वरुण चौधरीसाठी जाळं पसरलं. एकाही पोलीस स्टेशनकडे त्याचं कसलंही रेकॉर्ड नाही. त्याचं वर्णनसुद्धा आपण सगळ्यांना पाठवलं असताना, एवढा डोळ्यांत भरणारा गोराधोरा मजबूत माणूस यांना सापडत नाही, म्हणजे काय?”

“मला वाटतं गुरुदास, तो मुंबईत नसावा!”

“पण मुंबईतल्या लोकांशी संबंध असल्याशिवाय का त्यानं इथं येऊन कमलकांत पुरोहितांचा खून केला? त्यात साहेब, या ‘महाराष्ट्र’ वृत्तपत्रानं काय घोळ करून ठेवलाय बघा! या खुनाचे कसलेही धागेदोरे अजून हाती लागलेले नाहीत, असं तुम्ही सगळ्या पत्रकारांना सांगितलंत. या खुनाविषयी काहीही छापू नका, अशी आपल्या कमिशनरसाहेबांनी त्यांना कळकळीची विनंती केली. एवढं असूनही ‘महाराष्ट्र’च्या या जादा चलाख बातमीदारानं आतल्या गोटातली बातमी म्हणून, वरुण चौधरी या

देखण्या, उंच, गोऱ्या तरुणाच्या शोधात पोलीस आहेत, असं छापलंच आहे!''

''बास्टर्ड! अशानं वरुण चौधरी सावध झाल्याशिवाय राहील का? अर्थात तो याआधीच बाहेर कुठं पळाला नसेल तर!''

''हॅलो''

''हॅलो, किरण का?''

''बोलतोय. आपण कोण?''

''का? माझा आवाजदेखील विसरलास?''

''तू? माय गॉड! मला कल्पना नव्हती, कधी काळी तुझा फोन येईल, याची!''

''मला तुझ्याशी काही बोलायचंय. महत्त्वाचं- पण आधी खातरी करून घेतो, तू मला नीट ओळखलंयस, याची! सांग पाहू- कोण आहे मी?''

''माझा भाऊ! पंधरा वर्षांनी मला भेटत असलेला माझा जुळा भाऊ- वरुण चौधरी! राइट?''

''या, या चौधरीसाहेब- बसा! आमच्यावर भलतेच रागावलेले दिसताय तुम्ही. आम्ही तुम्हाला मुंबईबाहेर जाऊ देत नाही म्हणून!''

''रागावलो नाहीये मी; मला तुमचा त्यामागचा हेतू कळतो. पण दुखावलोय मात्र थोडाफार! ज्यानं खूनखराबा स्वत: करणं तर राहोच, पण दुरूनसुद्धा कधी पाहिला नाही अशा- माझ्यासारख्या पापभीरू माणसाला, तुम्ही खुनाच्या संशयावरून मुंबईत डांबलंय! मी तर ठरवलं होतं की, बाहेरगावची कामं अडल्यामुळं आमचं जे आर्थिक नुकसान होतंय, त्याबद्दल पोलीस खात्याला वकिलाकडून रीतसर नोटीस पाठवायची!''

''ठरवलं होतं- म्हणजे आता नाही पाठवणार?''

''आता त्याची गरज राहिलेली नाही! माझी या आरोपातून सुटका होण्याची घटका जवळ आलीये!''

''कशी काय?''

''मला वरुणचा शोध लागलाय!''

''खरंच?''

''हो; पण त्यानंच खून केला, असं मी खातरीपूर्वक सांगत नाहीये. त्याच्याकडून ते वदवून घेण्याचं काम तुमचं! मी फक्त तुम्हाला त्याच्यापर्यंत घेऊन जाणार. खरं म्हणजे सख्ख्या जुळ्या भावाबरोबर अशी गद्दारी मी एरवी कधीही केली नसती. त्यानं नक्की खून केलाय, असं ठाऊक असतं तरी मी त्याला कधीही पाठीशीच घातलं असतं. पण इथं माझ्याच जिवावर बेतलंय. म्हणून नाइलाजानं मला असली लाजिरवाणी गोष्ट करावी लागतेय.''

''चला- आत्ता जायचं का आपण?''

''हो- पण त्याआधी, मला त्याचा शोध कसा लागला, हे नाही का तुम्ही ऐकणार?''

''विचारणारच होतो मी ते तुम्हाला. सांगा.''

''परवा रात्री साधारण दहाच्या सुमाराला मला एक फोन आला. इतक्या वर्षांनी आणि अनपेक्षित असल्यामुळे मी आवाज चटकन ओळखू शकलो नाही. त्यानं सांगितलं की, मी वरुण बोलतोय. मला अर्थातच प्रथम धक्का बसला आणि मग थोडं समाधान वाटलं. समाधान एवढ्यासाठीच की, या पेचातून माझी सुटका होण्याचा संभव तयार झाला. मी त्याला विचारलं- कुठून बोलतोयस! तो ते सांगायला तयार नव्हता. मला वाटतं, त्यानं 'महाराष्ट्र'मध्ये आलेला तो मजकूर वाचला होता. पोलीस आपल्या शोधात आहेत, हे त्याला माहीत होतं. त्यामुळं तो महाराष्ट्राबाहेर कुठंतरी पळून जाण्याच्या विचारात होता. इतके दिवस कुठं होतास, असं मी त्याला विचारलं. ते सगळं तुला करंदीकर सविस्तर सांगतील, असं तो म्हणाला!''

''करंदीकर कोण?''

''त्याचे मुंबईतले कॉन्टॅक्ट. सध्या तेच त्याच्याबरोबर आहेत. वरुणला पैशांची गरज होती; पण तो बाहेर पडू शकत नव्हता. म्हणून दुसऱ्या दिवशी ऑफिसवर करंदीकरांना पाठवतो, असं तो म्हणाला.''

''मग? करंदीकर आले ठरल्याप्रमाणे?''

''हो. काल दुपारी दोन वाजता माझी सेक्रेटरी आत आली आणि म्हणाली की, करंदीकर आलेत. 'ओके,' मी म्हटलं, 'पाठव त्यांना आत.' तशी थोडे जाडसर, बुटके आणि काळे असे एक गृहस्थ आत आले. म्हणाले, 'मी करंदीकर. मला वरुण चौधरीनं पाठवलंय.' म्हटलं, 'बसा.' मी चहा सांगितला. हळूहळू करंदीकर मोकळेपणानं बोलू लागले. त्यांच्याकडून मला वरुणची बरीच माहिती मिळाली. वरुण इतकी वर्षं सिंगापूरला होता. दलालीच्या धंद्यात. तिथं बऱ्याच व्यापाऱ्यांबरोबर पटेनासं झाल्यानंतर आता तो मुंबईला आला होता. इथं त्याला करंदीकर भेटले. त्यांच्यामार्फतच तो रस्तोगींच्या सहवासात आला. पुरोहितांचा खून करायला त्याला रस्तोगींनी सुपारी दिली की नाही, हे मात्र करंदीकरांनाही त्यानं सांगितलं नाही. पण त्याला परत असंच कुठंतरी परदेशी जायचंय आणि त्यासाठी त्याला पैशांची गरज आहे. त्यामुळे पैशांसाठी तो कुठलंही काम करायला तयार आहे. शिवाय त्याला फार दिवस या देशात घालवायचे नसल्यामुळे पोलिसांना फार काळ हुलकावणी देत बसावं लागणार नाही. म्हणून तो गुन्हे करायला डरत नाही. अर्थात् इन्स्पेक्टरसाहेब, हा मी माझा अभिप्राय सांगतोय. खऱ्याखोट्याची शहानिशा तुम्हाला त्याच्याचकडून करावी लागेल. एनी वे, सध्या त्याला पैशांची फार गरज आहे! गरज पडल्यावर

त्याला माझी आठवण झाली. डिरेक्टरीतून दोन-तीन किरण चौधरींचे नंबर लावल्यानंतर त्याला माझा नंबर एकदाचा मिळाला. आणि मी करंदीकरांना पाठवतोय, त्यांच्याकडे दहा हजार दे, अशी त्यानं मला विनंती केली.''

''मग- तुम्ही करंदीकरांकडे पैसे दिलेत?''

''नाही. मी करंदीकरांबरोबर वेगळाच प्लॅन ठरवला. खरं म्हणजे विश्वासघातच तो! सांगायलाही लाज वाटते. मी करंदीकरांना म्हटलं- 'ते दहा हजार त्याला देण्याऐवजी मी तुम्हाला देईन; तुम्ही मला त्याचा ठावठिकाणा सांगितलात तर! एकदा का पोलिसांनी ताब्यात घेतलं की, मग त्याला पैशांची गरजच पडणार नाही!' करंदीकर पहिल्यांदा 'का कू ' करीत होते' पण मी म्हटलं, 'मी तुम्हाला वाईट काम करायला सांगत नाहीये. उलट, कायद्याला मदत करायला सांगतोय. माझ्यासारख्या निष्पाप माणसावरचा आळ दूर करायला लावतोय. आणि या बदल्यात तुम्हाला पैसे देऊ करतोय. हळूहळू ते या गोष्टीला तयार झाले. मी म्हटलं, 'आज तुम्ही राहताय ते हॉटेल बदला. त्याला वरुण तयार होईल; कारण नाहीतरी एकाच ठिकाणी राहणं त्याला धोक्याचं आहे. तुमच्या नावावरच 'दरबार'मध्ये डबल रूम घ्या. उद्या दुपारी दोनच्या सुमारास मी पैसे घेऊन येईन, असं वरुणला सांगा! पैसे मी आणीनच- पण ते तुमच्यासाठी! वरुणसाठी पोलीस!– सगळं ठरल्यानंतर करंदीकर निघून गेले. आणि त्याप्रमाणे आज...''

''ठीक आहे. मी आणि गुरुदास येतो तुमच्याबरोबर!''

''मी माझं कर्तव्यच करतोय, इन्स्पेक्टर! तरीसुद्धा फार अपराधी वाटतंय. माझी पर्सनल रिक्वेस्ट आहे तुम्हाला– मी केलेली मदत लक्षात घेऊन तरी तुम्ही माझ्या भावाला शक्य तेवढी कमी सजा होईल, असं पाहाल ना?''

''आय कान्ट प्रॉमिस एनीथिंग मिस्टर चौधरी; पण एकच सांगतो- पोलीसदेखील माणसंच असतात. कम ऑन, ऑफ टू होटेल दरबार!''

''इन्स्पेक्टर, असे अचानक आमच्या होटेलवर कसे आलात? काही खास खबर आहे का?''

''छे, छे! नथिंग टु वरी मॅनेजर. एका गृहस्थांना भेटायचंय, एवढंच. करंदीकर नाव त्यांचं. कालच त्यांनी इथं रूम बुक केली ना?''

''येस! काल संध्याकाळी आधी एकटेच होते ते. नंतर थोड्या वेळानं एक गोरा, उंच, रुबाबदार माणूस त्यांना जॉइन झाला. काल रात्री इथंच राहिले ते दोघं!– अजून असतील रूमवर. तुम्ही आल्याचं मी कळवू का त्यांना फोनवरून?''

''अंहं! तसं काही करू नका. आम्हीच वर जातो– रूम नंबर...''

''थ्री झिरो सिक्स. लिफ्ट या बाजूला आहे!''

''मॅनेजर, जरा रूमनंबर थ्री झिरो सिक्सची डुप्लिकेट चावी मिळेल का?''

''का? काय झालं? दार उघडत नाहीये का?''

''हो. आम्ही बराच वेळ बेल वाजवली. हाकाही मारल्या. आतून काही उत्तर नाही!''

''बाप रे! चला, मी येतो चावी घेऊन तुमच्याबरोबर!''

''डोन्ट पॅनिक! अगदी साधं काहीतरी कारण असेल दार न उघडण्याचं! दोघंही दार ओढून घेऊन बाहेर गेले असतील, किंवा त्यांच्यापैकी एकाला झोप लागली असेल आणि दुसरा टॉयलेटला गेला असेल!''

* * *

''मी म्हटलं नव्हतं तुम्हाला? गाढ झोपलाय हा करंदीकर प्राणी!''

''आणि दुसरा कुठाय? बाहेर गेलेला दिसतो! बाथरूम, टॉयलेट तर सारं उघडंच आहे!''

''साहेब, करंदीकर झोपलेला नाही; तो खलास झालाय! त्याचा गळा दाबून प्राण घेतलाय कुणीतरी!''

''गळा दाबून प्राण घेतलाय? म्हणजे पुरोहितांचा खून ज्या पद्धतीनं केला, त्याच पद्धतीनं हाही खून करून वरुण चौधरी पसार झाला-?''

''शक्य आहे! करंदीकर आपल्याशी बेईमानी करतोय, हे बहुधा त्याच्या लक्षात आलं असावं! भयंकर आहे ते सगळं इन्स्पेक्टर. माझ्यावरचा आरोप इतक्या भयंकर पद्धतीनं दूर व्हायला नको होता! आणि बिचारा करंदीकर तरी त्यात सापडायला नको होता! टेरिबल- सिम्पली टेरिबल!''

''देवजी, मी पोलीसचा माणूस आहे आणि तू इथला रूम सर्व्हंट, हे क्षणभर विसरून जा. मी गुरुदास आणि तू देवजी- आपण दोघं एक मर्डर पाहणारे प्रेक्षक दोस्त, असंच समजू! हं, आता सांग काल संध्याकाळपासून तू काय काय पाहिलंस?''

''मघापासून हजार वेळा सांगितलं तेच, साहेब; आणखी काय? संध्याकाळी करंदीकर आणि वरुण चौधरी असे दोघंच या खोलीत होते. दोघं चिक्कार दारू प्यायल. त्यांना मीच व्हिस्की, सोडा, बर्फ, तंदुरी चिकन सगळं आणून दिलं! सकाळी दोघांनी कॉफी घेतली; मग वरुण चौधरी बाहेर गेले. नंतर परत आले. दोघं जेवले. मग करंदीकर झोपले. चौधरी कुठंतरी बाहेर गेले....''

''आणि आम्ही आलो तेव्हा आम्हाला करंदीकर झोपलेले पाहायला मिळाले!

बरं, आपल्या दोस्तीमध्ये ही शंभरची नोट घे आणि आता डोक्याला नीट ताण देऊन सांग, काल संध्याकाळी तू इतक्या वेळा या रूममध्ये आलास- गेलास, तेव्हा काही विशेष पाहिलंस?''

''दोस्तीमध्ये म्हणता तर नोट ठेवतो; पण त्याची काही गरज नव्हती. कारण काल मला काहीसुद्धा विशेष पाहायला मिळालं नाही. नाही म्हणायला एक गंमत झाली! काल व्हिस्कीचे चार पेग प्याल्यानंतर वरुण चौधरींनी करंदीकरांना एक-दोनदा स्वतःच्याच नावानं हाक मारली- म्हणजे एक-दोनदाच असं झालं. पण आपल्याला मजा वाटली! बस्स! एरवी काहीसुद्धा- तुम्ही म्हणता तसं विशेष घडलं नाही! पण काय हो साहेब, इतकी मजेत एकत्र दारू पिणाऱ्या त्या दोघांपैकी एकानं दुसऱ्याचा मर्डर कसा काय हो केला?''

''वेल, इन्स्पेक्टरसाहेब- काल करंदीकरचं पोस्टमॉर्टेम झालं, त्याचा खून झाल्याचं सिद्ध झालं, त्याच्यावर अग्निसंस्कारही झाले! दोन्ही खून करणारा खुनी पसार झालाय, तो तुमच्या हाती आज ना उद्या लागेलच! पण आता मला दिल्लीला जायला काही आडकाठी नाही ना? ॲम आय क्लिअर्ड?''

''बाय ऑल मीन्स. वुइ आर व्हेरी सॉरी चौधरीसाहेब. आम्ही तुमच्यावर अविश्वास दाखवला!''

''छे, छे, इन्स्पेक्टरसाहेब, मी ते मुळीच मनात ठेवणार नाही! अहो, तुम्ही तुमचं कर्तव्यच पार पाडत होता. मग, निघू मी?''

''शुअर, वरुणचा तपास लागला की आम्ही आयडेंटीफिकेशनसाठी तुम्हाला बोलावूच!''

''एनी टाइम! येतो मी!''

''थांबा. चौधरीसाहेब; जरा थांबा.''

''काय पाहिजे गुरुदास?''

''वरुणचा तपास लागला, एवढंच सांगायचंय तुम्हाला!''

''इम्पॉसिबल! आहे कुठं तो?''

''दुर्दैवानं, तो या जगातच नाही. आपण सगळ्यांनी काल त्याच्यावर अग्निसंस्कार केले. साहेब, डिटेक्टिव्ह नॉव्हेल्सवर ताण करील अशी शक्कल लढवली चौधरी साहेबांनी!''

''गुरुदास, विल यू मेक युअरसेल्फ क्लिअर?''

''साहेब, आपल्याला जुळा भाऊ असल्याचं चौधरीसाहेबांनी सांगितलं ते खोटं नव्हतं; पण तो आपल्यासारखाच दिसतो, असं त्यांनी सांगितलं ते मात्र खोटं! जुळी भावंडं सारखी दिसतात, अशा समजुतीनं आपण त्यांचं सांगणं खरं मानलं आणि

गोऱ्याधोऱ्या वरुणचा शोध सुरू केला! पण जगात पुष्कळ जुळी भावंडं वेगळी दिसणारी असतात. तसाच किरणसाहेबांचा भाऊ त्यांच्यापेक्षा अगदी वेगळा, काळा, बुटका होता. म्हणून आपल्याला त्याचा शोध कधीच लागणार नाही, आणि पुढं कदाचित निष्फळ शोधाला कंटाळून आपण ही केस क्लोजच करून टाकू, अशी यांची खातरी होती! एवढ्यात वरुण सिंगापूरहून परत आला. 'महाराष्ट्र'मधली बातमी वाचून त्यानं किरणला फोन केला. पुरोहितचा खून त्यानं केलाच नव्हता, म्हणून त्यानं पोलिसांत जाऊन त्यांचा गैरसमज दूर करायची तयारी दाखवली. त्यामुळं किरण संकटात आला असता, म्हणून त्यानं किरणला ब्लॅकमेल करायला सुरुवात केली. पहिला दहा हजारांचा हप्ता द्यायचं किरणनं कबूल केलं; पण अर्थातच वरुणची ओळख पटू नये म्हणून त्याला करंदीकर नावानं ऑफिसात यायला सांगितलं. 'दरबार'मधली खोलीही त्याच नावानं घ्यायला लावली! संध्याकाळी स्वत: तिथं जाऊन गोरा, मजबूत 'वरुण' सर्वांच्या नजरेला पडेल असं केलं. सकाळी ऑफिस आणि हॉटेल यांत ये-जा करून शेवटी वरुणचा गळा दाबून आपल्याकडे धाव घेतली...''

''पण- पण गुरुदास, हे तुझ्या कसं लक्षात आलं?''

''चौधरीसाहेबांच्या अगदी छोट्याशा चुकीमुळे! त्यांनी होटेल दरबारवर वरुण म्हणून वावरताना, वेटरच्या पुढ्यात खऱ्या वरुणला, नशेतसुद्धा वरुण म्हणायचं नाही, हे लक्षात ठेवायला हवं होतं! खरं ना चौधरी साहेब?''

श्री. दीपावली : १९८८

◆

डुप्लिकेट

डुप्लिकेट म्हणजे नक्कल. एकासारखंच दुसर; पण तेच नव्हे. अगदी तंतोतंत तसंच वाटणारं; पण वेगळं.

पाहिल्याबरोबर दुसरा मूळचंच समजावा, इतकी जमलेली नक्कल. म्हणजे म्हटलं तर दुसऱ्याला फसवण्यासाठीच जन्मलेली, नाही का?

हे झालं माणसाचं; पण निसर्गाचं काय? निसर्ग जेव्हा एकासारखं दुसरं तयार करतो, तेव्हा? तेव्हा मूळचं कुठलं आणि नक्कल कुठली; खरं कुठलं आणि डुप्लिकेट कुठलं?

श्रीनाथ आणि मी, दिसण्यात अगदी एकसारखे. अंहं, जुळे भाऊ वगैरे नाही; तंतोतंत तर सोडाच, पण आमची जातपातही एक नाही. तो श्रीनाथ शेट्टी आणि मी श्रीकांत- सॉरी, शशिकांत सुर्वे. शशिकांतचं श्रीकांत मी नंतर केलं. लोक मला श्रीनाथचा डुप्लिकेट म्हणायला लागल्यानंतर, नावात सारखेपणा हवा म्हणून! पण मूळचा मी शशिकांत. अर्थात आता हे नाव आठवणं कठीण जावं, इतकी श्रीकांतची सवय पडून गेलीय. कुणी शशिकांत म्हणून हाक मारली, तर मी वळून पाहीनच, असं नाही.

आमचा जन्म एकाच सालचा. मी त्याच्याहून, म्हटलं तर पस्तीस दिवसांनी मोठा. म्हणजे निसर्गानं मूळ कुठलं घडवलं आणि डुप्लिकेट कुठलं–?

तो शेट्टी आणि मी सुर्वे, तेव्हा दोघांपैकी कोणीच फार गोरं नव्हतं. ...पण काळंही नव्हतं. म्हणजे सावळेपणाच म्हणायचा, तर तो गोरेपणाकडे झुकणारा; काळेपणाकडे नक्कीच नाही. श्रीनाथमध्ये शेट्टी लोकांचा मजबूतपणा होता. आमचे अण्णा उंच; पण किडकिडीत आणि आई मध्यम बांध्याची. पण मी अण्णांची उंची घेतली आणि लहानपणापासून व्यायाम करून करून तब्येतही कमावली. शर्ट

काढला, तर श्रीनाथ थोडा फोफशाच वाटायचा आणि मी पिळदार! पण कपडे चढवल्यावर दोघे डिट्टो- सेम टू सेम!

आम्ही सारखे दिसतो, हे मला अगदी अचानक खूप वर्षांनंतर कळलं. त्याआधी श्रीनाथ चौथी-पाचवीपर्यंत आमच्या परळच्या शाळेत होता. माझ्या बाजूच्या वर्गात. तसं कुणीकुणी 'तो तुझा भाऊ का रे,' वगैरे विचारायचे. पण मी एवढं लक्ष दिलं नव्हतं. मला वाटतं, त्या वयात आपण दिसतो कसे, याची कुणालाच फारशी फिकीर नसते. (पुढं, बऱ्याचशा गोष्टी दिसण्यावर अवलंबून असतात, असं कळल्यावरच माणूस फिकिरीत पडतो.) शिवाय श्रीनाथ अभ्यासात जेमतेमच होता. माझा नंबर नेहमी पहिल्या तिनांत असायचा आणि मला स्कॉलरशिपही मिळायची. तेव्हा शाळेतल्या मागासलेल्या मुलांकडे लक्ष द्यायला मला कुठली सवड?

आणि पुढं तर- म्हणजे पाचवीतच बहुधा- श्रीनाथनं शाळा सोडली. मी असं ऐकलं की, त्याच्या इन्शुरन्समध्ये नोकरी करणाऱ्या डॅडींना एकदम घबाड मिळालं. त्यांच्या सासऱ्यांच्या मालकीची तीन तुफान चालणारी उडपी हॉटेलं होती. त्यांतलं एक तर त्यांनी नुकतंच एअरकंडिशन्ड रेस्टॉरंट कम बार केलेलं होतं. श्रीनाथची आई तिच्या वडिलांची एकुलती एक मुलगी- तेव्हा हे सगळं डॅडींना कधीतरी मिळायचंच होतं. पण सासरे अचानक प्लेन क्रॅशमध्ये वारले आणि डॅडी रातोरात 'पैसेवाले' झाले. मग मुलाला परळच्या शाळेत ठेवणं त्यांच्या इभ्रतीला शोभेनासं झालं आणि त्यांनी पाली हिलला घेतलेल्या प्रशस्त अपार्टमेंटपासून शाळा लांबही पडू लागली. तेव्हा श्रीनाथ आमच्या शाळेतून गेला आणि माझ्यासारखा दिसणारा कोणी एक जण आहे, हे मी पार विसरून गेलो.

पण नियती- फेट- डेस्टिनी जे काय म्हणतात, त्याला हे विसरून जाणं मंजूर नव्हतं. आम्हाला दिसत होती ती दहा मैल अंतरावरची धाग्याची दोन टोकं- दूर कुठंतरी नियती त्यांची गाठ मारीत बसल्येय, हे कुणाला कळणार?

एके दिवशी (म्हणजे मी आठवीत असताना) मला वर्गातून प्रिन्सिपॉलच्या खोलीत बोलावणं आलं! आपल्या हातून काय गुन्हा घडला असेल, हे आठवण्याचा प्रयत्न करीत मी 'मे आय कम इन सर' केलं. प्रिन्सिपॉलच्या समोर रंगीत बुशशर्ट घातलेला एक काटकुळा आणि दुसरा टाय लावलेला, मोठ्या मिशांचा जाडजूड, असे दोन इसम बसले होते! मला पाहताच ते, का कुणास ठाऊक चमकल्यासारखे झाले! ('उडाले' असा शब्द त्या क्षणी माझ्या डोक्यात आल्याचं आठवतं!) मग मिशावाला जाड्या माझं खालपासून वरपर्यंत निरीक्षण करीत उद्गारला- ''प्रश्नच नाही! डिट्टो श्रीनाथ!'' त्या दिवशी आणि त्यानंतर, हळूहळू मला एकेका गोष्टीचा पत्ता लागत गेला. पहिली आणि अत्यंत धक्कादायक गोष्ट ही की, ज्या श्रीनाथ नावाच्या कुमार नटाची सध्या हवा होती, तो दुसरा-तिसरा कुणी नसून पाचवीतून

शाळा सोडलेला- आमच्या बरोबरीचा श्रीनाथ शेट्टीच होता! त्याच्या वडिलांनी (सासऱ्याकडून चालत आलेल्या चालत्या हॉटेलांच्या जोरावर) त्याला प्रायव्हेट ट्यूशन्स ठेवून फाडफाड इंग्रजी, रुबाबदार हिंदी आणि कामचलाऊ मराठी, शिवाय व्यवहारोपयोगी गणित, सायन्स आणि त्यांच्या जोडीला हॉर्स रायडिंग, म्युझिक, डान्सिंग इत्यादी विषय शिकवून त्याला हिंदी चित्रपटाचं करिअर उघडून दिलं होतं. (त्याच्याच रूपाचा आणि तब्येतीनं अधिक चांगला असलेला मी मात्र, 'दहावीला नव्वद टक्के मिळाले नाहीत तर आयुष्यातून उठशील' या अण्णांच्या शापवजा भविष्यवाणीनं धास्तावून गेलो होतो. त्यांना कळू न देता आणि नंबर मागे जाऊ न देता, व्यायाम कसा करता येईल, या काळजीत रात्रं-दिवस चूर होतो!)

दुसरी गोष्ट अशी की, श्रीनाथच्या हातात सध्या असलेल्या दहा हिंदी चित्रपटांपैकी 'गोकुल का कान्हा'चं शूटिंग या आठवड्यात चालू होतं. कृष्णाच्या कंसाबरोबरच्या मुष्टियुद्धाचं शूटिंग उद्याच होतं आणि त्यात कंसाला सर्वत्र कृष्ण दिसण्याच्या प्रकारासाठी श्रीनाथसारख्या दिसणाऱ्या एका मुलाची गरज होती. श्रीनाथच्या तारखा ऐन वेळेला मिळाल्यामुळे हा मुलगा आधी बघून ठेवता आलेला नव्हता आणि तो न मिळाल्यास या क्लायमॅक्स सीनचंच शूटिंग लांबणीवर टाकावं लागणार होतं. म्हणजेच पुन्हा श्रीनाथच्या तारखा मिळेपर्यंत पिक्चर अडकून पडणार होतं. हे टाळण्यासाठी हुबेहूब श्रीनाथसारखा दिसणारा मुलगा एका रात्रीत कुठून तरी उभा करायला हवा होता. हे जवळजवळ अशक्य असल्यामुळं सारं युनिट हवालदिल झालं होतं.

यावर खुद्द श्रीनाथनंच तोडगा काढला होता. 'माझ्यासारखा दिसणारा एक जण पूर्वी परळच्या शाळेत होता; तो अजून तिथं आहे का, ते जाऊन बघा आणि पटल्यास घेऊन या,' असं त्यानं सांगितलं होतं. त्याप्रमाणे एक्झिक्युटिव्ह प्रोड्यूसर स्वत: एका असिस्टंट डिरेक्टरला घेऊन आमच्या शाळेत हजर झाले होते.

आपल्याला सिनेमात बोलावलंय, या आनंदात मी जमिनीपासून दोन पावलं उंचावरून तरंगतच घरी गेलो. दप्तर फेकून कपडे बदलायच्या आत मी ठणाठणा ओरडतच ती बातमी सगळ्यांच्या कानावर घातली. त्याबरोबर घरात स्मशानशांतता पसरली आणि माझ्या आनंदावर चांगलं बादलीभर पाणी पडलं. तो चिंब भिजून त्याचा पार चोथा झाला.

काही क्षणांच्या शांततेनंतर शेवटी अण्णांनी म्हटलं, "सहामाहीला मार्क किती मिळालेयत, माहितेय ना? दादाला दहावीच्या गणितात शंभरात शंभर आहेत. आणि तुला? विचार कर. माझं शिक्षण झालं नाही, म्हणून मला उभा जन्म फॅक्टरीत घालवावा लागला. लक्षात ठेव." बस्स! एवढंच म्हणून ते मोरीत नाक शिंकरायला गेले. शूटिंगचं नावही त्यांनी घेतलं नाही. ताई म्हणाली, "शूटिंगला जायचं म्हणजे

उद्याची सबंध दिवसाची शाळा बुडणार, हे विसरलास वाटतं?'' दादा तर, हे काही बोलण्याच्यासुद्धा लायकीचं नाही, अशा दिमाखात उठला आणि व्हरांड्यात कोळशाच्या पिंपावर पाट ठेवून केलेल्या आपल्या स्पेशल टेबलावर वाचायला बसला.

मी अधिक काही बोललो नाही. हातात दोन वह्या घेतल्या आणि व्यायामशाळेत गेलो. तिथं कपडे काढले, लंगोट गच्च केला आणि व्यायाम न करता लाल मातीच्या हौदाच्या कडेवर तसाच बसून राहिलो. तशी आखाड्याचा उस्ताद नवाब पहिलवान जवळ आला आणि म्हणाला, ''क्यों हीरो, आज कुस्ती नहीं खेलोगे? स्कूलमे मार पडा क्या? क्या घरवालोंने बूच लगा दिया?''

मी त्याला सगळं सांगितलं. मुष्टियुद्धाचं शूटिंग म्हटल्यावर तर त्याला फारच चेव चढला. 'घरवालोंको मारो गोली,' असा मौल्यवान संदेश देऊन, वर त्यानं दुसऱ्या दिवशी माझ्याबरोबर शूटिंगला माझा पालक म्हणून येण्याची तयारी दाखवली.

शूटिंगच्या ठिकाणी दप्तर घेऊन गेलो, म्हणून थोडी पंचाइत झाली. दारावरचा गुरखा, शूटिंग पाहण्यासाठी शाळेला दांडी मारून आलेला विद्यार्थी समजून, आत सोडीना. एवढ्यात नवाब तिकडून आला आणि त्यानं आपल्या नेहमीच्या, 'अरे बाबा, आज ये साब अंदर नही जायेगा, तो पूरे पिक्चर की छुट्टी!' अशा नेहमीच्या अतिरंजित पद्धतीनं गुरख्याला समजावून दिलं. वर मला दाटलं, ''तू किताबगिताब काय को लेके आया शूटिंगमें? हां- बापको इस्कूल जाता बोला क्या? समझ गया!'' यावर गुरखा मनात नसतानाही गालातल्या गालात हसला.

मला मेकअप करायला आत पिटाळलं गेलं. मेकअप रूममध्ये मला पहिल्यांदा कोण भेटावं- श्रीनाथ! ''अरे आवो यार सुर्वे!'' मला पाहिल्याबरोबर तो मला फिल्मी स्टाईलनं मिठी मारून म्हणाला, ''कितने दिनके बाद मिल रहे हो!'' मराठी येत असतानाही तो जाणूबुजून हिंदीत बोलत असला, तरी त्याच्या त्या बोलण्यातल्या जिव्हाळा मात्र अस्सल होता. ''यार, ये अपना अकेले का स्पेशल मेकअप रूम है; लेकिन मैं बोला- सुर्वे मेकअप करेगा तो इधरच करेगा! क्यों नाना?''– हे मेकअपमनला. ''नाना, इसको डिट्टो हमारे जैसा मेकअप करना! ये हमारा डुप्लिकेट है! और असल मे तो ये स्कॉलर है हां! स्कूलमें हमेशा पहला नंबर! फिर तबियत देखो क्या बनायी है! मैने बोला था प्रोड्यूसरको, सुर्वेको एक बार देखोगे तो बोलती बंद होगी. 'सुर्वे सुर्वे' करून श्रीनाथ बडबडतच सुटला होता! (पुढच्या आयुष्यात त्यानं मला नेहमीच सुर्व्या म्हटलं- किंवा डुप्लिकेट! कधीच शशिकांत नाही! श्रीकांत तर नाहीच नाही!)

माझ्या पाठोपाठ डायरेक्टरसाहेब आत आले. ठेंगणे, पण जाडजूडसे- पँटवर झब्बा घातलेले. (ती त्या काळात नवीनच आलेली फॅशन होती.) मला श्रीनाथसारखाच मेकअप करायचा, असं त्यांनी मेकअपमनला समजावून दिलं. ''हां हां, बाबाने सबकुछ बता दिया है!'' डायरेक्टरकडे न पाहता माझ्या गालावर स्किन कलरचं

फाउंडेशन चोपडत पांढऱ्या केसांचे, गडद तपकिरी रंगाच्या सुरकुत्या चेहऱ्याचे कृश मेकअपमन म्हणाले. (श्रीनाथला इथं बाबा म्हणत असावेत.)

आम्हा दोघांचीही तयारी झाली. श्रीनाथ मला खेचतच समोरच्या- वरपासून खालपर्यंत संपूर्ण आरसे लावलेल्या- भिंतीशी घेऊन गेला. माझा दंड धरून मला अगदी जवळ चिकटून उभा करीत त्यानं विचारलं- "देख, दिखता है ना तू मेरा पर्फेक्ट डुप्लिकेट?"

मी मान डोलावली. माझ्या मनात काही विचित्रच काहूर माजलं होतं... मी- मी डुप्लिकेट श्रीनाथ? असं कसं होईल? मी शशिकांत सुर्वे होतो. पण... पण खरंच मी श्रीनाथ झालो होतो, याला समोरचा आरसा साक्ष होता. पांढरा शर्ट, निळी पँट घातलेला जो एक जण दप्तर घेऊन अर्ध्या तासापूर्वी या खोलीत आला होता, तो कुठं नाहीसाच झाला होता. त्याचं स्वागत करायला जो दुसरा पुढं आला होता- उघडा, पीतांबर नेसलेला, रंगीत चेहऱ्याचा, खांद्यापर्यंत केस रुळत असलेला- त्याच्यासारखेच आता दोघे जण झाले होते! तो श्रीनाथ होता. आरशात दोन श्रीनाथ होते; मग शशिकांत गेला कुठं? (आता मागे वळून पाहताना असं लक्षात येतं की, खरंच नेमक्या याच ठिकाणी शशिकांत संपून त्याचा श्रीनाथ व्हायला सुरुवात झाली. कारण तो दप्तर घेतलेला विद्यार्थी, विद्यार्थी म्हणून इथंच थांबला; आणि पुढं होऊन त्याचं स्वागत करणाऱ्या, कृष्णाचं सोंग घेतलेल्या त्या नटानं जसं काही त्याला आपल्यात शोषून घेतलं!)

श्रीनाथ मला घेऊन बाहेर आला. मघाशी आत आलेल्या डायरेक्टरसमोर उभा राहिला. किंचित उर्मटपणे त्यानं विचारलं, "क्यों, कैसा लगता है?" डायरेक्टर पाहतच राहिले. "कमाल है- बिलकूल वैसा! कुछ फर्कही नही मालूम पडता। तुम्हारा एक्झॅक्ट डुप्लिकेट!"

श्रीनाथ माझ्या कानाला लागला- "त्यांच्या पाया पड."

मी वाकून त्यांच्या पायाला हात लावला. "जीते रहो बेटा!" असा सरावातला आशीर्वाद देऊन ते मला सीन समजावून देऊ लागले.

कदाचित स्वत:चा माझ्या विषयातला होरा अचूक ठरल्यामुळे असेल, किंवा लहानपणीच्या शाळासोबतीचं प्रेम उफाळून आल्यामुळे असेल; पण श्रीनाथनं मला त्या दिवशी अतिशय आपलेपणानं वागवलं. स्वत:च्या कामापेक्षा त्याचं माझ्याच कामाकडे अधिक लक्ष होतं. आपण तयारीत राहायचं, कोणीही काहीही बोललं तरी तिकडे लक्ष द्यायचं नाही. सुरुवातीच्या सूचना आपल्यासाठी नसतात; आपण फक्त 'ॲक्शन' म्हटल्यावर मगच सुरुवात करायची, 'कट्' म्हटल्यावर थांबायचं, अशा कितीतरी उपयुक्त गोष्टी त्यानं मला आधीच सांगून ठेवल्या. 'घाबरायचं नाही. चुकलं

तर ते परत घेतील; आपण आपल्याला वाटतं ते मजेत करायचं,' असं सांगून माझी भीती नाहीशी केली. (तो हे सगळं बोलत असताना माझ्या मनात येत होतं की, माझ्याच बरोबरीचा हा मुलगा किती मोठ्या माणसासारखा वागायला लागलाय! किती बिनधास्त झालाय. किती जणांना आपल्यापुढे वाकवतोय; नाहीतर मी! एवढा पहिला नंबर येऊन शाळेत शिकतोय काय, तर मास्तरांना घाबर, प्रिन्सिपॉलचं तोंड चुकव, मोठ्या भावासमोर पड खा, वडिलांना दबून राहा- भीती, भीती, आणि एकसारखी भीती!)

असिस्टंटच्या मध्यस्थीनं नवाबनं मला वाटतं आधीच दिग्दर्शकांची परवानगी घेऊन ठेवली होती- कुस्तीत लुडबूड करण्यासाठी. फाइट कंपोजर- (ही सगळी नावं मला नंतर कळली. त्या दिवशी मात्र मला सगळे बडे साहेब वाटत होते आणि ते सांगतील तसं करायचं, एवढंच कळत होतं.) फाइट कंपोजरनं मला कंसाचे हाल हाल करण्याच्या अनेक हालचाली दाखवून ठेवल्या होत्या; पण तालमीचे उस्ताद या नात्यानं नवाबनं त्या अधिक घोटून घेतल्या, मला शिकवलेल्या पेचात परत बसवल्या आणि सगळ्यांसमोर माझा आणि स्वतःचा भाव वाढवून घेतला. अक्राळविक्राळ सोंग घेतलेला कंस दोन शॉट्सच्या मध्ये माझ्याशी अत्यंत प्रेमळपणे वागत होता आणि 'बेटे, इस तरह नही- इस तरह जोर लगाना,' असं सांगून माझ्या हातचा मार हौसेनं खात होता... आमची लढाई चालू असताना श्रीनाथचं आमच्यासमोर उभं राहून, 'अब देखो कंस, मै तुम्हारे पीछे से आ रहा हूँ; देखो, मैं अभी तुम्हारे सामने खडा हूँ, इतनी आसानीसे मैं तुम्हारे हाथ नहीं आऊंगा पापी' वगैरे बडबडणं आणि मोठमोठ्यानं हसणं चालू होतं...

त्या दिवशी 'पॅक अप' झाल्यावर दिग्दर्शकांनी माझी पाठ थोपटली आणि 'ये लडका तो अच्छा स्टंटमन दिखाई देता है' अशी प्रशंसा केली. नवाब अधिकच हुशारला. मुष्टियुद्धाचे सगळे शॉट्स एका दिवसात पुरे झाले नव्हते; शिवाय माझं कुस्तीकौशल्य पाहून दिग्दर्शकांनी माझे काही शॉट्स वाढवले होते– म्हणून मला दुसऱ्या दिवशीसुद्धा यायला सांगितलं. माझी घबराट! उद्या पुन्हा शाळा चुकवायची? पण बोलणार कुणाजवळ? नवाबकडे बोललो, तर तो आपल्याच तंद्रीत– 'कल आज से भी अच्छा कुस्ती करना शागीर्द. हम रातको तालीम करेंगे!' असा आशीर्वाद देऊन तो कुठंसा नाहीसा झाला. शेवटी मी श्रीनाथलाच माझी अडचण सांगितली. त्यानं, 'वेडा आहेस तू! असं मध्येच सोडता येत नाही! शिवाय उद्याचे पैसे वेगळे मिळताल,' असं सांगितलं. यावर मी काही बोलणार, इतक्यात त्याला त्याचे डॅडी समोरून येताना दिसले. तशी तो मला फरफटत त्यांच्याकडे घेऊन गेला- ''डॅड, माय डुप्लिकेट!'' त्यानं माझी ओळख करून दिली.

श्रीनाथचे डॅड म्हणजे एक खास प्रकरण होतं. अंगानं किंचित सुटलेले; पण

चेहऱ्यानं भलतेच तरुण दिसणारे. किंचित पिकलेली करडी दाढी आणि डोळ्यांत मिस्कील तुकतुकीत चमक. चेहऱ्यावर कायम हास्य. अंगात अतिशय मॉडर्न जीन्स आणि त्या वेळी फॅशनमध्ये असलेला ब्लीडिंग मद्रासचा शर्ट- तोकड्या बाह्यांचा.

मला पाहिल्यावर माझ्या खांद्यावर हात ठेवीत अस्खलित मराठीत म्हणाले– ''अच्छा, हा काय तुझा पहिल्या शाळेतला दोस्त! अरे वा!''

मला एकदम खूप मोकळं वाटलं. त्यांचा तो स्पर्श, तो आनंदी, दिलखुलास आवाज– आमच्या कोंदटलेल्या घरातून मी एकदम मोकळ्या आकाशात झेप घेतलीय, असं मला वाटलं...

श्रीनाथ प्रमुख नट म्हणून भाव खायला चांगलाच सरावला असला पाहिजे! इकडेतिकडे कुठंही न रेंगाळता, तो मला डॅडींच्या स्वाधीन करून आधीच गाडीत जाऊन बसला होता. डॅडी मला म्हणाले, ''कुठं राहतोस तू? आम्ही सोडतो तुला घरी!''

''नको.'' मी घाबरून म्हटलं.

''का, तू घरी सांगितलं नाहीयेस म्हणूनच ना?'' श्री मला म्हणत होता. ''डोन्ट वरी! आम्ही हवं तर लांब उभी करतो गाडी.''

माझ्यासाठी काहीतरी करण्याची त्यांची इच्छाच इतकी सुंदर होती की, ती मला नाकारावेना. आजवर इतक्या सुंदर गोष्टी मी फारच थोड्या अनुभवल्या होत्या...

''माझ्याबरोबर नवाब आहे,'' मी म्हटलं.

''नवाब? हां– तुझा उस्ताद! हात्तेच्या; त्याला पण सोडू.''

एवढ्यात मध्यंतरी नाहीसा झालेला नवाब परत आला.

''कुठं गेला होतास तू?'' मी त्याला विचारलं.

''मग सांगतो-'' त्यानं हातानं खुणावलं.

गाडीत डॅडी माझी सगळी विचारपूस करीत होते. माझ्या अभ्यासाबद्दल, माझ्या तब्येतीबद्दल माझं कौतुक करीत होते. श्रीनाथला पुन:पुन्हा सांगत होते– 'खूप दिवसांनी दोस्त भेटलाय तुला. त्याला आता सोडू नकोस!''

माझं मन जागच्या जागी फुलपाखरासारखं बागडत होतं. डॅडींसारखा मोठा माणूस माझ्याशी प्रेमानं वागत होता, मला स्वत:च्या गाडीनं घरी सोडत होता! आणखी गौरव तो काय पाहिजे! मला पुन्हा एकदा वाटलं- डॅडींना मी परका नाहीये; कारण मी त्यांचा श्रीनाथच आहे!

तालमीशी माझा निरोप घेताना नवाबनं खिशातून एक कागदी पाकीट काढलं. त्यातून शंभराशंभराच्या काही नोटा काढल्या. त्यातल्या पाच मला दिल्या.

''पैसे? कसले? आजच्या कामाचे?''

''हां. तुम्हारा गार्डियन करके मेरे पास दे दिये.''

"इतके?"

"हां, तेरेकू पाचसो, मेरेकू दोनसो."

"काय सांगतोस?"

"और भी है. गाडी का सौ रुपया दिया- पेट्रोल का."

"गाडी का? आपण तर डॅडींच्या गाडीतून-"

"बुद्दू है तू! अरे उन लोगोमें पद्धतच है ऐसा. ले, तू ये पचास रख. स्वत:च्या खिशातून पन्नासची नोट काढून मला देत तो म्हणाला. कल भी मिलेगा इतनाही. अच्छा; रातको आखाडेमें आना– थोडा प्रॅक्टिस करते है!" आणि तो दिसेनासा झाला.

मी घरी गेलो.

"शाळेतूनच आलास, की आणखी कुठून?" अण्णा म्हणाले. "इतका उशीर कसा झाला?"

मी पैसे अण्णांकडे दिले. "शाळेत गेलो नाही मी- शूटिंग केलं. त्याचे पैसे. साडेपाचशे आहेत–"

"बरं बरं. हुशारी नको दाखवूस." पैसे बाजूला टाकून देत अण्णा म्हणाले. "शाळा बुडाली त्याचं काय?"

मी काहीच बोललो नाही. आई उठली आणि तिनं ते पैसे उचलून तिच्याकडच्या लहानशा पितळी डब्यात ठेवले.

अण्णा काहीतरी बोलणार होते; पण आई डबा बंद करीत त्यांच्याकडे पाहत राहिली, तशी गप्प बसले. आई वळली आणि डबा ट्रंकेत ठेवायला गेली.

मी हातपाय धुवायला जाता जाता म्हणालो- "उद्या पण मला शूटिंग आहे!"

यावर घरातलं कुणीच काही बोललं नाही.

त्या रात्री माझी सगळी झोपच रंगीबेरंगी बनून गेली होती...

प्रचंड रंगीत राजवाडा... त्यात सर्वत्र रंगीत दिवे... मधूनमधून स्फोट झाल्यासारखे रंगांचे कल्लोळ... रंगीत प्रकाशाचे फिरते झोत... त्या सगळ्याला वेढून राहिलेलं काळोखाचं वर्तुळ... त्यात अगदी चिडीचूप उभे असलेले लोक... प्रकाशाच्या वर्तुळांमधून, अंगात आल्यासारखे घुमणारे दोन कृष्ण... पण दोन कुठे? एकच... 'हा हा हा...' कुणीतरी हसतंय... पुन्हा एकाचे दोन... हा तर माझाच आवाज. मैं इतनी आसानीसे तुम्हारे हाथ आऊंगा नहीं पापी... पण मी कोण आहे? शशिकांत की श्रीनाथ? ...आवो श्रीनाथ! कितने दिनोंके बाद मिल रहे हो! डॅड, आजपासून हा तुमचा मुलगा! श्रीनाथ!

सकाळी लवकर उठून सगळं आटपलं आणि आज दप्तर न घेता मी शूटिंगला

गेलो. तरीही माझ्या मनात हा गोंधळ चालू होता– मी श्रीनाथ असेन का? दिसतो तर मी अगदी श्रीनाथसारखाच; मग मी शशिकांत कसा?

आणखी पंधरा दिवसांनी आरे गौळीवाड्यात एका गाण्याचं शूटिंग झालं. त्यातल्या दोन-तीन ओळींना दोन कृष्ण हवे होते. दोनदोनदा श्रीनाथचं शूटिंग घेऊन पडद्यावर डबल दाखवण्यापेक्षा मला डुप्लिकेट म्हणून घेणं त्यांच्या सोयीचं होतं. बोलावणं येताच मी गेलो.

त्यानंतर पंधरा दिवस अण्णांनी माझ्याशी अबोला धरला होता.

अण्णांचं अगदीच चूक होतं, असं नाही. स्टुडिओत पाय ठेवल्या दिवसापासून मला शाळेचं जग खोटं वाटायला लागलं होतं... खुराड्यासारखं घर आणि शाळेचा अंधारा वर्ग मागं टाकून, माझं मन त्या लखलखीत उजेडाच्या जगाभोवती पतंगासारखं पुन:पुन्हा रुंजी घालू लागलं होतं... तिथली माणसं... एकापेक्षा एक गुणवान... शांतपणे, समजुतीनं आपापली कामं करणारी... मोठ्या मनाची... कारण ते जगच तेवढं विशाल... दीड खोलीच्या आमच्या घरात माणसंही तशीच कोती असणार. ही माणसं बिनधास्तपणे केवढ्या प्रचंड उलाढाली करतात... लाखो रुपयांच्या. पैसा नुसता पाण्यासारखा वाहतो. आणि अण्णांचं स्वप्न- मुलानं इंजिनिअर होऊन एक हजार स्टार्टची नोकरी मिळवावी, असं-

'गोकुल का कान्हा'ला श्रीनाथनं मला प्रीमियर नाइटचं निमंत्रण पाठवलं होतं. मी नवाबला घेऊन ऐटीत गेलो. तसं मी घरी 'कुणी येता का,' म्हणून विचारलं होतं. पण दादाला अभ्यास होता... ताईला एकच एक चांगली साडी होती, ती नेहमी नेहमी नेसायचा तिला कंटाळा आला होता... आणि आई-अण्णांचा तर माझ्याच जाण्याला विरोध होता. मी हौसेनं मावसभावाच्या लग्नात शिवलेली लाँग पँट आणि स्वस्त पण स्वच्छ दिसणारा टी-शर्ट घालून गेलो. श्रीनाथ अर्थातच अगदी सजून आला होता. पांढरा शुभ्र सूट, आत पांढऱ्या ठिपक्यांचा लाल शर्ट, पांढरा बो, अशा कपड्यांत तो अगदी 'हीरो' दिसत होता. सोबत त्याचे आई-वडीलही होते. श्रीनाथच्या भोवती अर्थातच लोकांचा गराडा होता. तरीही त्यानं मला ओळखलं आणि म्हटलं, "चल चल, किती उशीर केलास! अभी पिक्चर स्टार्ट होनेवाली है."

आरे गौळीवाड्यात घेतलेलं गाणं आलं; पण त्यात मी कुठं दिसलो नाही– बहुधा ते कडवं कापलं गेलं असावं! तरीही मला उमेद होती. कारण या सिनेमातून कंसवध कापून टाकणं शक्य नव्हतं. शेवटी एकदाचा तो प्रसंग आला. तीन-चार मिनिटं तो पडद्यावर चालला. आमच्या मारामारीला चिक्कार टाळ्या, शिट्ट्या मिळाल्या; पण सबंध असा मी तीन-चार वेळाच पडद्यावर दिसलो. कुठं कंसाचा चेहरा आणि हनुवटीवर लागलेला ठोसा, कुठं त्याचा गळा आणि तो दाबणारे माझे हात, असंच दिसत होतं. हसणारा श्रीनाथ मात्र पडदाभर दिसत होता. कंस आणि

मी बरोबर असतानासुद्धा तोच अधिक महत्त्वाच्या ठिकाणी असायचा; कारण तो वाक्यं बोलला होता ना! दोन-चार तुरळक वेळा मी दिसलो, तेव्हा मात्र डिट्टो त्याच्याचसारखा दिसलो. आमच्या शेजारचा माणूस म्हणालासुद्धा- ''क्या यार फोटोग्राफी है! एकेक टाइम दो दो श्रीनाथ दिखते है!''

घरी परत येताना माझ्या मनात येत होतं-

घरचं कुणी प्रीमियरला आलं नाही, ते बरंच झालं. त्यांना मी कुठलं काम केलं, हे कळलंच नसतं. ते कंसाशी सगळं मुष्टियुद्ध एकट्या श्रीनाथनं केलं, असंच समजले असते. मला स्वत:ला दु:ख नव्हतं. सबंध पिक्चरमध्ये श्रीनाथ दिसत होता- म्हणजे माझंच रूप, माझंच शरीर दिसत होतं. त्याचा गौरव तो माझाच गौरव होता!

''एकदम चूप क्यों हो गये हो शागिर्द?'' नवाबनं मला हलवलं. ''टायटल में तुम्हारा नाम नहीं दिया इसके वास्ते? छोड दो यार- हम इतना बडा आखाडावाला उस्ताद है– हमारा किधर दिया? चलता है भाई. पैसा दिया ना उन लोगोंने? इसमें तो कुछ गडबड नहीं ना किया!''

किती बेताची अक्कल होती नवाबची! टायटलमध्ये नाव- माझं नाव तर पिक्चरमध्ये सर्वांत पहिलं आलं होतं- श्रीनाथ! मला आणखी काय हवं होतं? यापुढे श्रीनाथचा कुठलाही सिनेमा लागला तरी तो माझाच असणार होता! त्याच्या कुठल्याही सिनेमाच्या पोस्टरवर माझाच चेहरा दिसणार होता!

श्रीनाथच्या वाढदिवसाच्या पार्टीला मला डॅडींनी मुद्दाम बोलावलं. तेव्हापासून मी वरचेवर त्यांच्या घरी जाऊ लागलो. हेच माझं घर, असं मला वाटायला लागलं.

सेटवर मात्र मी श्रीनाथला भेटलो तो आणखी दोन वर्षांनी. 'अमीर-गरीब'च्या सेटवर. त्या सिनेमात दोन जुळ्या राजपुत्रांपैकी एकाला दरोडेखोर पळवून नेतात, आणि तो गरिबांकडे वाढतो, असं काहीतरी होतं. अर्थात श्रीनाथनंच दोन्ही भावांची कामं केली होती. जुळे भाऊ एकत्र येतात, असे एकूण चित्रपटात पाच-सहाच सीन्स होते. एरवी ते ट्रीक फोटोग्राफीनं करता आले असते- नाही असं नाही; पण श्रीनाथनं डायरेक्टरला माझ्याविषयी सांगितलं, आणि मला बोलावून घेतलं गेलं. त्या दृश्यांमध्ये मला वाक्यं होती; पण ती डबिंगमध्ये श्रीनाथच बोलणार होता! तरी थोडंफार काम होतं– दोन स्वोर्ड फाइट्स पण होत्या. एक श्रीनाथबरोबरच आणि दुसरी– दोन्ही भाऊ मिळून व्हिलन प्रधानाला धडा शिकवतात, अशी! मजा आली! पुन्हा काम मिळेल, अशी आशा वाटायला लागली.

त्याच वर्षी 'मुझे क्या मालूम'च्या आऊटडोअर शूटिंगमध्ये मला एक लहानसा अपघात झाला. त्यातल्या शेवटच्या मारामारीत मी कड्यावरून पडून मरतो, असा प्रसंग होता. कड्यांवरून अर्थातच प्लॅस्टरची डमी फेकली जाणार होती; पण त्या

आधी मला पाच-सहा फुटांवरून तरी पडणं भाग होतं. पडल्याचा इफेक्ट येण्यासाठी कमान टाकून मी एक कोलांटउडी घेणार होतो. उडी मला वाटतं, कुठं तरी चुकली आणि माझा पाय फ्रॅक्चर झाला. मला पडल्या जागेवरून उठताच येईना.

युनिटमधल्या लोकांनी मला कसंबसं श्रीनाथच्या गाडीत नेऊन झोपवलं. माझी शुद्ध हळूहळू नाहीशी होत होती. त्या अर्धवट गुंगीत मी काय ओरडत होतो कुणास ठाऊक; पण मनात विचार होते, घरी काय म्हणतील, याचेच!

मी हॉस्पिटलमध्ये शुद्धीवर आलो, तेव्हा माझ्या उशाशी श्रीनाथचे डॅडी बसले होते.

''डोन्ट वरी! तुझ्या घरी सांगून ठेवलंय की, याचा पाय पूर्ण बरा होऊन तो नीट चालायला लागेपर्यंतची सगळी जबाबदारी माझ्यावर आहे... तुम्ही कसलीही काळजी करू नका– आणि मुलाला दोषही देऊ नका.''

''तुम्हाला कसं कळलं, ते दोष देतील म्हणून?''

''न कळायला काय झालं? बेशुद्धीत एकसारखं तेच तर बोलत होतास!''

''डॅडी!'' मी त्यांनी पुढं केलेल्या हातावर डोकं ठेवलं.

डॅडींच्या मदतीनं माझा पाय लवकरच सरळ झाला; पण पाऊल वाकडं पडलं होतं, ते मात्र कायमचंच!

त्या वर्षी मी दहावीच्या परीक्षेत नापास झालो.

अण्णा एकदा अंगाचा भडका उडाल्यागत बोल बोल बोलले आणि मग माझ्याशी बोलेनासेच झाले. गेली दोन वर्षं माझी लक्षणं दिसतच असल्यामुळे त्यांना माझं अपयश फारसं अनपेक्षित नसावं. त्यामुळं त्यांना फारसं दुःख झालं नसावं किंवा झालं असल्यास, ते दादाला इंजिनिअरिंगला ॲडमिशन मिळाली, या आनंदामुळे थोडंफार सुसह्य झालं असावं. ताईला आता एका वर्तमानपत्रात टायपिस्टची टेंपररी नोकरी लागली होती. तेव्हा माझ्याविषयी काही वाटून घेण्यापेक्षा माझ्याकडे दुर्लक्षच करायचं, असं सगळ्यांनी ठरवलेलं दिसलं. मी फक्त जेवणापुरता आणि झोपण्यापुरता घरी जात असे. एरवी दिवस कुठंतरी बाहेरच भटकून काढायचा. जेवायला बसलो तरी कुणी माझ्याशी बोलत नसे. घास तसाच पानात टाकून उठावं, असं शंभरदा वाटे; पण नाइलाजास्तव तसाच मुर्दाडासारखा जेवत असे.

मी पुन्हा दहावीच्या परीक्षेला बसलो आणि चाळीस टक्क्यांनी पास झालो. श्रीनाथच्या डॅडींनी एका कॉलेजात आर्ट्सला ॲडमिशन मिळवून दिली. कॉलेजात मला लगेच भाव मिळायला लागला. डिट्टो श्रीनाथ म्हणून मुलं-मुली माझ्याकडे कुतूहलानं पाहू लागली. श्रीनाथची डुप्लिकेट म्हणून सिनेमात काम करतो, असं त्यांच्यापैकी कुणालाच मी सांगितलं नव्हतं. तरीही मुलांमध्ये साधारण कुणकुण

होतीच. माझी मन:स्थिती फारच चमत्कारिक होती. श्रीनाथचा डुप्लिकेट म्हणून मला फारशी कामं मिळत नव्हती. पण मला त्याचं दु:ख नव्हतं. खरं तर मी श्रीनाथ आहे, याच कल्पनेच्या नादात मी माझं करिअर घालवलं होतं. घरच्यांना दुरावलो होतो. मानहानी पत्करली होती. श्रीनाथ होताना मी भरपूर दु:ख ओढवून घेतलं होतं आणि पुन्हा या सगळ्या दु:खांवर इलाज, स्वत:ला श्रीनाथ समजणं, हाच ठरवला होता.

मी श्रीनाथकडे वरचेवर जाई. त्याच्या शक्य तेवढ्या शूटिंग्जना हजर राही. तोही माझ्याशी प्रेमानं वागे. खरं तर तो आजच्या टॉप स्टार्सपैकी एक होता. त्यानं मला हडूत हुडूत केलं असतं तरी ते समजण्यासारखं होतं; पण तसं तो करीत नसे. कदाचित त्यालाही जाणवत असावं की, नियतीनं आम्हाला एकमेकांशी बांधून ठेवलंय आणि त्यातून आता सुटका नाही.

मी त्याच्याविषयीच्या वर्तमानपत्रांतल्या, सिनेसाप्ताहिकांच्या बातम्या कापून ठेवी. त्याच्या चित्रपटांचा पहिला शो न चुकता पाही. कधीकधी वाटे, मी हे सगळं का करतो? अशा वेळी मला स्वत:चा उबग येई. नशेतला माणूस कधीकधी अचानक शुद्धीवर येतो, तसं माझं होई. खडबडून जाग आल्यासारखं होई. वाटे– कसला फायदा होणार आहे माझा श्रीनाथच्या पाठीमागं लागून? उलट, तोटा झालेला दिसतो आहे! मनात असं काहूर उठलं की, मी आरशासमोर उभा राहत असे आणि पुन्हा हळूहळू नशेत जात असे. कारण आरशात मला श्रीनाथच दिसायचा. (एव्हाना माझी केसांची ठेवण, मिश्यांची ठेवण, स्मित सगळं सगळं श्रीनाथसारखं झालं होतं.) श्रीनाथच्याच पद्धतीनं हात उचलून, तसंच लाघवी स्मित करीत, अगदी श्रीनाथच्याच शब्दांत आरशातला श्रीनाथ मला म्हणायचा– 'पागल! फायद्यातोट्याचा विचार करतोस? आता ते तुझ्या हातात आहे का? जे होतंय, त्याला तुझा इलाज नाहीये इडियट! कारण तू, तू नाहीयेस! तू मी आहेस. तुला आपलं आयुष्य जाळतच राहिलं पाहिजे, कधीतरी तू आणि मी एक होईपर्यंत!'

याच नशेच्या भरात मी केव्हातरी माझं नाव बदललं आणि शशिकांतचं श्रीकांत केलं.

प्रत्येक पिक्चरमध्ये श्रीनाथसाठी भाराभर कपडे शिवले जायचे. शूटिंग संपलं की, ते त्याच्याच कपाटामध्ये कुजत पडायचे. फार जमले की, तो मला प्रेमानं बोलवायचा आणि म्हणायचा- "देख डुप्लिकेट, हमारा कपडा तुम्हीच पहनना चाहिये- दुसरा कोई नही." कपडे नवे असायचे. दोन-चार वेळा अंगाला लावलेले असायचे, एवढंच. शिवाय माझ्याच मापाचे असायचे. तरीही ते घेताना मी वापरासाठी कपडे घेतोय, अशी माझी भावना नसायची. हे कपडे श्रीनाथच्या शरीराला लागलेत, म्हणजे माझ्याच दुसऱ्या शरीराला. मग ते, मी नाही तर कोणी घालायचे, असंच मला वाटायचं. अर्थात् त्यामुळे कधी कधी एक गंमत व्हायची. घरात तंग वातावरण आणि खिशात पैसा नाही, म्हणून

माझं पोट उपाशी असायचं. पण अंगावर उंची सूट असायचा. आता अशा वेळी माझ्या जागी दुसरं कुणी असतं, तर त्यानं ते कपडेच विकले असते. कोण होतं विचारणारं? त्यातून ते श्रीनाथचे म्हणजे माझेच की नाही? मग, परिस्थिती वाईट असताना मी स्वत:चे कपडे नसते विकले? पण इथं ते श्रीनाथचे! म्हणजे हा माझा वेडेपणा होता— एकाच वेळेला मी स्वत:ला श्रीनाथ मानत होतो आणि तरीही त्याचं वेगळं अस्तित्व मानत होतो. त्याला मान देत होतो.

रस्त्यात कधी कधी पोरं-पोरी मला घेरून ऑटोग्राफ मागायची. अशा वेळी मला काय करावं, तेच सुचत नसे. वाटे, आपण चुकून श्रीनाथ अशी सही तर नाही ना करून जाणार! मी, 'नो ऑटोग्राफ्स प्लीज', असं सांगून शक्य तेवढ्या लवकर तिथून पळ काढीत असे. पण केली श्रीनाथ अशी सही, तर काय झालं, असं काही मला वाटत नसे. मन तर्कशास्त्रात बसत नाही, हेच खरं! विशेषत: माझ्यासारख्या अर्धवट शहाण्या, अर्धवट खुळ्या माणसाचं मन!

श्रीनाथ मला कामं मिळवून देण्याचा प्रयत्न करीत असे. तशी स्वत:चा गेट अप् बदलून करण्यासारखी लहानसहान कामं मला मिळतही. कारण मी सततच कुठल्या ना कुठल्या स्टुडिओच्या अवतीभोवती असायचो आणि श्रीनाथनं काही निर्मात्यांशी ओळखी पण करून दिल्या होत्या. पण मोठ्या भूमिका कोणी देत नसे. तिथं श्रीनाथसारखं दिसणं आड यायचं. तुम्हाला घ्यायचं, तर सरळ ती भूमिका श्रीनाथलाच का देऊ नये, असं लोक विचारीत.

बारीकसारीक कामांनी माझं जेमतेम दोन वेळचं जेवण सुटायचं. थोडीफार दारू (हो, आता मी पिऊ लागलो होतो. डोक्यातल्या विचारांचा कचरा भुरूभुरू जळायला दारूची मदत व्हायची. पण हे आपलं निमित्त! खरं तर श्रीनाथबरोबरच कधीकधी पिऊन मला दारूची सवय लागली होती. श्रीनाथ त्याच्या डॅडींसमोर पीत नसे. पण कधी कधी शूटिंग संपल्यावर, मेकअपरूममध्ये, नाहीतर जिथं फार पब्लिक नसेल, अशा एखाद्या लांबच्या बारमध्ये, किंवा कधी चक्क एखाद्या निर्जन रस्त्यावर गाडी पार्क करून पीत असे.) कॉलेज मी आता सोडल्यातच जमा होतं. स्टुडिओजच्या परिसरात मी जे शिकत असे, त्याच्याशी कॉलेजात जे शिकवत, त्याचा मेळच बसत नसे. घरी जाणंदेखील मी आता सोडलं होतं. श्रीनाथच्या डॅडींनी मला एका चाळीत जिन्याखालची एक खोली घेऊन दिली होती. तिथं रात्री अंग टाकण्यापुरता मी जात असे. त्यांच्या स्वत:च्या घराची दारं तर मला कायमच उघडी होती.

एकदा रात्री श्रीनाथबरोबर क्रिस्टल बारमध्ये बसलो होतो. बोलता बोलता बराच उशीर झाला. श्रीनाथला पोहोचवून त्याची गाडी मला सोडायला आली. गाडीच्या बरोबर एक जीप येत आहे, अशी जाणीव हल्लक झालेल्या मेंदूलाही होत होती.

पण मी तिकडे फारसं लक्ष दिलं नाही. मात्र गाडी थांबल्याबरोबर ती जीप थांबली आणि मी गाडीतून उतरताक्षणी माझ्यावर लोखंडी शिगांचा जोरात मारा झाला. शुद्ध हरपण्यापूर्वीची माझी शेवटची जाणीव होती ती, शोफर गाडी विलक्षण वेगानं पळवीत घेऊन गेल्याची...

...मी शुद्धीवर आलो तेव्हा मला ठिकठिकाणी बँडेजेस बांधलेली होती. डोळे उघडले, तेव्हा समोर श्रीनाथच बसलेला दिसला. मी जिवंत आहे, असं त्यामुळंच मला जाणवलं.

"सॉरी, सुर्वे! माझ्यामुळे तुला आज मार खावा लागला!"

"तुझ्यामुळे?" एवढा प्रश्न विचारला, आणि डोक्यात कळ उठली.

"साल्या त्या रोहितकुमारचं काम आहे हे! तो माझ्यावर खार खाऊन आहे! माझ्यामुळे त्याला कामं मिळत नाहीत, असा त्याचा समज आहे! म्हणून मला खलास करण्यासाठी- बरं तर बरं दोस्त, तू शुद्धीवर आलास! तुझं काही बरंवाईट झालं असतं तर– तर मी स्वत:ला कधीच माफ केलं नसतं!" आणि तो रडू लागला. त्याचं ते वाक्य आणि त्यानंतरची ती रडण्याची ॲक्शन, मी त्याच्या कितीतरी चित्रपटांमधून पाहिलेली होती. पण तरीही ती खोटी नव्हती. त्याचं वाटणं खरंच होतं. पण ते आणखी कुठल्या वेगळ्या पद्धतीनं दाखवावं, हे त्याला कळत नव्हतं, एवढंच!

तेवढ्यात डॅडी आले. "ब्रेव्हो बॉय!" ते नेहमीचं मिस्कील हसू हसत म्हणाले. "आमच्या श्रीच्या वाटचा मार आज तू खाल्लास!"

"सिनेमात मी ते पुष्कळदा केलंय डॅडी!" मी म्हणालो.

"–आणि मला भोवळ आल्यासारखी झाली."

"बोलू नकोस; स्वस्थ पडून राहा! बरा झालास की तुझ्या या कामगिरीबद्दल एक बक्षीस देणार आहे मी तुला."

मी नुसत्या भुवया उंचावल्या.

"पाचगणीला एक आठवडा- जस्ट श्री ऑफ अस! तू, मी आणि श्री! श्रीला त्याच्या शूटिंग्जमधून रेस्टची टेरिबल गरज आहे- आणि आता तुलाही!"

पंधरा दिवसांनी मी हॉस्पिटलमधून बाहेर पडलो. चार्जेस अर्थातच डॅडींनी दिले. त्यांना ती मॉरल ड्यूटी वाटली असावी. म्हणा, एरवीसुद्धा दिले असते. कारण माझे खिसे रिकामेच होते.

झाल्या प्रकाराचं मला जरासुद्धा दुःख नव्हतं. उलट, रोहितकुमारचे लोकसुद्धा मला श्रीनाथ समजले, याबद्दल एक प्रकारचं विचित्र समाधान वाटलं. श्रीनाथचा मार मी स्वत:वर घेतला, असं काही मला वाटलं नाही. मार त्याच्या वाटचा खायला, तो माझ्यापेक्षा वेगळा थोडाच होता?

म्हटल्याप्रमाणे, डॅडींनी एक आठवडा पाचगणीचं हॉटेल 'पंचगंगा' बुक करून ठेवलं. आता उद्या आम्ही निघणार, एवढ्यात एका प्रोड्यूसरचा कॉल आला. श्रीनाथ एक आठवडाभर शूटिंगसाठी अमेरिकेला जाणार होता. पण तिथल्या हवामानाचा अंदाज घेतल्यावर शूटिंग एक आठवडा आधी सुरू करावं, असं आयत्या वेळी ठरलं. प्रोड्यूसरनं गयावया करून श्रीनाथला पाचगणी कॅन्सल करायला लावली. दुसऱ्याच दिवशीच्या फ्लाइटनं युनिट सेंट लुइला निघणार होतं.

श्रीनाथ म्हणाला, ''डॅड, तुम्ही दोघं जा. तुम्हा दोघांनाही रेस्टची गरज आहे!''

''इट्स पर्फेक्टली ओके!'' डॅड नेहमीप्रमाणेच शांती अजिबात ढळू न देता, दाढी खाजवीत म्हणाले- ''मी याला घेऊन जातो. बरोबर दोन श्रीनाथ कशाला? एक असला तरी पुरे!''

आम्ही हॉटेल 'पंचगंगा'वर पोहोचलो, तेव्हा संध्याकाळ झाली होती. डॅडी प्रवासानं थोडे थकल्यासारखे दिसत होते. तरीही त्यांनी हातपाय धुतले आणि कपडे बदलले. मी त्यांना पांघरायला एक शाल दिली आणि ड्रिंक्सच्या तयारीला लागलो.

डॅडींसमोर त्यांची कोनॅक मांडली आणि ग्लास भरणार, एवढ्यात डॅडी म्हणाले- ''तुझा कुठला ब्रँड?''

मी लाजलो.

''लाजतोस कशाला? तू आणि श्रीनाथ- दोघंही पट्टीचे पिणारे आहात, हे काय मला माहीत नाही? माझ्या हँडबॅगमध्ये एक 'ब्लॅक लेबल' आहे, ती आण जा. जा जा- अरे इथं आपण आलोत ते एंजॉय करायला- मन मारायला नाही! आणि शिवाय, तू घेतली नाहीस तर मला म्हाताऱ्याला कंपनी कोण देईल?''

शेवटी मी बाटली घेऊन आलो आणि आम्ही प्राशनाची बैठक सुरू केली. मध्येच डॅडींनी कुठं तरी दुखल्यासारखं तोंड केलं. मी घाबरून विचारलं, ''काय झालं?'' ''काही नाही,'' ते म्हणाले. लगेच त्यांच्या चेहऱ्यावरचं हसू परत आलं.

''एक सांगायचंय बेटा तुला!'' पिण्याची तंद्री लागल्यावर ते मला म्हणाले- ''तू जे हे स्वत:चं आयुष्य जाळत बसला आहेस ना, ते मला बिलकूल पसंत नाही! तुला वाईट वाटेल म्हणून इतके दिवस सांगत नव्हतो; पण तू या इंडस्ट्रीचा नाद सोड. ही लॉटरी आहे बेटा लॉटरी! एकाला कुबेर बनवते, हजारांना भिकेला लावते! तुझ्यात आणि श्रीनाथमध्ये काही फरक आहे का? त्याच्या जागी तुला काम दिलं तरी तू ते त्याच्यासारखंच करून दाखवशील. पण इंडस्ट्रीनं त्याला उचललं आणि तुला- हे तकदीर आहे बेटा!''

''एकेकाचं नशीब! फेट! डेस्टिनी! नियती!''

त्यांनी एक मोठा घोट घेतला आणि बरं वाटल्यासारखं 'हाऽ' केलं. मग पुन्हा

म्हणाले- ''राग मानू नको बेटा, अजून वेळ गेलेली नाही. सगळं बदलता येईल. मी तुझ्यासाठी कुठं तरी नोकरी बघतो. कॉलेज पुरं कर. लग्न कर. मार्गाला लागशील! अरे, तुला मी बेटा समजतो, म्हणून-''

आणि एकदम त्यांचा चेहरा वेडावाकडा झाला. छातीवर हात धरून ते खुर्चीतल्या खुर्चीतच एका बाजूला कलंडले.

मी ''डॅडी, डॅडी '' म्हणत उठलो आणि त्यांना आधार देऊ लागलो. पण त्यांची मान लुळी पडली. पाहता पाहता शरीर थंड पडत गेलं.

मला वेड लागायची पाळी आली. जवळपास मदतीला कोणीच नाही. महत्प्रयासानं डॉक्टर मिळवल; पण त्यांच्याकडून मेडिकल सर्टिफिकेट मिळायची मुश्किल! त्यांनी श्रीनाथचे सिनेमे पाहिलेले होते. आता त्याच्यासारखाच दिसणारा एक जण, त्याचा भाऊही नाही, नातलगही नाही म्हणतो, तरीही त्याच्या वडिलांना एकट्यालाच इथं घेऊन येतो आणि त्याच वेळी वडिलांचा मृत्यू ओढवतो, हे आपोआप घडलं आणि त्याच्या पाठीमागं कसलाही डाव नाही, हे डॉक्टरांना पटवता पटवता मी हैराण झालो!

शेवटी एकदाचे सगळे सोपस्कार पुरे करून डॅडींची बॉडी घेऊन निघालो. इतक्या वेळात डॅडींसाठी रडायलाही फुरसद मिळाली नव्हती. झालेल्या अकल्पिताला कसं तोंड द्यायचं, या विचारानं दु:ख बधिर होऊन गेलं होतं. प्रवास सुरू झाला, आणि माझ्या दु:खाला एकदम वाट फुटली. मी ढसा ढसा रडत सुटलो.

श्रीनाथ जेमतेम सेंट लुईला पोहोचला असेल-नसेल, एवढ्यात त्याला आमची तार मिळाली असणार! लगेच घरी त्याचा फोन आला. तो परत येऊ शकत नव्हता. आला असता तर सगळ्या युनिटला त्याच्यासाठी ताटकळावं लागून प्रोड्यूसरचं प्रचंड नुकसान झालं असतं. शिवाय तो येईपर्यंत बॉडी कदाचित् खराब व्हायला लागली असती, कारण आधीच पाचगणीमध्ये एक संपूर्ण दिवस वाया गेला होता. ''सुर्वेला सगळ्या सोपस्कारात अग्नी द्यायला सांगा! श्रीनाथनं फोनवर सांगितलं. तो त्यांना माझ्याच इतका जवळचा होता!''

आईनी ते मान्य केलं. श्रीनाथच्या जागी मी त्याच्या वडिलांना अग्नी दिला. स्मशानात राहून राहून एकच प्रश्न मला सतावीत होता– नियतीच्या मनात आहे तरी काय? श्रीनाथची सगळी कामं ती माझ्याकडून का करून घेतेय? आणि त्याचं उत्तर मीच देत होतो– 'मी श्रीनाथ आहे, म्हणून!

श्रीनाथनं मुंबईला आल्याबरोबर मला फोन केला. मी बॉंबे लॅबमध्ये त्याच्या अजून नाव न दिलेल्या एका पिक्चरचे रशेस बघत होतो, तिथं.

''रात्री घरी ये.''

त्या रात्री श्रीनाथ आणि मी त्यांच्या घराच्या उघड्या गच्चीत बसून 'ब्लॅक लेबल' संपवत राहिलो. रात्रभर डॅडींच्या आठवणी काढून आम्ही दोघं रडत होतो.

"तू भाग्यवान आहेस साल्या! ते गेले तेव्हा तू त्यांच्याबरोबर होतास- मी कमनशिबी! आयुष्यातलं जे एक काम मी आणि मीच करायला पाहिजे होतं, तिथं मला डुप्लिकेट पाठवावा लागला- स्मशानात बापाला अग्नी द्यायला!"

यावर मी तरी काय त्याचं सांत्वन करणार?

"तू बघशील डुप्लिकेट, बघशील..." श्रीनाथ अश्रूंनी भरलेला चेहरा पेपर टॉवेलनं पुसत, हुंदके देत म्हणाला- "मी स्वत:चं प्रॉडक्शन काढीन! डॅडींना फार इच्छा होती पिक्चर काढायची; पण ते राहून गेलं! आता मी रोल्स कमी घेईन आणि बॅनर चालवीन– डॅडींच्या नावाचं! साल्या तुला पहिल्या प्रथम खराखुरा मोठ्ठा रोल देईन, इंडिपेंडंट! खूष होतील डॅडी. त्यांचं, डुप्लिकेट, फार प्रेम होतं तुझ्यावर..."

आणि तो पुन्हा रडू लागला!

या प्रसंगानंतर चारच दिवसांनी सकाळी सात वाजता माझ्या मठीत एक काळा कोटवाले गृहस्थ हजर झाले.

माझी आदल्या रात्रीची अजून उतरलेली नव्हती. काळ्या कोटवाल्यानं जागं केलं नसतं, तर अजून कमीत कमी तीन तास झोपलो असतो.

मी किंचित तिरसटपणे म्हटलं, "कोण तुम्ही? एवढ्या सकाळी सकाळीच काय काम काढलंत?"

काळा कोटवाले श्रीनाथचे वकील निघाले. ॲडव्होकेट रामकृष्ण ठोसर. फार काही न बोलता त्यांनी काखोटीचा पेपर माझ्यासमोर उघडून धरला.

बातमी होती- 'हॅपी बीट बार'मध्ये श्रीनाथनं एका माणसाला बडवल्याची. माणूस अर्थात रोहितकुमारचाच असणार! बातमीवर दोन कॉलमी फोटो होता आणि फोटोत हातघाईवर आलेला श्रीनाथ!

"धिस इज व्हेरी बॅड न्यूज फॉर हिज करियर!" ते तावातावानं सांगू लागले. "प्रोड्यूसर कामं देणं बंद करतील, गरम माथ्याचा नट म्हणून! आणि पुढच्याच आठवड्यात हा डॅडींच्या बॅनरचं प्रॉडक्शन नंबर वन अनाउन्स करणार आहे! त्याला लोकांची सिम्पथी कशी काय मिळणार. त्यातनं रोहितकुमार आणि गँग या प्रकाराचा सूड घेतल्याशिवाय राहणार नाही. ती गॉसिप मॅगझिन्स पाहा या दोघांच्यातलं भांडण कसं धगधगत ठेवतील ते! या एका मारामारीतून आणखी चार मारामाऱ्या झाल्याशिवाय राहणार नाहीत. बाबा आता म्हणतो, 'नशेत मारामारी केली. आय रिपेन्ट! पण झालं ते होऊन गेलं! आता रिपेन्ट करून थोडाच प्रश्न सुटणारेय?"

"मग मी काय करू?"

"शेवटचा उपाय म्हणूनच तुमच्याकडे आलो... म्हणजे त्यानंच पाठवलं. म्हणतो, आता यातून सुर्व्यांच वाचवू शकेल मला!"

"कसं काय?"

"उद्या पेपरला खुलासा येईल की, मारामारी श्रीनाथनं केलीच नाही!"

"मग कोणी केली?"

"डिट्टो त्याच्याच चेहऱ्याच्या माणसानं- तुम्ही. शेजारी तुमचा फोटो. श्रीकांत सुर्वे- श्रीनाथचा डुप्लिकेट!"

"ओके, ठोसरसाहेब. श्रीनाथला मिळायचा मार मी एकदा खाल्लाय; आता त्यानं दिलेला मारसुद्धा मीच दिला, असं मानतो."

ॲड. रामकृष्ण ठोसर मनापासून हसले.

मी उशाला घेतलेल्या ब्रिफकेसमधून त्यांना माझा फोटो काढून दिला.

"थँक्स! तुमच्यासारखा दोस्त मिळाला, म्हणजे श्रीनाथ भलता भाग्यवान आहे!"

'एक्सक्यूज मी वकीलसाहेब,' मी मनातल्या मनात म्हणालो, 'श्रीनाथ माझा दोस्त नाही- मी स्वतःच श्रीनाथ आहे! डुप्लिकेट म्हणून तुम्ही माझ्याकडे आलात; कुठला डुप्लिकेट हे असलं तुरुंगात बसवणारी रिस्क घेईल? पण मी शहाणा नाही ठोसरसाहेब; मी वेडाही नाही- मी दोन्ही आहे! माझ्यातला वेडा परिणामाचा विचार न करता श्रीनाथसाठी सगळं करतो; आणि माझ्यातला शहाणा? तो तर स्वतःच श्रीनाथ असतो!"

दुसऱ्या दिवशी चित्रनगरीत मी श्रीनाथला भेटायला गेलो होतो. मला पाहायला हीऽ गर्दी! मला आश्चर्य वाटलं. मग कोणीतरी सांगितलं की, आज वर्तमानपत्रात तुझा फोटो आहे. तू कोणाला तरी हॅपी बीटमध्ये बडवलंस, म्हणून!

मी हसलो. सटकन् मनात आलं– अजून मी बाहेर कसा?

पोलिसांनी प्रकरण दडपून टाकलं. त्याच माणसानं पुढं माहिती दिली- "चिल्लर माणसाचं प्रकरण दडपणं सोपं आहे; तसं श्रीनाथचं प्रकरण नसतं दडपता आलं!"

मला मजा वाटली. बहुधा तो काळा कोटवाला ॲड. रामकृष्ण ठोसर माझ्याकडून सरळ प्रेस ट्रस्टच्या ऑफिसात आणि तिथून सीधा पोलीस स्टेशनवर गेला असणार!

श्रीनाथ मेकअप पुसून बाहेर आला. मला मिठी मारून म्हणाला- "यार, आय् वॉज लुकिंग फार यू एव्हरीवेअर. चल, सीधा घर चलते है! वुइ मस्ट सेलिब्रेट!"

"नही यार-" मी म्हणालो. "जाना है. नुसता तुला बघायला आलो."

"अरे तू तो मुझे आयने में भी देख सकता था! चल दोस्त, क्या नखरा करता है!"

"उद्या येतो. आज रिहर्सल आहे- 'पृथ्वी'ला- हिंदी नाटकाची!"

"अच्छा! तो अब तू नाटक करने लगा हां– ठीक है, ठीक है! कुछ न कुछ करना चाहिये. कधी नाटक आहे तुझं? मला सांग. फर्स्ट नाइटला येईन मी! आणि हे घे..." माझ्या हातात एक ब्रीफकेस ठेवत तो म्हणाला.

"कुठं न्यायची?" मी चक्रावून विचारलं.

"कुठं न्यायचीबियची नाही; तुलाच ठेवायची. तिच्यात दहा हजार आहेत- कॅश! आत्ताच एकानं साइनिंग अमाउंट दिली!"

मी चाट! म्हणजे हे कॉम्पेन्सेशन- आजच्या पेपरातल्या बदनामीचं! मी म्हटलं "इसकी क्या जरूरत थी!" ...अलीकडे माझं बोलणंही डिट्टो त्याच्यासारखंच फिल्मी झालं होतं.

पण पैसे मी ठेवून घेतले. 'जरूरत नही' म्हटलं तरी जरूरत होतीच! 'पृथ्वी'थिएटरमध्ये नाटक करून काय पोट भरतं?

खरं तर या नाटकात माझं मन नव्हतं. नाटक एक तर उगाचच खोटं खोटं प्रायोगिक कलात्मक वगैरे होतं. त्यातून दिग्दर्शक नुकताच दिल्लीहून 'थिएटर' शिकून आलेला. तो स्वत:ला एलिआ कझानचा बाप समजत होता! जाडे जाडे शब्द काय, हातवारे काय, मध्येच गप्प बसणं काय– प्रयोगाच्या रात्रीपर्यंत माझी त्याच्याशी मारामारी झाली नाही म्हणजे मिळवलं, अशी अवस्था होती!

त्यातून त्याचा माझ्यावर खास राग! मला तो श्रीनाथचा चमचा तर म्हणायचाच, व 'ये हिंदी सिनेमावाले–' अशी सुरुवात करून जे काही तारे तोडायचा, ते त्याला स्वत:ला हिंदी सिनेमात काम मिळत नाही या रागामुळे असले, तरी त्याचा रोख माझ्यावरच असायचा. रागाचं आणखी एक कारण म्हणजे , नाटकातल्या नायिकेवर, म्हणजे ज्या इला शर्मावर त्याचा डोळा, तिची माझ्याशी दोस्ती.

पहिल्यापासून तिनं खासगीत माझ्याकडे कबूल करून टाकलं होतं की, 'डायरेक्टर बडा बोअर आहे; पण तुझ्यासारखे भले लोक ग्रुपमध्ये असल्यामुळे मी या टुकार प्लेमध्ये काम करते आहे!" इला इंदूरची होती– मराठी चांगलं बोलायची!

ती फिल्ममध्ये करिअर करायला आली होती. अजून कुठं काही संधान साधत नव्हतं, तोवर 'पृथ्वी'च्या हिंदी नाटकात काम करून, आपण कुणाच्या नजरेला पडतो का, हे पाहत होती. अर्थात आम्ही करीत होतो तसल्या नाटकाचे प्रयोग किती होणार होते, आणि ते पाहायला येणार तरी कोण होतं, कुणास ठाऊक! पण इला जीव तोडून काम करीत होती. दिसायला तर ती सुंदरच होती!

खरं म्हणजे तिला पाहिल्याबरोबरच मी तिच्या प्रेमात पडलो होतो. पण प्रेम बोलून दाखवायचा धीर होत नव्हता. माझ्याकडे एक देखणेपणा सोडला, तर आणखी काय होतं की, ज्यासाठी तिनं माझ्याशी लग्न करावं?

असं असलं तरी, तिच्याशी चांगलं वागायला, तिच्यासाठी जमेल ते करायला तर आपलं काही जात नव्हतं! मी पहिली गोष्ट काय केली, तर फिल्म लाइन ही काय चीज असते, याची इत्थंभूत माहिती देऊन तिचे सगळे भ्रम दूर केले. "श्री, मला इतका गाइडन्स कुणीच दिला नव्हता आजवर..." ती गहिवरून म्हणाली.

"याचा अर्थ असा नाही इला की, तू या लाइनमध्ये शिरूच नये." मी म्हणालो. फक्त उघड्या डोळ्यांनी शिरावंस. तसं केलंस तरच तू इथं टिकशील. तू तसं टिकायला हवंस. इला, खूप मोठी नटी व्हायला हवंस. तू होशील मोठी नटी मनात आणलंस तर! तुझ्याइतक्या गुणी मुली फार थोड्या आहेत इंडस्ट्रीत."

"गुण नंतर; आधी कॉन्टॅक्ट्स तर पाहिजेत!"

"एक प्रयत्न करतोय; श्रीनाथ नवीन बॅनरच्या पहिल्या प्रॉडक्शनसाठी मुलगी शोधतेय. एकदम नवा फेस हवाय त्याला! मी तुझं नाव सांगितलंय. आपल्या पहिल्या प्रयोगालासुद्धा बोलावलंय त्याला, तुझं काम बघण्यासाठी!"

तिनं एकदम आनंदानं मला मिठीच मारली. मीच ओशाळलो. पण इलाची तीच पद्धत होती. काही मनात आलं की, न घाबरता ते बेधडक करून टाकायचं, अशी. इंडस्ट्रीला अशीच मुलगी हवी होती.

तिच्या त्या मिठीत केवळ आनंदाशिवाय दुसरी कसलीही भावना नव्हती. पण माझं सबंध शरीर रोमांचांनी भरून गेलं. मन स्वप्न बघायला लागलं. इला माझ्यासोबत अशीच कायम राहील का? मी तिला खूप मोठी करीन– खूप आनंदात ठेवीन...

इलाला अर्थात माझ्या विचारांची कल्पनाच नव्हती. ती धावत पळत आपल्या एन्ट्रीसाठी निघून गेली होती...

श्रीनाथ कबूल केल्याप्रमाणे प्रयोगाला आला. आणखीही दोघे-चौघे सिनेमावाले प्रयोगाला आले होते. ते आणि इतर बहुतेक जण अपेक्षेप्रमाणे जांभया देत उठले. आमचा दिग्दर्शक तापूनतापून, 'ये हिंदी सिनेमावाले किसी अच्छी चीजको समझ नही सकते है,' असं भाषण कोणाला तरी देत राहिला... मला नाटकात काही इंटरेस्ट नव्हता. इंटरेस्ट होता तो इलाच्या करिअरमध्ये.

मी तिची आणि श्रीनाथची ओळख करून दिली... बाहेर आल्याआल्या लगेच त्याला विचारलं– "कशी वाटली?"

"काफी टॅलेन्टेड है," त्यानं फिल्मी पद्धतीचं उत्तर दिलं... "चल, येतोस घरी? किंवा सी रॉकला?"

"नाही रे बाबा! अजून बॅकस्टेजची हमाली करायची आहे. हिंदी सिनेमा आणि हिंदी नाटक यांत हाच फरक आहे!" मी म्हटलं. "पण विचार कर. मला वाटतं, तुझ्या नव्या प्रॉडक्शनला ही मुलगी चालेल–"

''हां, देखेंगे,'' करीत कारच्या चाव्यांशी खेळत तो निघून गेला.

इकडे, मी परत येईपर्यंत इलाचा जीव थोडा थोडा झाला होता. ''काय म्हणाले श्रीनाथ?'' तिनं गेल्या गेल्या विचारलं.

''बघू या. होप्स आहेत. तुझं काम आवडलंय त्याला.'' मी तिच्या आनंदावर विरजण पडणार नाही, पण तिला आशाही लागून राहणार नाही, अशा बेतानं म्हणालो. ''पण आजचा तुझा परफॉर्मन्स पाहूनही त्यानं तुला घेतलं नाही, तर त्याला मूर्खच म्हणायला हवं! यू वेअर ॲब्सोल्यूटली फॅन्टॅस्टिक!''

नाटकाचा पहिला प्रयोग तर पार पडला होता; पण त्याची धुंदी अजून उतरलेली नव्हती. तालमीमध्ये मिळालेला एकमेकांचा सहवास उद्यापासून संपणार होता. म्हणून आजची रात्र संपूच नये, असं वाटत होतं.

आम्ही चालत चालत जुहूच्या चौपाटीवर गेलो. तिथं भेळ खाल्ली आणि वाळूतच बसून राहिलो. त्या रात्री आम्ही खूप खूप बोललो. विषय अर्थात श्रीनाथवरून सुरू झाला. पण त्यामुळेच तो माझ्यावर आला. मी तिला त्याच्या-माझ्या पहिल्या भेटीपासूनचं सगळं सांगितलं. माझी स्वत: श्रीनाथ असल्याची भावना सांगितली. नियतीनं आम्हाला एकमेकांमध्ये कसं अडकवून टाकलंय, ते सांगितलं. त्यातलं सगळंच तिला कळलं असेल, असं मला वाटत नाही. कारण ते मलाही नीटसं कळलेलं नव्हतं. पण ती समजून घेण्याचा प्रयत्न करीत होती. तिनं मला वेड्यातही काढलं नाही, की उपदेशही केला नाही. मला बरं वाटत होतं... मोकळं झाल्यासारखं वाटत होतं... आजवर मी हे कधीच कुणाकडे बोलू शकलो नव्हतो- अगदी डॅडींकडेही नाही. आज अचानक मला एक श्रोता मिळाला होता आणि मी बांध फुटल्यासारखा बोलत सुटलो होतो...

आणखी आठवडाभरानं श्रीनाथ भेटला, तेव्हा मी त्याला पिक्चरची प्रगती विचारली. शूटिंगची पूर्ण तयारी झाली होती, (मला, कबूल करूनही श्रीनाथनं रोल दिलेला नव्हता! म्हणा, माझ्याजोगता रोल जो होता, तो श्रीनाथ स्वत:च करीत असावा! शिवाय त्यानं मला वचन दिलं तेव्हा तो नशेत होता. डॅडी गेले, त्या दु:खात होता. तेव्हा ते वचन तरी कितपत मनावर घ्यायचं?) फायनान्सची व्यवस्था झाली होती, इतर आर्टिस्ट्सच्या तारखा घेतल्या होत्या; पण अजून हिरॉइन मिळाली नव्हती!

''सुर्वे, तुझी ती कोण... ती परत एकदा येऊन भेटेल का?'' त्यानं सहज विचारलं. ''येताना फोटो पण आणायला सांग.''

मी पळतच इलाकडे गेलो आणि तिला पाठवून दिलं.

दोन दिवसांनी मला कळलं की, इलाला रोल मिळालाय.

पहिला आठवडा शूटिंग शेड्यूल चित्रनगरीतच होतं. तिथं जाऊन मी इलाला 'चिअर अप' करीत असे. म्हणा, तिला चिअरिंगची फारशी गरजच नव्हती. पहिल्या दिवसापासूनच ती तिच्या स्वभावाला शोभेल अशा पद्धतीनं, मस्त मजेत, आत्मविश्वासानं काम करीत होती.

दुसरं शेड्यूल तीन आठवड्यांचं होतं, ते गोव्यात. तेवढं झालं की, आणखी दोन-चार दिवस इकडे तिकडे करून शूटिंग संपणार होतं. या शेड्यूलला मी गेलो नाही. बँकेचं एक हिंदी नाटक मला दिग्दर्शनासाठी मिळालं होतं. शिवाय, का कुणास ठाऊक; पण डॅडी गेल्यापासून मी श्रीनाथपासून थोडा लांबच राहू लागलो होतो...

श्रीनाथनं ठरल्याप्रमाणे खरंच एका महिन्यात शूटिंग संपवलं आणि आणखी दोन महिन्यांत भरधाव वेगानं चित्रपट पुरा केला.

प्रीमियरच्या आधीच मी दोन वेळा ट्रायल्स पाहिल्या होत्या. इलाचं काम अप्रतिम झालं होतं. फिल्म जर्नल्समधून तिची आतापासून तारीफ व्हायला सुरुवात झाली होती. प्रीमिअरच्या रात्री तर मुक्तकंठानं जो तो तिची स्तुती करीत होता...

रात्री सी रॉकमध्ये अलिशान पार्टी झाली. चित्रपट सगळ्यांनाच आवडला होता. सगळ्या टेरिटरीज आधीच विकल्या गेल्या असल्यामुळे श्रीनाथ भलताच खुशीत होता. पार्टीत त्यानं डॅडींची आठवण काढली. डोळे टिपले. सगळेच गहिवरून गेले. आपल्या चित्रपटात, आपण कला आणि धंदा यांचं मिश्रण साधण्याचा प्रयत्न केला असल्याचं त्यानं सांगितलं. प्रमुख स्त्रीभूमिका किती कठीण होती आणि इला शर्मासारखी गुणी आणि अत्यंत सचोटीची अभिनेत्री मिळाल्यामुळेच...

इला...! अखेरीस माझं स्वप्न साकार झालं होतं. इला आता भराभर पुढं जाणार होती. मोठी अभिनेत्री होणार होती. ॲवॉर्डस्, मुलाखती, तिच्या चित्रपटांचा महोत्सव, आंतरराष्ट्रीय सन्मान...

श्रीनाथ इलाविषयी आणखी काहीतरी सांगत होता- कशी त्यानं स्वतःच तिला 'पृथ्वी'च्या नाटकामधून शोधून आणली वगैरे... सांगू दे. इलाला शोधून काढल्याचं श्रेय स्वतःकडे घेऊ दे... मला श्रेय नको. मी नेहमी पाठीमागं राहीन. इलाला मोठं करीन, तिला फुलवीन, खुलवीन, सोबत करीन, ती थकली की, तिचं ओझं–

श्रीनाथ आणखी काहीतरी बोलत होता– ओ, गॉड!

त्यानं तिच्याशी वाङ्‌निश्चय जाहीर केला आणि तिच्या बोटात अंगठी सरकवली. सर्वांनी टाळ्या वाजवल्या. प्रचंड कडकडाट झाला.

पण माझ्या भोवतालचं जग कोसळून पडत होतं, त्या मानानं तो आवाज फार लहान होता...

रात्री मी क्रिस्टल बारमध्ये बसलो होतो. वेड्यासारखा पीत होतो. मला सगळं सगळं विसरून जायचं होतं. इलाला, श्रीनाथला.. स्वतःला... पण जितकी प्यावी

तितकं सगळं उलट स्पष्ट स्पष्ट होत चाललं होतं... डोळ्यांसमोर पुन:पुन्हा येत होता... घसरत घसरत तळाशी जाऊन पडलेला एक दगड!

एकदम काउंटरवरचा मायकेल म्हणाला- "तुमचा फोन, सायूब!"

"फोन? रात्रीचे तीन वाजता?"

मी फोन घेतला. "हॅलो..."

"हॅलो सुर्व्या! अरे, आपले नेहमीचे तीन बार्स ट्राय केले. हा लास्ट!" श्रीनाथ बोलत होता. "तुला झालंय काय? मला काँग्रॅट्ससुद्धा न देता गेलास... आपल्या जिवाला लागून राहिलंय यार!" श्रीनाथसुद्धा पुरेसा 'हाय' होता.

"काँग्रॅच्युलेशन्स!"

"तुला बरं वाटलं नाही काय? साल्या, तुझी मैत्रीण मी पटकावली, म्हणून रागावलास? खरं सांग सुर्व्या.... फ्रँकली बोल! दारूला साक्षी ठेवून!"

"नाही रे! आय ॲम व्हेरी हॅपी!"

"काय को-इन्सिडन्स आहे, नाही रे! तुझ्या नाटकात तिनं काम केलं– आणि नेमक्या त्याच मुलीशी मी लग्न ठरवलं!"

"होय श्रीनाथ, नियती आपल्या दोघांच्या आयुष्याचे धागे असेच एकमेकांत..."

"हाय मराठी बोलू नको साल्या... आपण हाय असताना ते समजत नाही. पण असेल! नियती असेल कुठंतरी, म्हणून तर तिनं तुला माझा डुप्लिकेट म्हणून पाठवलं- होय की नाही?"

"होय श्रीनाथ! तिनं मला डुप्लिकेट केलं; आणि तुला ओरिजिनल!" मी फोन खाली ठेवला.

पंधरा दिवसांनी श्रीनाथचं लग्न झालं. त्याचं सगळं काम असंच झटपट असायचं. लग्नानंतर दुसऱ्याच दिवशी तो उदेपूरला हनीमूनला गेला...

तिथून परत आल्याबरोबर लगेच रात्री बारमध्ये त्याचा फोन आला. "सुर्व्या, किती दिवसांत आपण भेटलो नाही? परवा डॅडींचं वर्षश्राद्ध आहे! त्याच्या दुसऱ्या दिवशी आमच्या कामशेतच्या बंगल्यावर जाऊ. जस्ट टू ऑफ अस्! सॉरी– थ्री ऑफ अस्! येशील?"

क्षणभर मला मोह झाला- जावं... पूर्वीचा श्रीनाथ भेटेल! इला भेटेल! आणि श्रीनाथशी मी तेढ का ठेवावी? तो माझ्याशी पूर्वीसारखाच वागत होता! पण इला...

"नाही श्री, मला जमायचं नाही!"

"मर्जी तुझी! पण उद्या घरी येऊन जा. इलाचा निरोप आहे..."

इलानं मला बोलावलंय? कशासाठी? उत्सुकतेपोटीच मी गेलो. श्रीनाथ शूटिंगला गेला होता.

“यांनी तुला कसंही करून यायला सांगितलंय कामशेतला.” इला म्हणाली.

“तू आग्रह केलास म्हणजे मी येईन, असं का वाटलं त्याला?”

“तसं नाही- तुला माहितेय... एखाद्या लहान मुलासारखा स्वभाव आहे त्यांचा. कुठल्याही निमित्तानं का होईना, पण तू यावास असं वाटतं त्यांना. त्यांना तुझी मैत्री हवी आहे श्री– पहिल्यासारखीच!”

“आय नो. त्याचा काहीच दोष नाहीये, जे झालं त्यात.”

“दोष तसं म्हटलं तर माझाच आहे. तू कधीच काही बोलला नाहीस. लग्न करायचा तुझा विचार आहे, असंही मला वाटलं नाही. श्रीनाथनं विचारलं– मी ‘हो’ म्हणून बसले...

“बरं केलंस. माझा काहीच भरवसा नव्हता... मी तुला कुठल्या तोंडानं लग्नाचं विचारणार? नुसत्या प्रेमानं काही जगण्याचे प्रश्न सुटत नसतात. पण तरीसुद्धा मी स्वप्नं पाहत होतो– तू मोठी अभिनेत्री होशील, याची. तुझ्या प्रवासात साथ देण्याची. एनी वे, तू केलंस ते ठीकच केलंस. आम्ही दोघंही सारखेच आहोत. मग ओरिजिनल मिळत असताना तू डुप्लिकेट का निवडावास?”

“नाही श्री, तुम्हा दोघांच्या स्वभावातला फरक माझ्या नीट लक्षात आलाय. तू प्रत्येक गोष्ट मनापासून करतोस- तो वरवर करतो. तो यशस्वी होत असेल; पण यश ही वेगळी गोष्ट आहे. तू माझ्यावर प्रेम केलंस; पण त्यानं एखादी सुंदर वस्तू खरेदी करावी, तसं माझ्याशी लग्न केलं. तुम्ही दिसता एकसारखे श्री- पण तू ओरिजिनल आहेस, डुप्लिकेट आहे तो- श्रीनाथ!

मी अचानकपणे कामशेतला यायचं ठरवलं, याचा श्रीनाथला भलताच आनंद झाला. “मला खातरी होतीच!” तो म्हणाला, “इला तुला यायला भाग पाडील. ती मनात घेतलेलं करून दाखवतेच!”

श्रीनाथ कार चालवत होता. हिरव्या रंगाची मारुती. इला त्याच्या शेजारी बसली होती. दोघंही बडबड करीत होती. मी अधूनमधून एखादा शब्द बोलत होतो. बाकी आपल्याच विचारात गुंग होतो.

मी श्रीनाथ आहे, असं मला वाटतं... अजूनही वाटतं... पण श्रीनाथ काय आहे? इलाच्या म्हणण्याप्रमाणे तो वेगळाच आहे. पण नाही! आमचे स्वभाव निराळे आहेत- आणि तरीही ते निराळे नाहीत... आमच्या फक्त पद्धती वेगवेगळ्या आहेत; पण आतून आम्ही एकच आहोत. आम्हा दोघांनाही सिनेमाचं आकर्षण वाटलं. आम्ही दोघांनीही डॅडींवर माया केली– आणि आम्हा दोघांनाही एकच मुलगी हवीशी वाटली! कधी मी त्याच्या नावाचा मुखवटा वापरला, कधी त्यानं माझा मुखवटा घालून लोकांना चकवलं!... परिस्थितीशी आम्ही दोघं मुष्टियुद्ध करीत आहोत. पण

लोकांना दोघांचा मिळून एकच श्रीनाथ दिसतो ना?

शेजारून एक जीप झपकन गेली. अगदी घासून जाईल इतक्या अंतरावरून!

"याचा विचार काय आपल्याला मारायबिरायचा आहे की काय?" श्रीनाथ ओरडला. त्यानं मारुतीचा वेग वाढवला आणि ती थेट त्या जीपच्या जवळ भिडवली. आता तो अस्सल शिव्या देऊन जीप ड्रायव्हरची आईमाई उद्धरणार, असं वाटलं; पण तो अचानक गप्प बसला. त्यानं मारुती पुढं नेली...

"रोहितकुमारची माणसं आहेत. दे आर आऊट टू किल अस." त्याच्या स्वरात घबराट होती! आणि मला एकदम आठवलं. हीच जीप मला मार पडला होता त्या वेळेस मला दिसली होती!

दे आर आऊट टू किल अस– नियतीचा हा शेवटचा डाव आहे का, आम्ही दोघांनी एकत्र मरावं असा? ओरिजिनल आणि डुप्लिकेट, जे जे कुणी असतील त्या दोघांनाही त्यांच्या प्रियतमेसकट नष्ट करावं असा?

मधेच थोडा रस्ता निर्जन होता... काही झालं, तर ते इथंच होणार होतं!

ती माणसं गाडी मध्ये घालतील का?...दोघांमधला श्रीनाथ कोण, हे ते ओळखतील का? कपडे तर दोघांचेही सारखेच फॅन्सी आहेत. (कारण मी त्याचाच पूर्वीचा ड्रेस घातला आहे- अगदी जॅकेटसकट) मग श्रीनाथला वाचवण्यासाठी मी पुढं होऊन, 'मला मारा- मी श्रीनाथ आहे' असं सांगावं का? जे मी इतकी वर्षं स्वत:शी म्हणत आलो, ते मला बोलून दाखवता येईल का? मी श्रीनाथ आहे... मी श्रीनाथ आहे...

जीप पुन्हा एकदा झपकन जवळून गेली... घार जशी झडप घालते आणि नेम चुकला की, पुन्हा तयारी करण्यासाठी दूर जाते, तशी पुढं गेली...

या मंडळींनी ही आजचीच वेळ का निवडली असेल? मध्यंतरी श्रीनाथ-इला हनिमूनला गेली– जाता-येताना त्यांना कधी टिपता आलं नसतं का? की त्यांना माझाही काटा काढायचा आहे? क्लबमधल्या मारामारीपासून त्यांना कळलंच असेल की, श्रीनाथ माझ्या आड कधीही दडू शकतो! म्हणून आज एका दगडात तीन...

श्रीनाथनं तरी आजच हा बेत का करावा? म्हणा आज नाही तर एरवी कधी, आम्ही तिघे एकत्र सापडलोच असतो?

आणि कधीही आमच्या बेताचा पत्ता रोहितकुमाराच्या माणसांना लागलाच असता!

पण आता–

काय होणारेय आता? आम्ही तिघं- नियतीच्या हातची खेळणी. कुठल्या प्रवासाला निघालोय? कुठवर-

ती राक्षसी जीप क्षणार्ध आमच्याबरोबर चालली– श्रीनाथनं पलीकडची दहा फूट

खोली टाळून मारुती पुढं काढायचा आकांताचा प्रयत्न केला– जीप जोरात अंगावर चालून आली... एक मोठ्ठा आवाज! आम्ही उलटेसुलटे झाल्याची जाणीव– आणि मग डोळ्यांसमोर अंधार...

अंगातून प्रचंड कळा येत असल्याची वाढती जाणीव.

अगदी मंद उजेड. कोपऱ्यांमधून भरून राहिलेला काळोख.

समोर कुणीतरी बसलेलं. हात स्लिंगमध्ये. कपाळाला बँडेज... हं– ही इला. आणि श्रीनाथ कुठे?

तोंडातून आवाज फुटत नाही. पुटपुटल्यासारखं होतं... पण तेवढ्यानंही समोरच्या खुर्चीतली इला डोळे उघडते.

"थँक गॉड! यू हॅव रिकव्हर्ड. आजचा तिसरा दिवस..."

"श्रीनाथ...?" मी विचारायचा प्रयत्न करतो.

"गेले. ऑन द स्पॉट!"

"गेला?"

"हो. आता मी काय बोलतेय, ते नीट समजून घे." ती अगदी माझ्या कानाजवळ येऊन बोलते. "समजतंय ना बोललेलं?"

मी हळूच मान डोलावल्यासारखं करतो.

"गेले ते श्रीकांत सुर्वे होते; श्रीनाथ वाचले, असं सांगितलंय मी पोलिसांना... हॉस्पिटलला... सगळ्यांना... बाहेर लोक तू डोळे उघडण्याची वाट पाहत जागत बसलेत. हीरो वाचला, म्हणून देवाला दुवा देताहेत. आता तू फक्त एवढंच लक्षात ठेव की, तू श्रीनाथ आहेस. जे जन्मभर स्वत:ला सांगत आलास, तेच लोकांना सांग- मी श्रीनाथ आहे... मी श्रीनाथ आहे!

◆

www.ingramcontent.com/pod-product-compliance
Lightning Source LLC
LaVergne TN
LVHW092355220825
819400LV00031B/381